ஆறாவது பெண்

மலையாள மூலம்

சேது

தமிழில்

குறிஞ்சிவேலன்

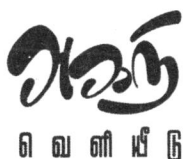

அகநி

வெளியீடு

வெளியீடு : 102
ISBN : 978-93-82-810-67-4

ஆறாவது பெண்
(நாவல்)
© குறிஞ்சிவேலன்

முதல் பதிப்பு : டிசம்பர் - 2019
பக்கம் : 224
அட்டை வடிவமைப்பு : எஸ்.மாரீஸ்
அச்சாக்கம் : எம்.வி.ஆப்செட் பிரிண்ட்ஸ், சென்னை.
வெளியீடு : அகநி வெளியீடு,
எண் : 3, பாடசாலை வீதி,
அம்மையப்பட்டு, வந்தவாசி - 604 408
திருவண்ணாமலை மாவட்டம்
பேசி : 98426 37637 / 94443 60421
மின்னஞ்சல் : akaniveliyeedu@gmail.com

Aaaravathu Penn
(Novel)
©Kurunjivelan

First Edition : December - 2019
Pages : 224
Wrapper Design ; S.Maries
Printing : M.V. Offset prints, Chennai.
Published By : AKANI VELIYEEDU,
No : 3, Padasaalai Street, Ammaiyappattu
Vandavasi - 604 408
Thiruvannamalai District
Cell : 98426 37637 / 94443 60421.

விலை: ரூ.200

நூலாசிரியர்கள் குறிப்பு

சேது

சேது என்கிற ஏ.சேது மாதவன்,
1942 ஜீன் 5-ஆம் நாள் பிறந்தவர். மலையாள இலக்கிய உலகின் புகழ்மிகு படைப்பாளி. பாண்டவபுரம், அடையாளங்கள், மறுபிறவி, தாலியோல, கிராதம், நியோகம், வெளுத்த கூடாரங்கள், கைமுத்ரைகள் உள்ளிட்ட நாவல்கள் மற்றும் சிறுகதைத் தொகுப்பின்மூலம் புகழ் பெற்றவர். 35-க்கும் மேற்பட்ட நூல்களைப் படைத்துள்ள இவரின் படைப்புகள் இந்திய மொழிகளிலும்,
உலக மொழிகளிலும் மொழிபெயர்க்கப்பட்டுள்ளன. பல்வேறு பெருமைமிகு விருதுகளைப் பெற்றுள்ள இவரின் படைப்புகள் பெரும்பாலும் பெண்ணிய நோக்கிலான படைப்புகளாகும்.
நேஷனல் புக் டிரஸ்டின் தலைவராகவும், சவுத் இந்தியன் வங்கியின் தலைவராகவும் பணியாற்றியவர்.
ஆறாவது பெண்
இவரின் மிக முக்கியமான பெண்ணிய நாவலாகும்.

குறிஞ்சிவேலன்

கடலூர் மாவட்டம் குறிஞ்சிப்பாடியைச் சேர்ந்த மீனாட்சிப்பேட்டை எனும் குக்கிராமத்தில் 1942, ஜீன் 30-ஆம் நாள் பிறந்தவர். தொடக்கத்தில் ஆரம்பப் பள்ளி ஆசிரியராகவும், பின்பு கால்நடைத் துறையில் ஆய்வாளராகவும் பணிபுரிந்தவர். தமிழ் இலக்கியத் துறையில் 60 ஆண்டுகளாகத் தொடர்ந்து இயங்குபவர். 40-க்கும் மேற்பட்ட நூல்களை, மலையாளத்திலிருந்தும் தெலுங்கிலிருந்தும் மொழிபெயர்த்துள்ளார்.
தன்னுடைய மொழிபெயர்ப்புகளுக்காக சாகித்திய அகாதெமி விருது உள்ளிட்ட பல்வேறு விருதுகளைப் பெற்றுள்ளவர்.
இந்திய அளவில் மொழியாக்கத்திற்கென்று ‘திசை எட்டும்’ காலாண்டு இதழை நடத்தி வருபவர்.
தமிழின் முதல் மொழியாக்க இதழாகும் இது.

இந்நூல்

ஐம்பதாண்டுகளாகக்
குடும்பச் சுமையையும்,
தற்போது மூன்று ஆண்டுகளாக
'திசை எட்டும்' சுமையையும்
ஏற்று உதவும்
என் துணைவியார்
திருமதி.காந்திமதி
அவர்களுக்கு...

1

காதம்பரியின் பதிலுக்கு காத்திருந்ததே தவறு. அதுவும் அப்படியொரு எண்ணம் உள்ளத்தில் வந்ததும் தவறு.

கையில் கிடைத்த முகவரிகளுக்கும் உள்ளத்தில் தெளிந்துவரும் நினைவுகளுக்குமாக கடிதங்கள் பலவற்றை சங்கரராமன் பறக்க விட்டிருக்கிறான். அவள் இப்போது எங்கே இருக்கிறாள் என்பதற்கும் உறுதியில்லை. ஆதலால், எங்கேயும் இருக்கலாம் என்னும் நம்பிக்கையில் அவ்வாறு சங்கரராமன் எழுதிக் கொண்டே இருக்கிறான்.

நனைந்து இருண்ட ஓர் அந்தியில் வராந்தா திண்ணையின் மூலையில் குனிந்து உட்கார்ந்துகொண்டு மீண்டும் இப்போது எழுதிக் கொண்டிருக்கிறான் சங்கரராமன். விளிம்பு உடைந்த மை பாட்டிலில் பழைய ஸ்டீல் பேனாவைத் தொட்டு ஒரு பக்கமாகச் சாய்ந்த அழகில்லாத எழுத்துக்கள். தேயத் தொடங்கிவிட்ட நிப்பின் மலர்ந்துபோன முனையை திண்ணையில் அழுத்தும்போது எழுத்துகளின் வடிவங்கள் மாறி வருகின்றன.

மழைக்கால இருமலுக்கும் பஞ்ச கர்க்கடகம் போர்த்தும் கனத்த கம்பிளிக்கும் வயது அதிகம்.

வழக்கத்துக்கும் மேலாக நீண்ட அந்தக் கடிதத்தை எழுதும் போது இருமலின் கண்ணாடித் துண்டுகள் கடிதத்தில் விழுந்து உடையாமல் இருப்பதற்காக இடையிடையே வாயை மூடிக் கொள்கிறான் சங்கரராமன். கம்பிளி ஷாலை கழுத்தில் சுற்றி,

கனத்த கம்பிளிப் போர்வையால் தலையை மூடி, மக்கள் நடமாட்டமில்லாத சத்திரத்தின் காவலாளியைப்போல் அமர்ந்திருக்கும் போது சிதறிய சப்தங்களுடன் மழை விழுந்துகொண்டிருக்கிறது. தகரத்தில் விழும் தண்ணீர் சேனல் துவாரத்திலிருந்து ஒழுகு கிறது.

அழுக்கடைந்து மடங்கிய காகிதத்தில் மழைச்சாரலின் வட்டங்கள். வெகுதூரத்தில் மழை பெய்யாத ஏதோவோர் ஊரிலிருக்கும் காதம்பரி அந்த ஈரங்களில் பல அர்த்தங்களையும் கண்டு பிடிக்கலாம். எதையும் பல வகையிலும் காதம்பரியால் படிக்க முடியும்.

சங்கரராமனின் உள்ளம் எழுதியெழுதி கலங்கியதுடன் கண்களும் சுழன்றன. இப்போது மழை தகர வாய்க்காலிலுள்ள துவாரங் களின் மூலம் உள்ளத்திற்குள் விழுகின்றன.

பின்பு, மழை விட்டு இரவு இருட்டத் தொடங்கிய போது தான் தலைக்கு மேலாக வௌவால்களின் கூட்டம் ஒன்று பெரும் சிறகடிப்புடன் பறந்து வந்து சேர்ந்தன.

வௌவால்களின் சிறகோசையில் எப்போதும் பயத்தைவிட அதிகமாகக் காதம்பரிக்குச் சந்தேகங்கள்தான் ஏற்பட்டிருந்தன. அது மட்டுமல்ல, அவள் எப்போதும் கேள்விகள் கேட்பவளாகவும் இருந்தாள். தன்னிடம், கோமதியிடம், பழக்கமுள்ளவர்களிடம், சுற்றிலுமுள்ள உலகத்திடம் எல்லாம் கேள்விகள்தான். ஒன்றி லிருந்து தொடங்கி, கப்பும் கிளையுமாக, முள்ளும் முனையுமாக ஏராளமான கேள்விகள். பதில் சொல்லத் தடுமாறும் கேள்விகள். எதற்காகவாவது பதில் கிடைத்திருக்குமா என்று தெரியவில்லை. ஆனால், பதிலுக்காக காதம்பரி ஒருபோதும் காத்திருப்பவளுமல்ல.

எனக்கு இந்த வௌவால்கள் என்றாலே வெறுப்புதான் என்று ஒருமுறை காதம்பரி கூறினாள்.

மரக்கிளைகளோடு பிணைந்து கிடக்கும் அவலட்சணம் கொண்ட நிழல்கள். இரவு நேரக் கூச்சல்களுடன் பொருந்தாத, வேற்று உலகங்களின் அழுகைகளுடன் இருளில் எங்கிருந்தோ கண்காணாத மூலைகளிலிருந்து அவை பறந்து வந்து சேருகின்றன. சூரியவொளியில் மறைந்திருந்துவிட்டு இரவுகளில் கண்களைத் திறப்பவைகளைக் காதம்பரி நம்புவதில்லை.

வௌவால்களின் வருகைக்கு முன்பே எழுதுவதற்கு அமர்ந்தான் சங்கரராமன். அவைகளின் சிறகடிப்பு சப்தங்களும், தனிப்பட்ட கத்தல்களும் காகிதத்தில் பதிந்தால் சட்டென்று என் காதம்பரியால் அடையாளம் காண முடியுமே...

பாதி கடிதம் எழுதும்போதே வழக்கமான சப்தங்களுடன் அவைகள் வந்து சேர்ந்ததும் மற்றொரு காரணமாகலாம். காதம்பரியிடம் அவைகள் என்னவோ சொல்ல வேண்டியதாக இருக்கலாம். அந்த வேற்று உலக சப்தங்களின் இடைஞ்சல் ஈரம் படர்ந்த காகிதத்தில் பதிந்து தெரியும்.

உள்ளத்திலிருந்து வருவது எதுவும் வெறும் மொழியின் எழுத்துக்கள் மட்டுமல்ல, இசையும் தாளமும் சேர்ந்ததுதான் என்று ஒருமுறை காதம்பரி சொன்னாள். பின்பு, மணமும் ஸ்பரிசமும்கூட.

'இல்லையா, மாமா'. வழக்கம்போல் அவள் வெறுமனேதான் கேட்டாள். பதிலுக்குக் காத்திருக்காமல் அது மிகவும் உண்மைதான் என்பதுபோல் தலையாட்டிவிட்டு, தானே ரசித்துக் கொண்டு அடிமேல் அடிவைத்து நடந்து போனான்.

அதற்கு இடையில்தான் அவள் நாட்டியம் பயிலத் தொடங்கினாள்...

கொஞ்சம் நிமிர்ந்து, தூணில் சாய்ந்து அமர்ந்து ஒவ்வொன்றைப் பற்றியும் நினைத்துக் கொண்டிருந்தான் சங்கரராமன். இப்போது சாரல் மழையின் ஈரமும், கீழைக் காற்றின் முழக்கமும் நினைவுகளை மூடிக் கொண்டிருந்தன. காதம்பரி நினைவுச் சின்னமாக ஆகிவிடுவாள் என்று ஒருபோதும் நினைத்ததில்லை. அந்தளவுக்கு அவள்மேல் எப்போதும் உயிர்ப்பும் உணர்வும் உண்டாகியிருந்தன.

சங்கரராமன் நினைத்துக் கொண்டே இருக்கிறான். நினைத்து நினைத்து அமைதியாகிக் கொண்டிருக்கிறான்.

காதம்பரிக்கு நாட்டியம் கற்றுக் கொடுப்பதற்காகவே பதினோரு மைல் தூரத்திலிருந்து நட்டுவன் சிவமணி சைக்கிள் மிதித்துக் கொண்டு வந்தபோது ஊரிலேயே அது ஒரு பெரும் செய்தியாயிற்று. பூக்கடைக்காரன் சங்கரராமனின் மகளுக்கு நாட்டியம் கற்றுக் கொடுக்க பல மைல் தூரம் தாண்டி, சைக்கிள் மிதித்துக்கொண்டு நட்டுவன் சிவமணி வருகிறான்.

நட்டுவன் சிவமணியின் இடது கண் பூனையினுடையதாகவும், வலக்கண் காகத்தினுடையதாகவும் இருந்தன. இடது மணிக் கட்டில் பலவகை சரடுகளுக்கிடையில் கனத்த தங்கத்தால் பிரேஸ்லெட். முனைகளில் படம் விரித்த நாகம். வலது மணிக் கட்டிலுள்ள கனத்த செப்பு கைவளையலில் அநேக செதுக்கு வேலைப்பாடுகள்.

நாளையும் நேரத்தையும் குறித்து குருதட்சணை வைத்து தொடங்கியதுதான் இந்த சம்பிரதாயம். இருந்தும் தொடக்கமே தவறியது. அடி தவறியது குருவிற்குதான். சிஷ்யையின் முகத்தில் விழுந்த முதல் கள்ளப் பார்வையைத் திரும்ப பெற முடியவில்லை. அது அங்கே வலது கன்னத்தில் வீக்கமாகப் பதிந்து இருந்தது.

அங்கேதான் சிவமணியின் அடி தவறியது. திடுக்கிடலை மறைப்பதற்கான சிரிப்பு ஓரத்தில் ஓடியது.

காதம்பரியோ உறுதியுடன் பார்த்துக் கொண்டிருந்தாள். முதலில் நாகத்தானின் படத்திலும், பின்பு செப்பு வளையலில் உள்ள எண்ணிக்கையற்ற செதுக்கு வேலைப்பாடுகளிலும்... இறுதியில் குருவின் முகத்திலும்... இடது கன்னத்திலுள்ள வீக்கத்தை நோக்கி விரல் தன்னையறியாமல் சென்றபோது உடம்பு முழுவதும் ஒருமுறை சிலிர்த்தது.

நட்டுவன் சிவமணி முகம் கவிழ்ந்தான். அதோடுகூட கை மணிக்கட்டிலுள்ள நாகத்தானும்...

சிரமத்துடன் ஐந்தாறு மாதம்தான் நாட்டியம் கற்றல் நடந்தது. குழந்தைக்கு நல்ல எதிர்காலம் உண்டென்று சிவமணி சொன்னபோது காதம்பரி ஒருமுறை சிரித்துக் கொண்டாள். காக்கைக் கண்களுக்கும் பூனைக் கண்களுக்கும் நடுவில் தங்க நாகங்களின் பார்வையிலுள்ள அடி வைப்புகள்... ஒவ்வொரு கால் அசைவிற்கும் விசித்திரமானதொரு அனுசரணையுடன் உற்று நோக்கும் சிறு சர்ப்பக் கண்கள்.

தனக்கு இப்போது இசையில்தான் ஆர்வமென்று அவள் மனம் திறந்து சொன்னபோது தனக்கும் அப்படித்தான் என்று நட்டுவன் சிவமணியும் சொன்னான். ஏதோவொரு நாக பாதுகாப்பின் சாபத்தால் நாட்டியத்தில் வந்துவிட்டாலும் உள்ளம் வற்புறுத்து வது எப்போதும் இசையைத்தான். பயிற்சியும் குறையில்லை.

அதனால் எந்த நிலையிலும் காதம்பரிக்கு இசையைக் கற்றுக் கொடுக்கப் போவதும் தான்தான்.

காதம்பரியோ முகத்தைத் திருப்பிக் கொண்டாள்.

''அந்த ஆளு சரியில்லம்மா, ஏதோ மாதிரி பார்க்கிறான்.'' அவள் கோமதியிடம் மெதுவாகச் சொன்னாள்.

ஒரு கண்ணில் பூனையின் பார்வை; மறுகண்ணில் காக்கை யினுடையது. காக்கையின் கண் தீய கண்; பூனையினுடையது திருட்டுக் கண். வாயாடிகள் கேட்கும்போதும், அடிகள் வைக்கும் போதும் தான் பார்க்க வேண்டியது எந்தக் கண்ணால் என்னும் கேள்விக்கு வழக்கம்போல் கோமதிக்கும் பதில் இல்லாமல் இருந்தது.

பின்பு படம் விரித்து நிற்கும் அந்த தங்க நாகம். அதன் சிறு கண்களிலுள்ள விஷமமான பார்வை. இரவு தூக்கங்களில் சில தங்க நாகங்கள் வந்து இறுக்கி முறுக்குவதுபோல், உடல் முழுவதும் ஊர்ந்து செல்லும் தங்கத்தின் அரைஞாண்கள்.

எதுவும் புரியாமல் கோமதி தலைகுனிந்தாள்.

நட்டுவன் சிவமணிக்குச் சங்கடமாகிவிட்டது. இதுவரை யாரும் கண்டுபிடிக்காத ஒரு பெரும் ரகசியம். எப்படி இந்த பெண்ணுக்குத் தெரிந்தது? தனக்கு காக்கைக் கண்ணும் பூனைக் கண்ணும், உண்டென்று யார் அவளுக்குச் சொல்லிக் கொடுத்தார்கள்?

அதுதானே என் காதம்பரி என்று சங்கரராமன் இதயத்தால் நிரூபித்தான்.

சங்கடப்பட்டும், உள்ளுக்குள் அவமானப்பட்டும்தான் நட்டு வன் சிவமணி திரும்பிப் போனான். அப்போதும் உள்ளத்திற்குள் சிறியதொரு நம்பிக்கை எஞ்சியிருந்தது. என்றாவது ஒருநாள் திரும்பக் கூப்பிடாமல் இருக்க மாட்டாள். கன்னிப் பெண்ணின் கன்னத்தில் விழும் முதல் கதுப்பு அவ்வளவு சீக்கிரமாக ஒன்றும் மறைந்து போகாதே.

பதினேழு மைல் தூரத்திலிருந்து ஸ்கூட்டரை ஓட்டிக் கொண்டு, காற்றில் அலையும் முடியுடன் அவ்வாறுதான் பொன்னையா பாகவதரும் வந்தான். வயதை மறைக்கும் பலம் பொருந்திய கை கால்கள். விரிந்து பரந்த நெடிய உடல். ஒளிபொருந்திய முகம்.

நல்ல குரல் வளம். ஆழ்ந்த ஞானம். சங்கரராமனுக்கும் நன்கு பிடித்தமானவன். நல்ல லட்சணங்கள் அடங்கிய பாகவதர். பாகவதர் என்றால் இப்படித்தான் இருக்க வேண்டும்.

பொன்னையா பாகவதர் பெரும் திறமைசாலியாக இருந்தான். பல ஊர்களிலும் பலத்த சீடர்கள் பரம்பரை. நேரமும் பக்குவமும் உண்டானதால் அல்ல, ஒரு பூக்கடைக்காரனை வேதனைப்படுத்தக் கூடாது என்ற தயக்கத்தினால் மட்டும்தான் ஏற்றுக் கொண்டான். வாரத்தில் மூன்று நாட்கள்தான் வருவான். மற்றவையெல்லாம் அவனவனின் பிறவிப் பயன். கடின முயற்சி. பூர்வ புண்ணிய பலன். குரு பிரசாதம் என்றெல்லாம் ஆரம்பத்திலேயே சொல்லி விட்டான் பொன்னையா பாகவதர்.

பிறவிப் பயனும், முயற்சியும், பூர்வ புண்ணியமும், எல்லாம் புரிந்து கொள்ளலாம். ஆனால், குரு பிரசாதம் கைவரப் பெறுவது எப்படி? காதம்பரிக்கு அது தெரிந்து கொள்ள முடியாததாக இருந்தது.

குருவை திருப்திபடுத்துவது எப்படி? காதம்பரி புருவத்தை உயர்த்தியபோது சங்கரராமனும் கோமதியும் எதையும் கேட்காதது போல் நின்றார்கள்.

பாட்டு கற்றுக்கொண்டது என்னவோ ஆறேழு மாதம்தான் இருக்கும். அதற்குள் காதம்பரிக்கு வெறுப்பு உண்டாகிவிட்டது. இருந்தாலும், தான் கற்றுக் கொடுத்தே தீருவேன் என்னும் பெரிய மனதைக் காண்பித்தான் பொன்னையா பாகவதர். உப்பிய முகத்துடன் புல் பாயில் சம்மணமிட்டு அமர்ந்திருந்த சிஷ்யையின் நேரே அவன் கனிவுடன் நோக்கினான். இசை வாசனை மிகவும் குறைவு தான். கொஞ்சம் முயற்சி செய்தால் சரிப்படுத்தி விடலாம்தான். ஆனால், அதற்கெல்லாம் மனம் வேண்டுமல்லவா?

குருவிற்கு முகம் காட்டாமல் தூரத்தில் எங்கேயோ பார்த்துக் கொண்டு கீர்த்தனை வரிகளை அலட்சியமாகச் சொன்னாள் காதம்பரி. கோமதிக்கு மிகவும் கஷ்டமாகிவிட்டது. குரு நிந்தனை என்னும் பெரும் பாவத்தின் கணக்குகளை இவள் எப்படித் தீர்க்கப் போகிறாள்.

குருநாதரும் சிறிது குழம்பினான். இவளுக்குப் பிறவி வாசனை குறைவுதானென்றாலும் பதினேழு மைல்கள் ஸ்கூட்டரை ஓட்டுவதால் ஏற்படும் களைப்பு இவளின் முகத்தைப்

பார்க்கும்போது போய்விடுகிறதே என்பதை எப்படிச் சொல்ல முடியும்? அதுவுமில்லாமல், இனிமேல் பாட்டு வேண்டாம் ஓவியம் வரையலாம் என்றல்லவா இப்போது காதம்பரி சொல்லத் தொடங்கியிருக்கிறாள்.

மரம்போல் நின்றுகொண்டிருந்தாள் காதம்பரி. பொன்னையா பாகவதருக்கும் தர்மசங்கடமாகிவிட்டது. வாரத்தில் மும்முறை பதினேழு மைல்கள் வீதம் ஸ்கூட்டரை ஓட்டி வந்ததும், காற்றில் முடியை அலையவிட்டதும் வீணாகிவிட்டன.

கடைசியில், ராகதாளங்கள் தவறி, முடியைக் கொஞ்சம்கூட அலையவிடாமல் திரும்பி ஸ்கூட்டரை ஓட்டும்போது ரோடோரத்தில் நட்டிருக்கும் மைல் கற்களிடம் பெரும் வெறுப்பாகிவிட்டது பொன்னையா பாவதருக்கு. போகும்போது தெரிந்ததைவிட திரும்பி வரும்போது எவ்வளவோ அதிகத் தூரமாகத் தோன்றுகிறது. அதோடுகூட தனக்கு ஓவியம் வரைய தெரியவில்லையே என்ற வேதனையும் இருந்தது பாகவதருக்கு.

ஒரேயொரு நினைவு மட்டும் உள்ளுக்குள் எஞ்சி நின்றது. விடைபெறும்போது தாய் மகளிடம், 'குருவின் காலைத் தொட்டு வணங்கு' என்றாள். சிறியதொரு பணியைப்போல் குனிந்து காலைத் தொட்டு அவள் நின்றபோது அவன் உச்சந்தலையில் அழுத்தமாக கையை அமர்த்தினான். விரல்கள் நடுங்கிக் கொண்டிருந்தன. பின்பு, ஒன்றும் தெரியாததுபோல் தாடையில் ஒருமுறை தடவியதுடன் இடது கன்னத்திலும் வருடினான். வெகு நாட்களாக உள்ளுக்குள் உறங்கியிருந்த மோகம்தான் அது. சுட்டுக் கொண்டது போன்று காதம்பரி ஒருமுறை துடித்தது நினைவில் இருந்தது. நிமிரும்போது அந்த மினுமினுப்பான இடது கன்னத்தில் பெரியதொரு தடிப்பு.

காதம்பரி குமைந்துகொண்டு நின்றாள்.

அதன்பின் அந்த முகத்தை குருவால் பார்க்க முடியவில்லை. போதும், இவ்வளவு போதும் என்று குரு நினைத்தான். இந்த ஸ்பர்ஸமே நினைத்துக் கொள்வதற்குத்தான். அதை மயில் தோகைகளாக மாற்றி உள்ளுக்குள் பாதுகாத்துக் கொள்ளலாம். ஸ்கூட்டரின் வேகம் கூடும்போது தன்னுடைய முடி பாரம் மீண்டும் காற்றுக்கு எதிராகப் பின்னுக்குப் பறப்பது பாகவதருக்குத் தெரிந்தது.

என்றாவது திரும்ப அழைக்காமல் இருக்க மாட்டாள் என்று அவனும் ஆசைப்பட்டான். கன்னிப் பெண்ணின் கன்னத்தில் விழும் முதல் தடிப்பு அவ்வளவு சீக்கிரத்தில் மறைந்து போகாதே.

கோமதிக்கு எதுவும் புரிவதாக இல்லை. தகுந்த நேரத்திற்காக காத்திருந்து, வெகுவாகக் கெஞ்சி கேட்டும்கூட மகளிடமிருந்து ஒரேயொரு பதில்தான்.

அந்த ஆளு சரியில்லம்மா. என்னமோ மாதிரி பார்க்கிறான்.

கோமதி ஒருமுறை உதட்டை சுழித்தாள்.

மகாபாவம். அறுபது வயசான ஒரு ஆளப்பத்தியல்லவா இவ இப்படிச் சொல்றா, முருகா. கோமதிச் சங்கடப்பட்டாள். அவன் உனக்குத் தாத்தா மாதிரி. பல நாடுங்கள்ல ஏராளமான சிஷ்யங்கள நட்டு தண்ணீர் ஊத்தி வளர்க்கற பெரிய மனுஷன். பூனைக் கண்ணும் காக்காக் கண்ணும் இல்லாதவன். அப்புறம் முன்னே எப்பவோ கண்நோயின் மிச்சமாக வலக்கண்ணுல அந்த ரெத்தச் சிவப்பு. அத அப்படியொன்னும் பெரிசா எடுத்துக்க வேணாம். கண் நோயால் அழுக்காகும் கண்ணுங்களுக்கு பின்னால கெடைக்கறது முன்பில்லாத பார்வை சக்தி.

இருந்தும், சங்கரராமனும் கோமதியும் விவாதிக்க நிற்கவில்லை. அதுவொரு பழைய பழக்கம். காதம்பரியின் சொற்கள் மகா பிரமாணம். இந்த வீட்டில் அவளுடைய சொல்லுக்கு மறுபேச்சு வேண்டாம்.

பார்த்துக்கொண்டு நிக்கும்போதே பெண் குழந்தைகள் வளர்ந்துடுவாங்கன்னு கேள்விப்பட்டிருந்தாலும் மெல்லத்தான் இந்த காதம்பரியின் வளர்ச்சி இருக்கிறது. நகத்தின் முனைகளை கடித்து சங்கரராமன் துப்பிக் கொண்டிருந்தான்.

மகள் சேலை உடுத்தி பார்க்க வேண்டும் என்கிற ஆசை அவனுக்கு. காதம்பரிக்கோ சேலையைவிட தாவணியில்தான் ஆசை. அதனால் சேலை உடுத்தாமல் தாவணியின் மூலமே தன் இளமையின் பாதுகாப்பில் அவள் ஒதுங்கிக்கொள்ள பார்க்கிறாள். தாவணி சேலையாக வேண்டியது முதலில் குழந்தையின் மனதில் தான் தோன்ற வேண்டும் என்னும் புதிய தெளிவில் சங்கரராமனும் கொஞ்சம் குழம்பிப் போனான்.

நகரத்துக்குப் போகும்போது நடைபாதை துணிகடை களுக்குள் எட்டிப்பார்க்கும் பழக்கம் சங்கரராமனுக்கு முன்பே இருந்ததில்லை. இருந்தும் அந்த முறை அவனை அறியாமல் எட்டிப் பார்த்தான். பொங்கல் நேரம். கடைகளின் முன்னாலுள்ள கண்ணாடி கூண்டுகளில் வரிசையாக நிற்க வைக்கப்பட்டிருக்கும் சில அழகு சுந்தரிகள். அவளில் ஒருவள் அந்த கடும் சிவப்புநிற பட்டுச்சேலை சுற்றப்பட்டு குஷ்புவைப் போன்றுள்ளவள், சங்கர ராமனை நோக்கி முதலில் சிரித்தாள். பின்பு மெல்ல கண்களைச் சிமிட்டினாள்.

சங்கரராமன் சிறிது நேரத்துக்கு திகைத்து நின்றுவிட்டான். கண்ணாடிக் கூண்டுக்குள் நிற்கும் குஷ்புவம்மா தன்னை நோக்கி கண் சிமிட்டுகிறாள்.

பின்பு அதைக் கேட்டு கோமதி குலுங்கக் குலுங்கச் சிரித்து விட் டாள். அது பொம்மைதான். வெறும் பொம்மை!

சங்கரராமனுக்கும் அது தெரியாதது இல்லை. ஆனால் அழகான பட்டுச்சேலையைச் சுற்றினால் பொம்மைகளுக்கும் உயிர் வந்துவிடுமோ? அப்படியே உயிர் பெற்றாலும் பொம்மை எப்படி குஷ்புவைப் போல் சிரிக்கும், கண்சிமிட்டும்?

சங்கரராமனுக்கு அது எதுவும் தெரியாததுமில்லை. ஆனால், பொம்மை குஷ்பு கண்ணாடிக் கூண்டிலிருந்து தருவது ஓர் அருமையான செய்தி. அதுவும், தன்னுடைய அழகான மகளுக்கு மட்டுமே.

தன் கையிலுள்ள சிவப்பு பிளாஸ்டிக் கூண்டிலிருந்து மின்னும் ஒரு சிவப்பு சேலையை எடுத்து அவன் விரித்தபோது கோமதிதான் திகைத்துப் போனாள். கண்ணாடிக் கூண்டிலுள்ள குஷ்பு அணிந்திருந்த அதே பட்டுச்சேலை.

இரத்தவோட்டமுள்ள இந்த துடிப்புமிக்க வயதில் சிவப்பில் பிரமிக்காத பெண் பிள்ளைகளும் உண்டோ? சங்கரராமனுக்கு அதில், உறுதி இருந்தது. ஆனால், முகம் வீங்கிப் போய்தான் காதம்பரி நின்றாள். பட்டுச் சேலை வேண்டாம், சிவப்பு வேண்டாம், குஷ்புவும் வேண்டாம்.

அதன்பின், வெகுவாக பாடுபட்டு எப்படியோ அந்த சிவப்புச் சேலையை கட்டி, சிவப்புக்கல் மூக்குத்தியையும், கழுத்தில் ஒரு சிவப்புக் கல் மாலையுமாக நிலைக் கண்ணாடியின் முன்னே

அழைத்து வந்து நிறுத்தியபோது நம்பிக்கை வராததுபோல் காதம்பரி அப்படியே பார்த்துக்கொண்டே நின்றுவிட்டாள். கண்ணாடியிலிருந்து குஷ்பு தன்னை நோக்கி சிரிக்கிறாள். அறைக்குள் முழுவதும் குஷ்புவின் மனம்.

பிரமாதமா இருக்கும்மா! குஷ்புவின் இனிய குரல்.

குஷ்பு ஒரு முறை கண் சிமிட்டியதும் காதம்பரி குறுகிப் போனாள். வெட்கத்தால் கூனிக்குறுகி, சேலைத் தலைப்பை கடித்துக் கொண்டு அவள் அப்படியே சிறிது நேரம் நின்றுவிட் டாள்.

மகளின் முகம் புஷ்டியாகி வருவதைப் பார்த்து மனம் நிறைந்து நின்று கொண்டிருந்தார்கள் சங்கரராமனும் கோமதியும்.

பின்பு, தான் ஒரு வயதுக்கு வந்த பெண்தான் என்பது போன்று தாயின் பெரிய செருப்பை அணிந்துகொண்டு அவள் முற்றத்தில் மூன்று நான்கு முறை நடப்பதைப் பார்த்தார்கள்.

மறுநாள் மதியம்தான் காதம்பரி வயதுக்கு வந்ததை அறிவித் தார்கள்.

சில நாட்கள் கழிந்து பிள்ளையார் கோயிலில் நடந்த விழாவுக்கு அந்த பெரிய சிவப்பின் கொண்டாட்டத்துடன் அவளை அழைத்துச் சென்றபோது பலரும் அவளையே பார்த்துக்கொண்டு நின்றுவிட்டார்கள்.

கோவிலுக்குச் செல்லும் திருப்பத்தில், பெட்டிக்கடைகளுக்கு முன்னால், பீடியை இழுத்துக்கொண்டு நிற்கும் கும்பலிலிருந்து யாரோ உரக்க ஏப்பம் விடுவது கேட்டது. உடனே இன்னு மொருவனும் அதேபோல் செய்தான். அவ்வாறு கொஞ்ச நேரத்துக்கு அங்கே பல ஸ்ருதியில் ஏப்பங்களின் முழக்கமாயிற்று. அது முடிந்ததும் சீர்காழியின் ஒரு பழைய பாட்டு தொண்டை கிழிவதுபோல் பரவியது.

அதற்கு இணையாக தன் உள்ளிலிருந்து எழும்பிய மற்றொரு ஸ்ருதியிலுள்ள ஏப்பத்தை அடக்குவதற்கு முயன்று கொண்டி ருந்தான் சங்கரராமன்.

கோமதி சிரிப்பையடக்க முயலும்போது சங்கரராமனின் உள்ளுக்குள் என்னவோ நமச்சல் எடுத்தது. அவளுடைய சிரிப்பின்

பொருள் சங்கரராமனுக்கு நன்றாகவே தெரியும். அதோடு, சந்திப்பில் நிகழ்ந்த அந்த மொத்த ஏப்பங்களுக்கும் புரியும்.

அது முன்னெப்போதோ ஏற்பட்ட ஒரு செல்லப்பேரிலிருந்து தொடங்குகிறது. பழையதொரு பேசும் படத்திலிருந்து தனக்கு சூட்டப்பட்ட பெயர். கவலை இல்லாத மனிதன்! சுருக்கமாக கே.இ.எம்!

திருப்தியான உணவு, மதிய உறக்கம். பின், விழா நடைபெறும் இடங்களின் வழியாகச் சுற்றித் திரிதல். சாப்பாடு முடிந்து உயர்ந்த குரலில் வெளிப்படும் அந்த ஏப்பம். கோயில் மணிகளைப்போல் நேரத்தைக் காக்கும் தனது வழக்கமான ஏப்பங்களை நான்கு வீடுகளிலிருந்தே கேட்கலாம் என்று கோமதி சொல்வாள்.

எது எப்படியோ, ஊரிலுள்ள வயதுப் பெண்களால் சூட்டப் பட்ட அந்த அருமையான செல்லப் பேரை சொந்தப் பெயருடன் சேர்த்துக் கொண்டபோது பலருக்கும் அதுவே கே.இ.எம். சங்கரராமனாயிற்று. நெருங்கியவர்களிடம் அது இன்னும் சுருங்கி விட்டது. கே.இ.எம். என்று.

நல்ல முழக்கமுடைய எழுத்துக்கள். கேட்பதற்கும் நல்ல ரசனையாகத்தான் உள்ளது என்று யாரோ சொன்னார்கள்.

ஆரம்பத்திலெல்லாம் இதற்காக எதிர்த்தாலும் பின்பு அது எப்படியோ பெயருடன் அழிக்க முடியாததொரு ஆபரணத்தைப் போல் சுற்றிக்கொண்டு நின்றபோது சங்கரராமன் அதனுடைய ஒட்டுதலையே மறந்தான். பெயருக்கு முன்னால் ஒரு இனிஷ்யலைப்போல் இந்த முழக்கமுடைய மூன்று எழுத்துக்களும் இருந்தன.

காதம்பரியோ அவையொன்றையும் கவனித்ததாகவே தோன்ற வில்லை. அதுமட்டுமல்ல, அவள் எப்போதும் அப்படித்தான் இருந்தாள். எப்போதும் பெருத்த ஆலோசனைகளில்... அந்த ஆலோசனைகளின் முடிவில் பதிலில்லாத சில கேள்விகள் மட்டும்தான் இருந்தன.

கோயிலிலிருந்து திரும்பி வந்தபோது காதம்பரிக்குச் சிறிய தொரு காய்ச்சலும் கொஞ்சம் நடுக்கமும்...

கோமதிக்குச் சந்தேகமே இல்லை. எல்லாம் கண் திருஷ்டிதான். உப்பையும் மிளகாயையும் எடுத்து எச்சில் துப்ப வைத்து அடுப்பில் போட்டபோது வெடிக்கவுமில்லை, நெடியுமில்லை.

இனிமேல் இந்த மாதிரி விழாக்களுக்குப் போகும்போது அவளுக்குப் பட்டுப் புடவைகள் வேண்டாம் என்று கோமதி தீர்மானித்தாள். குறிப்பாக சிவப்பு புடவைகள். சிவப்பு நெருப்பாகும். தீ பிடிப்பதைப்போல் பார்ப்பவர்களின் உள்ளத்திற்குள் எரிந்து பற்றுவது இளைஞர்களின் கனவுகளில். ஒருபோதும் அணையாமல் ஊதி எரிந்துகொண்டே இருப்பதற்காக அவர்களின் இளமையும் வறண்ட கீழைக்காற்றின் வெப்பமும் வேக்காடுமாக இருக்கும்.

அதுவுமில்லாமல் அவளுக்குச் சேலை உடுப்பதற்கான வயதும் ஆகவில்லை. இவையெல்லாம் அப்பாவின் சில வேண்டாத ஆசைகள். பள்ளிக்கூடத்தில் படிக்கும் குழந்தைகளுக்கு பாவாடைதான் நல்லது. இல்லையென்றால் தாவணி.

அப்போதும் காதம்பரி ஆலோசனைகளில்தான் இருந்தாள். எதைப்பற்றி இவ்வளவு பெரிய ஆலோசனை என்று கேட்க சங்கரராமனுக்கும் தயக்கம்தான். அப்படி கேட்பதும்கூட அவளுக்கு விருப்பமில்லை. அவளுக்கு விருப்பமில்லாதது எதுவும் வீட்டிலுள்ள மற்ற யாருக்கும்கூட விருப்பமில்லைதான்.

காதம்பரி சங்கரராமனை மாமா என்றும் கோமதியை அம்மா என்றும்தான் அழைக்கிறாள். இதை யாரும் சொல்லிக் கொடுக்கவில்லை. அப்படி அழைப்பது அவளுக்கு வழக்கமாகி விட்டது குழந்தைகாலம் முதற்கொண்டே தன்னை அப்பா என்று அழைப்பதற்காக கோமதி எவ்வளவோ பாடுபடுவதை மிகவும் தர்மசங்கடத்துடன்தான் சங்கரராமன் பார்த்துக் கொண்டிருக்கிறான்.

கொய்யாப்பழமும் பனைவெல்லமும் கொண்டுவரும் வயதான அலமேலு பாட்டியும் அப்படி அழைக்கக் கூடாதென்று வெகுவாகவே அறிவுறுத்துவதுண்டு. சங்கரராமன் உனக்கு ஒருபோதும் மாமனாக முடியாதே.

அவன் உனக்கு அப்பன்டி, அப்பாதான்!

அது எப்படி? காதம்பரி உதட்டால் ஒரு பிதுக்கு பிதுக்குவாள்.

அலமேலு பாட்டியால் அது எப்படி என்று சொல்லிக் கொடுக்கத் தெரியவில்லை. ஆனால், கேள்விப்பட்டதின் மூலம் பலவற்றையும் காதம்பரி புரிந்து கொண்டிருக்கிறாள். இவற்றையெல்லாம் இவ்வளவு பெரும் ரகசியமாக்கி வைப்பது எதற்கென்பது மட்டும்தான் அவளுக்குப் புரியாதது.

நான் சாதாரணமானதொரு காதம்பரி. எப்படியோ அடித்த காற்றில் பறந்து வந்து எங்கேயோ விழுந்த விதை. காற்றின் கை தடவலில் தானாகவே முளைத்தது. அதுவும் மழையின் விரல் ஸ்பரிசத்தால். அவள் தனக்குத் தானாகவே சொல்லிக்கொண்டாள்:

அம்மா, அப்பா, ஊர், பேர், குலம், கோத்திரம் இவைகளெல் லாம் எதற்கு இருக்கின்றன?

ஏறக்குறைய அப்படித்தான் சொன்னாள். வகுப்பில் வரலாறைச் சொல்லிக் கொடுக்கும் வேதநாயகமும் அப்படித்தான் சொன் னான். அவளுடைய எந்த சந்தேகத்துக்கும் இறுதியான பதிலை அளிக்க வேண்டிய பொறுப்பு வேதநாயகத்துக்குதான். அவனிடம் பதில் இல்லையென்றால் வேறு யாராலும் கண்டுபிடிக்க முடியாது என்பதுதான் அவளுடைய நம்பிக்கை. பெரிய அறிவாளி. வரலாறுக்கும் அறிவியல்களுக்கும் அப்பால்

முக்கியமற்ற முகலட்சணங்களும் நாடி ஜோதிடங்களும் வேதநாயகத்துக்குத் தெரியும்.

வேதநாயகத்துக்குகறுகறுத்தகண்கள். வெள்ளைவெளேரென்ற பற்கள். வெகுவாக ஆழமுள்ள கண்களில் போன யுகங்களின் துக்கம். பழைய படமான கல்யாணப் பரிசு ஜெமினியின் சாயல்.

மிகவும் குழந்தைப் பருவத்தில் அம்மா போய்விட்டாள். ஊர் முழுவதும் வயிற்றுப்போக்கு பரவியபோது அதிகப் போக்கில் அம்மா இறந்தாள். அப்பாவோ, வறண்டுபோன இரண்டு ஆறுகளைக் கடந்து, முன்பெப்போதோ தன்னை உதறிவிட்டுச் சென்ற முதல் மனைவியுடன் மீண்டும் தங்கத் தொடங்கினான்.

'இந்தப் பிறவியைப் பற்றி நான் நினைப்பதே இல்லை' என்றான் வேதநாயகம். 'என்னுடைய சந்தேகங்கள் முற்பிறவியை யும் வரும் பிறவியையும் பற்றி மட்டுமே. இந்த பிறவி புதிர்கள் நிறைந்ததுதான் என்றால் முற்பிறவிகள் துன்பங்களும் வரும் பிறவிகள் சந்தேகங்களுமாகும். எல்லாவற்றையும் நான் உனக்கு மட்டும் ஒருமுறை சொல்லித் தருகிறேன்.'

அப்போது வேதநாயகத்தின் கண்களில் துக்கத்தின் ஆழம் அதிகரித்தது. சுருள் முடிகள் வேனல் காற்றில் நெற்றியின்மீது விழுகின்றன. தனக்கு நெருங்கியவர் என்று சொல்ல யாருமில்லை. இளமை வழக்கங்கள் இல்லாமையால் நண்பர்களும் குறைவு.

வேதநாயகம் சிரிப்பதை காதம்பரி இதுவரை கண்டதில்லை. அவ்வாறு தான் கண்டதாக அடம்பிடிக்கும் பத்தாம் வகுப்பு 'பி'யிலுள்ள ஜெயலட்சுமியின் பேச்சை காதம்பரியால் ஒருபோதும் நம்ப முடியவில்லை. அதெல்லாம் வெறும் பொய். வேதநாயகம் சிரிப்பதில்லை. வேதநாயகத்தால் சிரிக்க முடியாது. அவனுடைய துக்கங்கள் முன் பிறவிகளைப் பற்றியும், சந்தேகங்கள் வரும் பிறவிகளைப் பற்றியும்தான்.

வேதநாயகத்தின் பனையோலைச் சுவடுகளின் மூலம் தன் ரகசியங்களை அறிந்துகொள்ள காதம்பரிக்கு ஆவல் இல்லை. நான் சாதாரணமானதொரு காதம்பரி. காற்றிலும் மழையிலும் எங்கிருந்தோ பறந்துவந்து விழுந்து எப்படியோ முளைத்தவள் என்றாள் அவள்.

வேதநாயகத்தின் நெற்றியில் இப்போது வழக்கத்திற்கு அதிகமாகவே சுருக்கங்கள். சிறிது நேரம் கழிந்து மிகவும் தாழ்ந்த குரலில் அவன் சொல்வது கேட்டது.

இன்னும் நேரமாகவில்லை. நீ ஒருமுறை வருவாய்; வராமல் இருக்க முடியாது.

அப்போது அவனுக்கு ஒரு துறவியின் முகமும் குரலுமாக இருந்தன. அதாவது, காதம்பரியை அவன் கொஞ்சம்கூட வசீகரிக்கவே இல்லை.

'தனக்குத் தெரிய வேண்டியது மிகவும் சிறியதொரு விஷயம் மட்டுமே' என்று நினைத்தாள் காதம்பரி.

சங்கரராமன் தனக்கு எப்படி அப்பாவாகிறார்? ஆனால் நேரிடையாக ஒரு பதில் அளிக்காமல் தகுந்த வாய்ப்புக்காக விலகி நிற்க முனைகிறான் வேதநாயகம்.

கடைசியில் பெரும் நிர்ப்பந்தமானபோது ஒருமுறை அவன் சொன்னான். தந்தைகள் பலவிதம். பிறப்பால், கர்மத்தால், முற்பிறவி தொடர்பால், சாதாரண விதி அறிவுரையால்... இதனால் அவர்களுடனான தொடர்பும் ஒவ்வொரு மாதிரி.

எது நல்லது என்று சொல்ல முடியாது. அவ்வாறு சொல்லி முடித்துவிட்டு அவன் அவசரமாகத் திருத்தப் பார்த்தான்.

ஆனாலும், எனக்கு இந்த ஜீன்ஸ் கீன்ஸ் விஷயத்திலெல்லாம் நம்பிக்கை இல்லை. இந்த சொந்தம் கிந்தம், ரத்தபந்தம் என எல்லாமே பொய். எல்லா பாசத்துக்கும் அப்பால் அன்பு, நட்பு, அதான் முக்கியம். அது இல்லாம பெற்ற தாய் தந்தை எல்லாமே வெறும் பெப்பர் டால் மாதிரிதான்.

காதம்பரி சிறிதுநேரம் விழித்துக்கொண்டு நின்றாள். இது தன்னுடைய கேள்விக்கான பதிலாகாது. ஒரு புதிரை அதைவிட பின்னுள்ள மற்றொரு புதிரில் கொண்டுபோய்ச் சேர்க்க பார்க்கிறான் அறிஞர் வேதநாயகம்.

அறிஞரே... காதம்பரி சங்கடத்துடன் அழைத்தாள்.

நீங்க சொன்னதெல்லாம் சரி. அதெல்லாம் சிறிய அறிஞர்களின் விஷயம். நாங்க சாதாரண ஏழைகள்; ஏழைகளுக்குத் தெரிஞ்ச பாசம்தான் உண்மையான பாசம். அதைப் பற்றி சொல்லுங்க.

அப்படிச்சொன்னதும் வேதநாயகத்தின் நெற்றியில் சுருக்கங்கள் விழத்தொடங்கின. முகத்திலோ, முன்பு காணாததொரு சோர்வு. கண்களில் தோன்றிய துக்கத்திற்கு மீண்டும் ஆழமேறிக் கொண்டிருந்தது. சுருள் முடிகளில் எதிர்காலத்தின் சாம்பல் தூள்கள் விழுந்து பிடித்துக் கொண்டிருந்தன.

சிறிதுநேரம் காத்திருந்துவிட்டு காதம்பரி பின்வாங்கினாள். அறிஞரே அலட்டாதே, சங்கடப்படுத்தாதே. அறிஞர்களுக்கு சந்தேகம் சங்கடமாக்கும். சங்கடம் மனத்தளர்ச்சியாகிவிடும். அடிமனதிலிருந்து ஒவ்வொன்றும எழும்பி மேலேறி வரும்போது அவன் முகத்தில் மேகம் சூழ்கிறது. உடல் தளர்கிறது. கண்களில் ஈரம்; தொண்டையில் குரல் மாற்றங்கள்.

வேதநாயகம் என்னவெல்லாம் சொன்னாலும் கோமதியும் விடாமல் ஏற்றுக் கொண்டிருந்தாள்.

'இதற்காக வேதசாஸ்திரங்களின் பின்னால் போக வேண்டியதில்ல காதம்பரி' தாய் மகளிடம் சொன்னாள். இது தொட்டுத் தெரிந்துகொள்வதாகும். கேட்டு அறிந்து கொள்வதில்லை. இரத்தம் குருதியை அடையாளப்படுத்திக் கொள்வது வம்ச பரம்பரைகள் கொடுக்கும் அந்தப் பெரும் உண்மையின் மூலம்தான்.

அப்பாவென்று சொல்வது இந்த மகா பிரபஞ்சத்திலுள்ள மிகவும் பெரிய உண்மைகளில் ஒன்று. பிரமன் மாதிரி. அதாவது படைப்பாளி. அப்பாவை மறந்துவிட்ட ஒரு உலகைப்பற்றி நினைப்பதே மகாபாவம்.

கோமதி மீண்டும் புகார்களின் கட்டை அவிழ்க்க முயற்சிக்கிறாள். சொந்த தந்தையை அப்பாவென்று அழைக்கத் தயங்குபவள் சில முற்பிறவி பாவத்தின் மூட்டைகளைத்தான் சுமக்கிறாள்.

அப்போதுதான் காதம்பரி இடைபுகுந்தாள்.

அவங்க எனக்கு அப்பாவைவிட பெரியவங்க. பெரிய அப்பா! கடவுள் மாதிரி!

அது ஒரு டிரிக்தான் என்று கோமதிக்குப் புரிந்தது. கடவுள் மாதிரி என்றால் அப்பாவென்று அழைப்பதற்குத் தயங்குவது எதுக்கு?

காதம்பரியின் முகம் வாடியது. ஏன் இப்படி வெறுமனே மீண்டும் மீண்டும் சொல்கிறார்கள்?

அவர் என்ன, சொந்த அப்பாவா? அவள் கேட்டாள்.

ஆமாம்மா. அப்புறம் வேறென்ன?

காதம்பரி உற்று நோக்கும்போது கோமதி தன்னையறியாமல் குறுகிப் போகிறாள். காதம்பரிக்கோ இப்போதும் பெரும் அதிசயம்தான். இவர்கள் எல்லாம் ஏன் இப்படி வெறுமனே பொய்க்கால்களில் நின்று தெருக்கூத்தாடுகிறார்கள். நான்கு வயதிலுள்ள நினைவுகளுக்கு நாற்பதின் முதிர்ச்சியும் அடிவேர்களும் தான் இருக்கும். அந்த நினைவுகளின் கருகிய சுவடுகளை மறைப்பதற்கான தைலம் இவர்களின் கையில் இல்லையே.

வேணாம்னு வைக்கலியேம்மா. தாயை சங்கடப்படுத்தக்கூடிய தயக்கத்துடன் காதம்பரி மென்மையான குரலில் கூறினாள். மிகவும் மெனக்கிட்டதுதான். இருந்தும் அப்பாவை அப்பாவென்று அழைக்க முடியவில்லை. அந்தப் பேருதான் நாக்கில் புரளவில்லை. மொழி தெரியாமல், ஊர்ந்து திரியும் குழந்தை பருவத்தில் பழக்கப்படுத்திக் கொண்டிருக்க வேண்டுமென்று பலசமயங்களில் தோன்றுவதுண்டு.

கோமதி ஒன்றும் சொல்லவில்லை.

எல்லாத்தையும் சொல்ல வேண்டும் என்று சில சமயம் தோன்றதுண்டு. மற்றவர்களிடமிருந்து கேட்டுத் தெரிந்து கொள்வதைவிட அவனவன் தாய் தந்தையர்களிடம் தெரிந்து கொள்வது தான் நல்லது. இருந்தும் தயங்கினாள், பலமுறை தயங்கினாள். இவையொன்றும் என் நாவிலிருந்து விழவேண்டியதில்லை. நான் அதற்கு ஏற்ற ஆளுமல்ல. சிலசமயம் தேவையற்ற நேரத்தில், தேவையற்ற அழுகை வரும். அழுகை குமுறிக்கொண்டு வந்தால் அதை நிறுத்துவதற்குப் பெரும்பாடாகிவிடும்.

சங்கரராமன்தான் சொல்ல வேண்டிய நபர். எவற்றிலிருந்தும் இடைவெளி காப்பதற்கான திறமை அவனுக்கு உண்டு. முகத்தில் எவ்வித அலையடிப்பும் இல்லாமல் பலவற்றையும் சொல்லி ஒதுக்கிவிட்டு, கடைசியில் ஒரு நீண்ட கோட்டுவாயில் எல்லாவற்றையும் முடிப்பதற்கான மருந்து. மனப்பூர்வமாக இல்லை என்றாலும் முக்கியமான விஷயங்களைச் சொல்லி முடிக்கும்போது அவனுக்கு கோட்டுவாய் வரும். இல்லையென்றால் அந்த நீண்ட ஏப்பம் வரும்.

ஆனால், இந்த விஷயத்தில் சங்கரராமனும்தான் தயங்குகிறான். காதம்பரியின் விஷயத்தில் தன்னால் இடைவெளி காக்க முடியாது என்று அவனுக்கு நன்றாகவே தெரியும்.

சொல்லிவிட வேண்டும். என்றைக்காவது சொல்லிவிட வேண்டும் என்று கோமதி நினைத்தாள். அதற்கு ஏற்றதொரு நேரத்துக்காக அவர்கள் காத்துக் கொண்டிருக்கிறார்கள்.

2

கோமதியும் சங்கரராமனும் நினைத்துப் பார்க்கிறார்கள்...

பல ஆண்டுகளுக்கு முன்பு கருமாரியம்மன் கோயிலில் விழாக் கூட்டத்திலிருந்து பெற்றோரைவிட்டுப் பிரிந்து வந்த நான்கு வயது பெண், பெருத்த ஆலமரங்களின் பின்னிருளில் கையில் சிவப்பு பட்டு ரிப்பன் ஒன்றை சுற்றிப் பிடித்து அழுதுகொண்டு நின்ற மிகவும் மெலிந்ததொரு பெண்.

நடுநிசியில் ஹரி கதையும் நாட்டியமும் முடிந்தபின் ஆல மரத்தின் மறைவில் ஐமுக்காளத்தை விரித்து சங்கரராமனும் மனைவியும் படுத்திருந்தார்கள். விடியற்காலையில் திடுக்கிட்டு விழித்தபோது உள்ளங்காலில் என்னவோ உரசியது. நடுக்க த்தினால் காலை மடக்கும்போது வேட்டியின் முனையை யாரோ பிடித்து இழுப்பதுபோல் தோன்றியது. சங்கரராமன் துடித்து எழுந்தான். திடுக்கிடலுடன் டார்ச் லைட்டை அடித்துப் பார்க்கும்போது அருகாமையில் ஊர்ந்து வரும் ஒரு முடிக்கற்றை. அதற்கு கீழாக ஒரு இருண்ட வட்ட முகம். கழுத்தில் சுற்றிய சிவப்பு பட்டு ரிப்பன்.

அழுது வீங்கிய முகத்துடன் ஒரு சின்ன பெண் குழந்தை. நான்கு வயது இருக்கும்.

கேள்விகள் எதற்கும் சரியான பதில் இல்லை. தேம்புதல் களுக்கிடையே தெளிந்து விழுந்த வார்த்தைகளுக்கும் சொல்ல வொண்ணாத ஒரு விரிசலும் சிதைவும். முன்பு கேட்டிராத

ஒரு கிழக்கத்திய ராகமும் முழக்கமும். குரலில் தேவைக்கு அதிகமாகவே மூக்கின் ஈடுபாடு.

இது எந்த ஊர் மொழி?

வழிதவறி வந்தவளா, இல்லை யாராவது உதறிவிட்டவளா? இப்படித் தூக்கிப் போட்டுவிட்டுச் செல்பவர்களுக்குச் கதவைச் சாத்தும் இடமாக கோயில்களும் நாடக நாட்டியங்கள் நடைபெறும் திடல்களுமாகத்தான் இருக்கின்றன.

மறுபடியும் சில கேள்விகள். என்ன கேட்க வேண்டுமென்று சரியான வடிவமில்லை என்றாலும் என்னென்னவோ கேட்டுக் கொண்டிருந்தான் சங்ரராமன். அவைகளுக்குப் பதிலாகக் கிடைத்தது என்னவோ பல பாடல் வரிகளிலுள்ள தேம்புதல்களும் முனகல்களும்தான்.

கோமதி மிகவும் ஆவலுடன் பார்த்துக் கொண்டிருந்தாள். கண்களிலிருந்து உறக்கத்தை உதறித்தள்ள முயலும்போது குழந்தையின் பார்வை தன் முகத்திலும் மாறி விழுவதை அவள் பார்த்தாள். அவளுக்கு முகத்தைக் காட்டாமல் அவசரமாக முடியை வாரிச் சுருட்டிக்கொண்டு எழுந்திருக்கும்போது முதல் நாள் நடைபெற்ற ஹரிகதாக்காரனின் சப்ளாங்கட்டையின் முழக்கம்தான் காதிற்குள்ளே முழங்கியது.

சங்கரராமனுக்கு அதற்குமேல் ஒன்றும் விசாரிக்க வேண்டு மென்று தோன்றவில்லை.

விடியற்காலையில் முதல் பேருந்தை பிடித்துவிட வேண்டு மென்னும் முடிவில் கொஞ்சம் தலைசாய்க்கப் பார்த்தான். படுத்து உருண்டதுடன் உறங்கிப் போனதை அறியவில்லை. பாதி உறக்கத்திலிருந்து திடுக்கிட்டு விழித்ததால் தலைக்குள் ஓர் இறுக்கம்.

அவன் அவசரமாக ஜமுக்காளத்தைச் சுருட்டிக்கொண்டு எழுந்து கொண்டான். கோமதியும் நிறுத்தாமல் கோட்டுவாய் விட்டுக் கொண்டு எழுந்தாள்.

கணுக்காலில் மீண்டும் அந்த ஈர ஸ்பரிஸம். பிடியைத் தளர்த்தாமல் கால்களைக் கட்டிக் கொண்டு படுத்திருந்தாள் அவள்.

ஒருமுறைதான் டார்ச் அடித்துப் பார்த்தான். அதன்பின் ஒரு போதும் மறக்க முடியாததொரு காட்சியாகிவிட்டது அது.

சடை பிடித்து வட்டமான தலைக்குக் கீழ் நனைந்து உப்பிய, கரியும் சகதியும் புரண்ட ஒரு சிறு முகம். கொஞ்சம் இரக்கத்துடன் கொஞ்சுகின்ற குழிவிழுந்த கண்களில் நம்பிக்கையின் ஒளி.

ஒரு நிமிடம்தான் அவன் மனதில் என்னவோ மின்னியது. எங்கேயோ பார்த்து மறந்துவிட்டதுபோல். கிரக மாற்றத்தின் சில மூலையில் உயிர்த் துடிக்கும் ஓர் அணுவாகி, காற்றடித்த மணல் பரப்பில் பாதிகூட மறையாத கால்சுவடுகளாகி, அறிமுகமான சில விரலசைவுகளாகி...

ஏதோ முற்பிறவி பந்தத்தைப்போல் சங்கரராமன் அவளைப் பிடித்துத் தூக்கி நிறுத்தி அவள் கண்களுக்குள் உற்று நோக்கினான்.

அப்போதும் நினைவுபடுத்த முயன்று கொண்டிருந்தான் சங்கரராமன். எங்கோ வைத்து எப்படிப் பார்த்தேன்?

பின்னால் கோமதியின் குழப்பம் கலந்த குரல் கேட்டது.

'பஸ்ஸுக்கு டைமாச்சு, வாங்கோ...'

சங்கரராமனோ, அசையாமல் அதேமாதிரி நின்று கொண்டிருந்தான். கோமதி அவன் தோளில் மெல்லத் தொட்டாள். அவனோ அந்தக் குழந்தையின் உச்சந்தலையில் தடவிக்கொண்டிருந்தான்.

நீங்க என்ன பண்ணப் போறீங்க?

சிறியதொரு வெறுப்புடன் மூக்கை மூடிக்கொண்டு கோமதி பின்னால் வந்தாள்.

என்னாங்க... என்ன இது... யார் இவ?

இவள் யாரோ... அப்படி நினைத்துக்கொண்டிருந்தாலும் ஒன்றும் பேச முடியவில்லை சங்கரராமனுக்கு.

சிறிதுநேரம் கழிந்தவுடன் எதுவும் பேசாமல் மயக்கத்தில் நடப்பதுபோல் சங்கரராமன் நடந்தான். பொம்மைகள் விற்கும் கடையின் பின்னாலுள்ள பைப்பில் முகத்தைக் கழுவியும்கூட உறக்கக் கலக்கம் விட்டபாடில்லை. பாதியில் இழந்துவிட்ட உறக்கத்தின் வேதனையும் சோர்வும் கண்களில் சுழன்றன.

பரப்பி வைத்த பொம்மைகளின் முன்னால் சிறிது நேரம் சங்கரராமன் தயங்கி நின்றான். பின்பு என்னவோ தீர்மானித்து உறுதிப்படுத்திக் கொண்டதுபோல் அவன் நடந்தான். அவன் பின்னாலேயே தலைகுனிந்தவாறு கோமதியும் நடந்தாள்.

விழா நடைபெற்ற இடத்தின் எல்லையில் பெட்டிக் கடைகள் முடியும் இடத்தில் முதல் பஸ் உறுமிக்கொண்டு நின்றிருந்தது. உள்ளே மக்கள் நெருக்கியடித்து நின்றார்கள். பஸ்ஸுக்கு அருகில் சென்றபோதுதான் வேட்டியின் முனையிலிருந்து

பிடியை விடாமல் நிற்கும் பெண் குழந்தையைப் பற்றி அவன் நினைத்தான். கோமதியோ, வாந்தி எடுக்காமல் இருப்பதற்காக எலுமிச்சம்பழத்தை முகர்ந்து கொண்டிருந்தாள்.

நீங்க என்ன பண்ணப் போறீங்க? கோமதியின் நம்பிக்கை யின்மை அதிகரித்துக் கொண்டிருந்தது.

சங்கரராமனிடம் பதில் ஏதுமில்லை. மெல்ல கையைத் தட்டி, வழக்கமில்லாமல் அவன் ஒரு ராகத்தை முனகத் தொடங்கினான். பதில் தடைபடும்போதுதான் அவனுடைய தொண்டையில் ராகம் உண்டாகிறது என்று கோமதிக்கு நன்றாகத் தெரியும். அந்தப் பெண் குழந்தையோ அவனை விடாமல் கெட்டியாகப் பிடித்துக் கொண்டு நிற்கிறாள். அதுவும் சிறியதொரு சந்தேகத்துடன் கோமதியின் பார்வையை நழுவ விடுவதுபோல் பார்க்கிறாள் அவள்.

அவன் பேருந்தில் ஏறுவது தெரிந்தது. கூடவே அந்தப் பெண் குழந்தையும்...

கோமதி மட்டும் படியில் காலெடுத்து வைக்காமல் ஒரு நிமிஷம் தயங்கி நின்றாள். சங்கரராமனை காணவில்லை. அவன் பேருந்தின் உள்ளே நெரிசலில் எங்கேயோ மறைந்து விட்டிருக் கிறான்.

டைமாச்சும்மா, ஏறுங்கம்மா... பேருந்தில் சாய்ந்து நின்று டிக்கெட்டுகளை எண்ணிக் கொண்டிருந்த காக்கி பேண்டுகாரன் விசிலை உதட்டில் வைத்தான்.

அதன்பின்பும் கோமதி தயங்கி நின்றாள். பேருந்தின் படிக்கட்டில் இறங்கி வந்து தன்னை அழைத்துப் பேருந்தில் சங்கரராமன் ஏற்றுவான் என்று அவள் நினைத்தாள். ஆனால், அவனைப் பார்க்கவே இல்லை. உள்ளேயுள்ள மக்கள் கூட்டத்தில் எங்கிருந்தோ ஒரு நீண்ட ஏப்பம் கேட்பதுபோல் தோன்றியது.

வண்டியின் பின்னாலிருந்து முதல் நாள் நடந்த கண்ணகி கோவலன் வரலாற்றிலுள்ள ஈரடிகளை யாரோ முரட்டுக் குரலில் நீட்டி முழக்கிப் பாடுகிறார்கள்.

கண்டக்டர் ஏறிக்கொண்டிருக்கிறான். இன்ஜினும் பெரும் சப்தத்தில் உறுமியது. வயதானதின் தளர்வுடன் ஹார்ன் முனங்கியது.

நீங்க வரீங்களா, இல்லையா... கண்டக்டரின் வெறுப்பு அதிகரித்தது.

அப்போதுதான் தூரத்திலிருந்தே கையை ஆட்டிக் கொண் டும் உரக்கக் கத்திக் கூவிக்கொண்டும் பெண்கள் கூட்டம் ஒன்று பேருந்தின் அருகில் ஓடிவந்தது. நெரிசலில் பட்டு கால் தடுமாறி விழாமல் இருப்பதற்கு முயலும்போது தன் தலை வீங்குவதுபோல் கோமதி அறிந்தாள். கண்கள் மின்னு கின்றன. சுவாசம் முட்டுவதுபோல் எங்கேயோ உயர்ந்து போய்க்கொண்டிருக்கின்றன. கண்களைஇறுகமூடி நிற்கும்போது, உள்ளுக்குள் முருகக் கடவுளைப் பலமுறை அழைத்தவள், பின்பு பெயர் தெரியாத சில தேவி தேவதைகளையும் அழைத்தாள்.

பின்பு பார்வை தெளியும்போது ஆடும் பேருந்துக்குள் ஒரு வியூகத்தில் தான் நிற்பது தெரிந்தது. கொஞ்சமும் அசைய முடியாமல், ஒன்றரைக் காலில் நின்றாள். இரு பக்கங்களிலிருந்தும் நெருக்கியவாறு ஒவ்வொரு கிழவிகள். வாடிய சாமந்திப் பூக்களின் நாற்றம் மூக்கினுள் துளைத்து ஏறுகிறது. ஓக்காளிக்காமல் இருப்ப தற்காக முகத்தை ஒரு பக்கமாகத் திருப்பியபோது அருகிலேயே சங்கரராமனைப் பார்த்தாள். ஒரு சீட்டின் ஓரத்தைப் பிடித்து, பின்னுக்கு ஓடிக்கொண்டிருக்கும் வெளிப்புறக் காட்சிகளையே உற்றுப் பார்த்து நின்று கொண்டிருந்தான். அவனுடைய ஆடையில் தொங்கியவாறு அந்த பெண்குழந்தையும் நின்றது.

பிடியை விட்டுவிடுவோமோ என்னும் பயத்துடன் அவள் அவனிடம் ஒட்டி நிற்பதை சகிக்க முடியாமல் பார்த்துக் கொண்டு நின்றாள் கோமதி. வளைவு திரும்பும் போதும், பேருந்து கொஞ்சம் ஆடி உலையும்போதும், குழந்தையின் அழுக்கு உடையும் தன்மேல் உரசிக் கொண்டிருந்தது. நகர்ந்து நிற்க பார்க்கும்போதெல்லாம் அந்த உடையின் முனை அருகருகே வருவது போலிருந்தது. மீண்டும் வாந்தி வருகிறது. பட்டணத் திலுள்ள கூவம் தண்ணீரின் நாத்தம். கோயில் சுற்றுப்புறத்தில் படுத்து உருண்டு வியர்வையும் சகதியும் கலந்த உடை. சடை பிடித்து கெட்டுப்போன பைத்தியத்தின் தலைமுடி.

முகம் நிறைய கண்கள். அந்தக் கண்களிலுள்ள கலங்கிய இரக்கம்தான் சங்கரராமனை இம்சித்தது.

அவள் அப்படியே கெட்டியாகப் பிடித்து நின்றும் அவன் அசையவே இல்லை. ஒரு கையால் மேலேயுள்ள கம்பியில்

தொங்கி, மறு கையினால் அவளைச் சேர்த்து பிடித்துக்கொண்டு தூரத்தில் எங்கேயோ நோக்கும் அவனுடைய அந்த நிற்றலை கண்டவுடன் எரிச்சல் வந்தாலும் எப்படியோ ஒதுக்கிவிட்டு நின்றாள். இவ்வளவு காலமாகச் சேர்ந்து இருந்ததில் அவனைப் புரிந்துகொள்ள முடியாமல் இருந்த ஏராளமான நிமிடங்களில் இதுவும் ஒன்று.

பேருந்திலிருந்து கோமதிதான் முதலில் இறங்கினாள். பின்னால் இறங்கிய சங்கரராமன் அவளைப் பார்க்கவே இல்லை என்று தோன்றியது. அவன் என்னவோ பெரும் ஆலோசனையில் இருந்தான்.

வீட்டை நோக்கி நடக்கும்போது கோமதி கொஞ்சம் தூரத்தி லேயே பின்னால் நடந்தாள்.

வீட்டு முற்றத்தையடைந்ததும் சங்கரராமன் சிறிது நேரம் அச்சத்துடன் நின்றான். பின்பு என்னவோ தீர்மானித்து உறுதிப் படுத்திக் கொண்டதுபோல் அவன் மெல்ல தலையாட்டினான். அப்போது அவனுடைய கண்களில் அதுவரையில் தெரியாததொரு வெளிச்சம் விழுவதை கோமதி பார்த்தாள். அவனுடைய சைகையைக் கண்டுவிட்டு மெல்ல அடி வைத்து உள்ளே நுழையும்போது அந்த சின்னப் பெண் குழந்தையின் கண்களில் தயக்கத்தைவிட அதிகமாகப் பயம்தான் இருந்தது. அவள் திரும்பி கோமதியை ஒருமுறை நழுவுவதுபோல் பார்த்தாள். பின்பு இரண்டாவதாகவும் ஒருமுறை பார்ப்பதற்கு தைரியம் இல்லாமல் உள்ளே நுழைந்தாள்.

வராண்டாவில் விரிசலுள்ள தரையில் பதிந்தன சகதி புரண்ட சிறு கால் சுவடுகள்.

தலையை கவிழ்த்துக்கொண்டு உள்ளுக்குள் கால் எடுத்து வைக்கும்போது அந்த கால் சுவடுகளை கோமதி சிறியதொரு வெறுப்புடன் நோக்கினாள். இனிமேல் எவ்வளவு புண்ணிய ஹோமம் செய்தால் இந்த வீடு கொஞ்சமாவது சுத்தமாகும்? என நினைத்தாள் கோமதி.

சங்கரராமனோ அவையொன்றையும் கவனிக்கவே இல்லை.

அன்று வெளி வராந்தாவில் பதிந்த கால் சுவடுகள் பின்பு வெகுகாலம் மறையாமல் சங்கரராமனின் மனதிற்குள் கிடந்தன.

மூன்று நான்கு நாட்கள் வரையில் முகத்தைத் தூக்கிக்கொண்டு நடந்தாள் கோமதி. வழக்கமான இரண்டு குளியலுக்கு மேலே மறுபடியும் இடையில் குளிக்கத் தொடங்கினாள். இருந்தும் திருப்தி வரவில்லை. சுத்தம் போதுமானதாக இல்லை. உள்ளேயும் வெளியேயும் ஒரே அழுக்கு. எது அதிகமானது என்று நிரூபிக்க முடியவில்லை.

அவள் படுத்திருந்த படுக்கை, அவள் தொட்ட பாத்திரங்கள், அவள் அமர்ந்திருந்த தடுக்கு பாயி... எதையெல்லாம் மாற்றி தூரத்தில் வைக்க வேண்டுமென்பதில் எந்தவொரு வடிவமு மில்லை. பார்க்கக்கூடிய அழுக்கைவிட இம்சிப்பது காணமுடியாத அழுக்காக ஆகும்போது குழப்பம் அதிகரிக்கிறது.

கடைசியில் ஒரு நாள் சங்கரராமனின் பொறுமை தொலைந்தது. நேருக்கு நேராக நின்று கோமதியின் கண்களுக்குள் கூர்ந்து நோக்கி விட்டுக் கடுமையான குரலில் சொன்னான்:

இத பாரும்மா, இவ ஆண்டவன் தந்த பொதையலு. கொழந் தைங்களப் பத்தி அந்த மாதிரியெல்லாம் எதையும் நெனைக்கவே கூடாது.

கோமதி அதையொன்றும் கேட்டதாகவே தோன்றவில்லை. அவளுடைய முகத்தில் அப்போது கலக்கமான அறிமுகமற்ற தன்மை. வெறுப்பைவிட அழுத்தமான அருவருப்பு.

பனைவெல்லம் பொட்டிகளை நீட்டியபடி அலமேலு பாட்டி யும் சங்கரராமனுக்குப் பக்கப்பலமாக இருந்தாள்.

இவள் முருகன் தந்த புதையல், பசங்களைப் பத்தி அப்படி யெல்லாம் நெனக்கிறதே பாவம்.

அப்போது பாட்டியின் தொளை விழுந்த காதுகளில் தோடுகள் ஆடின. புகையிலை கறையில் மஞ்சளான பற்களுக்கிடையில் ஒரு கோணலான சிரிப்பு விரிந்தது.

சந்ததிகள் இல்லாத ஊரும், பூக்கம் மலராத பள்ளத்தாக்கும் வரப்போகும் கெட்ட காலத்தின் அறிகுறி என்பது எங்கள் ஊரில் ஒரு பழமொழி உண்டு என்றாள் அலமேலு பாட்டி.

அப்படியொரு கெட்டக் காலத்தின் கதையைப் பெரிய பாட்டி யிடமிருந்து கேட்டதுண்டு. போர் முடிந்து வந்த வறட்சி காலம். பெரியதொரு வறட்சியில் ஆறுகளும் கிணறுகளும்

வற்றி, வெள்ளாமை அழிந்து, கால்நடைகள் செத்து, மடிந்து கொண்டிருந்த காலம். அன்று வறண்டு போனது ஆறும் ஊரும் மட்டுமல்ல, எங்கள் பெண் பிள்ளைகளின் அடிவயிறுங்களும் கூடத்தான்.

முளைகள் விடாத, தரிசு நிலமாகிவிட்ட அடி வயிறுகளுமாகி சுமங்கலிகள் காத்துக் கொண்டிருந்தார்கள். அவர்களுக்கு முன்னால் குற்றவுணர்வுடன் தலைகுனிந்து நின்றிருந்த ஆண்களுக்கு ஒன்று மட்டும்தான் புரியாமல் இருந்தது. வியாபாரத்திற்காக வெளியூர் செல்பவர்களில் சிலராவது அங்கே தங்களின் விதைகளைத் திருப்தியுடன் வாரி வீசிவிட்டு வந்தவர்கள்தான். அவ்வாறு தங்கள் பரம்பரைகளின் அடையாளங்களை மிச்சம் வைத்தவர்கள்தான்.

இது இந்த ஊரினுடையது மட்டுமேயான பெரும் சாபம்.

அதன்பின் எத்தனையோ பூஜை புனஸ்காரங்கள். எத்தனையோ பிரார்த்தனைகள், சொல் கேள்விகள். சுமங்கலிகளின் பெருமூச்சுகள் ஈரமில்லாமல் ஆவியாகி உயர்ந்து கொண்டிருந்தபோது, கடைசியில் எப்போதோ ஒருநாள் மேலே மேகங்கள் உருண்டு திரண்டன. ஒரு மதிய நேரத்தில் மழை பொழிந்தது. ஒரு பகல் முழுவதையும் சூரியனை வெளியில் காட்டாமல் மூடிக் கொண்டிருந்த மழை. அது இரவு நேரம் செல்லச் செல்ல நீண்டு சென்றது.

அதற்குள் மூன்றாண்டுகள் கடந்துவிட்டன. வறண்ட மண்ணில் புல் பூண்டுகள்கூட முளைக்காத, அடிவயிறுகள் எழும்பாத மூன்றாண்டுகள்.

சந்ததி வாரிசுகளின் சங்கிலிக் கோர்வைகள் இல்லாமல் வம்சங்கள் அழிந்துவிடும் என்று பயப்பட்டுக் கொண்டிருந்த அப்படிப்பட்ட இருண்ட காலங்களைப் பற்றித் தேவையான அளவுக்கு விவரங்களை எங்களின் மூதாதையர்கள் காலங்காலமாகத் தந்துவிட்டுச் சென்றிருக்கிறார்கள். அடிவயிறுகள் கனக்காத சுமங்கலிகளின் பெருமூச்சுக்கள் ஒரு தேசத்தின் பெரும் சாபங்களாகின்றன. குழந்தைகளின் சிரிப்பில்லாத கிராமம் பூக்கள் மலராத பள்ளத்தாக்குகளைப் போன்றது. சாபம் விழுந்த மண்ணில் வசந்தங்கள் எட்டிப் பார்ப்பதில்லை. எப்போதும் வெயிலும், உஷ்ணக் காற்றும் தூசு படலங்களும் மட்டும்தான் இருக்கும்.

பருவங்களின் மாற்றங்கள் பிறவிகளின் மாற்றங்களைப் போன்றவைதான். இயற்கை நியதிகளை உதறித் தள்ளுவது பெரும் பாவம். அலமேலு பாட்டி நினைவூட்டினாள். குழந்தைகளும் பூக்களும் ஆண்டவனின் வரப்பிரசாதங்கள். அவர்களை நேசியுங் கள். சந்தோஷப்படுத்துங்கள்.

ஏறக்குறைய புரிந்துகொண்டதுபோல் சங்கரராமன் தலையாட் டினான். கோமதி மட்டும் என்னவோ அப்போதும் ஆலோசித்துக் கொண்டிருந்தாள்.

குழந்தை மூத்திரம் புண்ணிய தீர்த்தத்தைவிட பவித்ரமானது தான் என்று சொல்லணும். பிஞ்சு குழந்தையின் மணத்தை அறியாதவன் பூமணத்தை அறிவது எப்படி? பூமணமறியாதவன் பூக்கடைக்காரனாவது எப்படி? என்றெல்லாம் நினைத்துக் கொண் டான் சங்கரராமன். பூக்கடைக்காரனின் குடும்ப விஷயமும் அப்படித்தான். இந்த வீட்டின் சுவர்களுக்கு வெளியே ஏராளமான மூக்குத் துவாரங்கள் உள்ளன. அவைகளுக்கெல்லாம் பூக்களின் மணம் மட்டும்தான் தெரியும். ஒவ்வொரு பூவுக்கும் ஒவ்வொரு தனித்தனியான மணம்.

பூக்காரன் முக்கையடைந்தால்போதும் துண்டினால் மூக்கைப் பொத்திக்கொண்டு சைக்கிளை சுழற்றுவான் சங்கரராமன். பூக்கள் அழுகும் நாற்றத்தை தாங்க முடியாது. நகரசபை வண்டிக்காக காத்துக் கொண்டிருக்கும் அழுகிய பூக்களின் கூம்பாரத்துக்கு சகிக்க முடியாத நாத்தம்.

கூடையை தலையில் தூக்கிக்கொண்டு போக எழுந்தபோது அலமேலு பாட்டி நினைவூட்டியது வேறொன்றாக இருந்தது.

கருமாரியம்மன் கோயிலில், திருவிழாவுக்குக் கூடுவது ஆயிரக் கணக்கான மக்கள். அந்த மக்கள் கூட்டத்தில் இவள் உங்களை மட்டும் தேடி வந்தாளே, அப்போது அவளுக்கு வழிகாட்டியதும் முருகன்தான். ஒன்றை மட்டும் நெனச்சிக்குங்க, இவள் உங்க குடும்பத்தின் வெளக்காகப் போகிறாள், மகாலட்சுமியாகப் போகிறாள்.

ஒரு பெரும் தீர்க்கதரிசியின் முழக்கமுள்ள குரலில் அலமேலு பாட்டி அவ்வாறு சொல்லி முடிக்கும்போது அவரின் முகத்தில் அபூர்வமானதொரு தெய்வீகக் களை தெளிந்து வருவதாக சங்கரராமனுக்குத் தோன்றியது.

ஆமாம் பாட்டி. அவன் வெறுமனே தலையாட்டினான்.

அப்போதெல்லாம் தன் வறண்டு காய்ந்துபோன அடிவயிற் றைப் பார்த்து பெருமூச்சுவிட்டுக் கொண்டிருந்தாள் கோமதி.

இந்தச் சாபம் பெற்ற வயிறும் மூன்று முறை துளிர்த்ததுதானே. ஒவ்வொரு முறையும் நேரங்கெட்ட அந்தி வேளைகளில்தான் வயிறு காலியாயிற்று. அன்றெல்லாம் மேல் கூரையின் மேலாக வௌவால்கள் கூட்டம் ஒன்று பறந்து வந்து அமர்ந்ததாக சங்கர ராமனுக்கு நினைவிலிருந்தது. தோட்டத்திலுள்ள கும்மிருளில் புராதனமான சில ரகசியச் செய்திகளுடன் விசிறி சிறகுகளால் அவை பறந்து திரிந்தன.

மூன்றாம் முறை அந்தியில் இடுப்புவலியின் தொடக்கத்தில் கோமதி படுக்கையில் படுத்து கைகாலை அடிக்கத் தொடங்கிய போதுதான் அதை ஒரு சகுனத்தைப்போல் உணரத் தொடங்கி னான்.

அன்று நல்ல நட்சத்திரமாக இருந்தது. நல்ல ராசியாகவும் இருந்தது. பொருத்தங்கள் எல்லாம் தெளிவாகக் கிடைத்ததின் நிம்மதியில் சங்கரராமன் இருந்தான்.

கோமதி திடீரென்று தேம்பித் தேம்பி அழத்தொடங்கினாள்... படுக்கையில் துவண்டு புரண்டு துடிக்கும்போது இரத்தம் தலைக் கேறி அவளுடைய முகம் முழுவதும் சிவந்திருந்தது. அவளின் தலையில் தடவியவாறு அருகில் அமர்ந்திருக்கும்போது ஜன்னல் கம்பிகளுக்கு அப்பால் வௌவால்களின் சிறகடிப்பு ஓசைகள் பெருகிவருவதாகச் சங்கரராமனுக்குத் தோன்றியது.

பெரும் பிடிவாதத்துடன் சந்தான கோபாலத்தை உருப்போட்டு இரத்த சம்பந்தமுள்ள சிலரை துணைக்கு அழைத்து பிரசவ அறைக்குக் காவல் நின்றான் சங்கரராமன். கடைசியில் தோட்டத் திலுள்ள கும்மிருளில் மரக்கிளைகள் ஆடி அசையத் தொடங்கிய போது இலை படர்ப்புகளில் வௌவால்களின் ஓசைகள் விழுந்து பதிந்தன.

அப்போதுதான் கோமதி உரக்க அலறி அழைப்பது கேட்டது. கொஞ்ச நேரம் கழிந்து வராந்தாவில் அமர்ந்து சங்கரராமனும் அலறினான்.

தலையை குனிந்துகொண்டு சிறியதொரு குற்றவுணர்வுடன் மருத்துவச்சி வெளியில் வந்தாள். ஒன்றும் பேசாமல் தன் பழைய வெங்காய பையைத் தூக்கிக்கொண்டு அவர்கள் வெளியேறிப் போவதை ஒரு முட்டாளைப்போல் பார்த்துக்கொண்டு நின்றான் சங்கரராமன்.

பெண் குழந்தைதான். நல்ல சிகப்பா தடித்து, நன்கு வளர்ச்சி யடைந்து, நல்ல அழகில் இருந்தது. ஆனால், குழந்தை அசையவே இல்லை. அழவே இல்லை. ஒரு முறைதான் கண்கள் திறந் திருக்கின்றன. பின்பு மூடிக்கொண்டன.

கோமதியால் அவை எவை பற்றியும் நினைக்க முடியவில்லை. எந்தவொரு தாயாலும் நினைக்க முடியாதுதான்.

அதன்பின்தான் கோமதி இந்த சின்ன காதம்பரியுடன் அசாதாரணமான முறையில் நடந்து கொள்கிறாள். அலமேலு பாட்டியால் அதைத்தான் முற்றிலும் புரிந்துகொள்ள முடிய வில்லை.

என்னவெல்லாம் கஷ்டங்கள் வந்தாலும் கடவுளை நிந்திக்கக் கூடாது என்று அலமேலு பாட்டி அவர்களிடம் திரும்பத் திரும்பச் சொல்வதுண்டு. மனம் குமைகிறவர்களுக்கு வழிகாட்டுபவனாம் முருகன்.

மறுபடியும் வறேன் என்று சொல்லிவிட்டு பாட்டி படி தாண்டியபோது பெரும் நிம்மதியுடன் கோமதி பெருமூச்சுவிட் டாள். அடுத்த வருகையின்போது இன்னும் என்னவெல்லாம் புதிய கதைகளைப் பாட்டி கொண்டுவரப் போகிறாளோ?

3

ஒரு வாரத்திற்குள் அலமேலு பாட்டி மீண்டும் வந்தபோது அவளுடன் பார்பர் வேலுவும் வந்திருந்தான்.

சாலையோரத்திலுள்ள புளியமரத்தின் அடியில் முக்காலியின் பீடத்தில் குழந்தையை அமரச் செய்து ஆச்சாரத்துடன் தண்ணீரைத் தெளித்து சற்று தள்ளி ஒதுங்கி நின்றான் வேலு. கறுப்பு பிளாஸ்டிக் பேக்கிலிருந்து தன்னுடைய வேலைக்கான கருவிகளை ஒவ்வொன்றாக எடுத்து மிகவும் கவனத்துடன் பரப்பும்போது அவனுடைய முகத்தில் முன்பு பார்க்க முடியாததொரு கௌரவம் இருந்தது. ஏற்றுக்கொண்ட உன்னதப் பணியின் சுமையால் அவனுடைய தலை கொஞ்சம் குனிந்தது.

கொழிஞ்ஞாம் பாறையிலிருந்து முன்பு எப்போதோ குடியேறி வசித்தவர்கள்தான் வேலுவின் குடும்பம். ஒரு காலத்தில் மந்திர சித்தியையெல்லாம் தன்னகத்தே கொண்டிருந்த குடும்பத்தின் எஞ்சிய தொடர்பு.

நிமிர்ந்து நின்று வேலு ஒருமுறை கூர்ந்து நோக்கினான். அவ்வாறு பார்த்துப் பார்த்தும் தீரவில்லை.

சற்று முன்னால் தெரிந்த காட்டுமிராண்டித்தனமான அந்த முடிக்கற்றையின் ஆர்ப்பாட்டத்தை ஆச்சரியத்துடன் பார்த்து விட்டு மார்பில் கை வைத்தான்.

அடேங்கப்பா, ஜடாமுடிதாரிணின்னெல்லாம் சொல்லி கேள்விப்பட்டிருக்கேன், பாட்டி. இப்போ அதையே நேரில் பார்க்கக் கூடிய பாக்கியம் கிடைச்சுட்டுதே.

அதன்பின் தன் தொழில் கருவிகளுடன் மிகவும் கவனத்து டன் இரண்டடி முன்னோக்கி வைத்து குரு மூதாதையர்களை மனதில் தியானித்து அவன் வெட்டத் தொடங்கினான். வெட்ட வெட்ட மாளாத பெரும் காடு. வெட்டி வெட்டி அவனுடைய கைகள் துவண்டுவிட்டன. பார்த்து பார்த்து அவனுடைய கண்கள் எரிந்தன.

கடைசியில்...

தாயே மகமாரி, காப்பாத்தணும்மா என்று கூறி மூச்சு வாங்கிக் கொண்டு பின்னுக்கு ஓரடி எடுத்து வைத்து, பின்பு இடது வலது கைகளையும் வீசிவிட்டு, முன்னோக்கி மூன்றடி வைத்தான் வேலு.

அதில் ஏறக்குறைய கொஞ்சம் ஆசுவாசமாகியது. ஆக மொத்தத்தில் ஒரு மாதிரியானதுபோல் இருந்தது. இருந்தும் திருப்தியாகவில்லை. இரண்டடி பின்னுக்கு வைத்து இடக் கண்ணாலும் வலக்கண்ணாலும் மாறிமாறி மூடி மூடி சிறிதுநேரம் பார்த்தவாறு அவன் நின்றான். இத்தனை காலத்திய தொழிலில் முதன்முதலாக மனம் ஏறக்குறைய நிறைவதுபோல் இருந்தது.

கடைசியில் வெளியிலிருந்து அலமேலு பாட்டி என்னவோ சைகைக் காட்டியதும் அவன் அந்த போரை விழுந்த புளியமரத்தை நோக்கி நகர்ந்தான். ஆணியடித்து பதித்த தோல்பட்டையில் கத்தியைத் தீட்டத் தொடங்கினான்.

எஞ்சியிருந்த முடிக்கற்றைகளை வழித்து இறக்கியதும் பொடுகு பற்றுகள் இற்று போவதின் சுகத்தில் காதம்பரி பல்லிளித்தாள்.

தலை அழகானதும் தன் கையின் வட்டத்திலுள்ள அற்புத ஸ்படிகத்தைப் பயன்படுத்தி அவன் குழந்தையின் தலை யெழுத்தை வாசிக்கப் பார்த்தான்.

அட, போ பாட்டி. இந்த மாதிரியானதொரு தலையெழுத்த நான் இதுவரைக்கும் பார்த்ததே இல்லை பாட்டி. நாப்பத்தியொரு நாள் பகலு முழுசும் ஒக்கார்ந்து படிக்கறதுக்கான சங்கதி இருக்கு இந்தக் குழந்தையோட மண்டயோட்டுல... குளிக்கறதிலும் ஜெபம் செய்யறதிலும் விரதமிருக்கறதிலுமாகத்தான் அதுலவுள்ள பரிசுத் தத்த காப்பாத்த முடியும்.

இதையெல்லாம் தான் என்னிக்கோ தெரிஞ்சிக்கிட்டிருக் கேங்கற மட்டில் தன்னுடைய திவ்ய பார்வையைப் பலமுறை

திறக்கவும் மூடவும் செய்த அலமேலு பாட்டி மனம் திறந்து சிரித்தாள்.

முக்காலியில் அமர்ந்து வட்டம் சுற்றி, கால்களை ஆட்டி ரசித்துக் கொண்டிருந்தாள் காதம்பரி. தலையிலுள்ள சடை ஒழிந்ததினால் ஏற்பட்ட மகிழ்ச்சி அவள் முகத்தில்.

என்னம்மா... சௌக்கியமா...

மிகவும் வாத்ஸல்யத்துடன் அவன் அவளுடைய உச்சந் தலையில் தடவி தாடையில் நெருடினான். குழந்தை கிச்சுமுச்சு பட்டதுபோல் அமர்ந்த இடத்திலேயே துவண்டாள்.

கடைசியில் போவதற்குத் தயாராகும்போதுதான் வேலு சிறியதொரு தயக்கத்துடன் அலமேலு பாட்டியிடம் கேட்டான்:

ஆமாம், இது எந்த வூட்டு கொழந்த பாட்டீ...

அதான், அந்த சங்கரராமன் ஆத்துல... ஒரு நிமிடம் தயங்கி விட்டுதான் பாட்டி அதைச் சொன்னாள்.

சங்கரராமன் அய்யா ஆத்திலா...?

நாவிதன் வேலு விரலைக் கடித்துக் கொண்டான். சங்கர ராமனுக்கு குழந்தைகள் இல்லையென்று அவனுக்கு நல்லாவே தெரியும். அப்புறம் இந்த குழந்தை ஏது?

இது ஆண்டவனின் கொழந்த. கருமாரியம்மன் பிரசாதம். அலமேலு பாட்டி அவசரமாகச் சொன்னாள்.

அப்படியா..

வேலு ஒரு நிமிஷம் திகைத்து நின்றான். பின்பு, எதுவும் புரியவில்லை என்றாலும், வெகுவாகப் புரிந்ததுபோல் தலையாட்டினான். அந்தக் குழந்தையை நோக்கி சிறிதுநேரம் கைகூப்பி நின்றான். இரண்டு கால்களையும் தொட்டு உச்சந்தலையில் வைத்தான். தெய்வத்தின் நேரிடையான ஒரு குழந்தையின் முடியை வெட்டுவதற்கான யோகம் ஏற்பட்டுள்ளதே....

அம்மா தாயே... காப்பாத்தும்மா....

விடைபெறும்போது அவன் பாட்டியிடம் நினைவூட்டினான்.

இந்த மாதிரி வேற ஏதாச்சும் கேசிருந்தா சொல்லுங்க, பாட்டி. புண்ணியம் கெடைக்கும்.

அலமேலு பாட்டி உரக்கச் சிரித்தாள்.

ஆமான்டா, கண்ணா....

சிறிதுநேரம் கழித்து பேரிக்காய் மரத்தடியில் துணி துவைக்கும் கல்லில் காதம்பரியை ஒட்டுத்துணிகூட இல்லாமல் அமர வைத்து அரப்பு பொடியும் இஞ்சை கொடியையும் போட்டு தேய்த்து குளிப்பாட்டியது அலமேலு பாட்டிதான். உடம்பெங்கும் உள்ள சொரி பிடித்த இடங்களில் இஞ்சை நார் உராய்ந்து இரத்தமும், சீழும் கொட்டியபோது குழந்தை கொஞ்சம் நெளிந்தாள். எரிச்ச லைவிட அதிகமாகச் சொரிவதில் சுகம். பாட்டி கூர்ந்து பார்த்தாள். உலரத் தொடங்கிய காயங்களுக்கு அடிவரைக்கும் வேர்கள் உள்ளதுபோல் இருந்தன.

அழுக்கு கரையத் தொடங்கியதும் மூன்று இடங்களில் தீக்காயங்களின் பெரிய வட்டங்கள் தெளிந்தன. தொடையிலும், கவட்டியிலும், மார்பிலும் ஒருபோதும் மறையாத அந்த அடையாளங்களின் வழியாக அலமேலு பாட்டியின் சுருங்கி சுருண்ட விரல்கள் ஏறி இறங்கியபோது அவளை அறியாமலேயே காதம்பரியின் கண்கள் மூடின. அவள் என்னவோ நினைத் திருக்கலாம். பாட்டியும் என்னவென்று கேட்கவில்லை. மெல்லிய தோல் சுருங்கி கிடக்கும் ஒவ்வொரு வகையான கறுப்பு வட் டங்கள். பழுக்கக் காய்ச்சி சூடுபோட பயன்படுத்திய ஒவ்வொரு பாத்திரமும் ஒவ்வொரு பருமனாக இருந்திருக்க வேண்டும்.

ஒரு ----- முழுவதுக்கும் மூடுவதற்கு போதுமான சேறும் சகதி யும் துவைக்கும் கல்லைச் சுற்றி தளம்கட்டி நின்றிருந்தது. பாட்டி குழம்பிப்போய் நின்று கொண்டிருந்தாள். அழுக்கு கரைந்தபோது அவளுடைய உடல் முழுவதும் நல்ல தேனின் மினுமினுப்பு. முகத்தில்கூட சொல்லவொண்ணாத தெளிவும் அழகும்.

கூரிய நகத்தின் முனையால் தலையிலும் கழுத்திலும் சொறிந்து கொண்டிருந்தாள் அந்தப் பெண்.

உம் பேரென்ன? மிகவும் வாஞ்சையுடன் அலமேலு பாட்டி கேட்டுக் கொண்டிருந்தாள்.

பதிலில்லை. அசையாமல் அமர்ந்திருந்தாள் குழந்தை. மீண்டும் கேட்டபோது எதையோ நினைவுக்குக் கொண்டுவர முயல்வது போல் அவள் ஒருமுறை மெல்ல முனகினாள்.

பாட்டி காதை கூர்மையாக்கினாள்.

என்னடா கண்ணு... ஒண்ணும் புரியலியே...

மீண்டும் சில சிதறிய சப்தங்கள்.

முன்னும் பின்னுமாக கொழுத்த சில வசவுச் சொற்களை ஒட்ட வைத்த சில பெயர்களின் துணுக்குகள்.

இவற்றில் அவளுடைய சரியான பெயர் எது? தாய் தந்தை சூட்டிய பெயர் என்ன?

ஒன்றும் பேசாமல் அதேமாதிரி தலைகுனிந்து அமர்ந்திருந்தாள் குழந்தை. ஒருவேளை, அவளுக்கு அந்த வசவு பெயர்கள் மட்டும்தான் நினைவிலிருக்கலாம். பலரும் அழைத்து அழைத்துப் பழக்கமான வெட்கங்கெட்ட பெயர்கள். அந்த வசவுகளின் நடுவில் எங்கேயாவது ஒரு அருமையான செல்லப் பெயர் மறைந் திருக்கலாம். குழந்தை பருவத்தின் அழகில் யாராவது அன்புடன் அளித்ததொரு பெயர்.

பெயர் இழந்துவிட்டவளை பின்பு சங்கரராமன்தான் பெயர் சூட்டி அழைத்தான்.

அவளுக்கு ஏற்றதொரு பெயரைக் கண்டுபிடிக்கவே வெகுவாக மெனக்கிட வேண்டியதாயிற்று. கோமதி பெறப்போகும் குழந்தைக்காக எப்போதோ சிந்தித்து வைத்திருந்த சில பெயர்கள் இருந்தன. அவைகளை தமக்குள் சொல்லிப் பார்த்து, ஏராளமாக விவாதித்து, பலமுறை வெட்டித் திருத்தி, உள்ளுக்குள்ளேயே எவ்வளவோ காலமாகத் தாலாட்டிய அருமையான பெண் பெயர்கள். கோமதி உண்டாகியிருந்த மூன்று முறையும் அவற்றில் ஒன்றை குலுக்கிப் போட்டு எடுத்துக் கொள்ளலாமென்று நினைத்துக் காத்திருந்தான். தனக்குப் பிறக்கப் போகும் குழந்தை பெண்ணாகத்தான் இருக்குமென்னும் விஷயத்தில் கோமதிக்கு சந்தேகமே இருக்கவில்லை.

ஆனால், அந்தப் பெயர்களில் ஒன்றைக்கூட தொடுவதற்கு கோமதி சம்மதிக்கவில்லை. அவையெல்லாம் என் குழந்தை களுக்காக நேர்ந்து வைத்த பெயர்கள். அந்தப் பெயர்களை அசுத்தமாக்குவதற்கு நான் சம்மதிக்க மாட்டேன்.

பூக்கடைக்காரன் சங்கரராமனின் குழந்தைக்கு ஏதாவது ஒரு பூவின் பெயர்தான் வேண்டும் என்பது அவனுக்கு மிகவும் நிர்ப்பந்தமாகவே இருந்தது. அதுவும் நல்ல நிறமும் மணமும் உள்ள பெயர்.

செண்பகம், பாரிஜாதம், ரோஜா, மல்லிகா... இல்லை யென்றால் பூக்காலத்தின் வரவை அறிவிக்கக்கூடிய, பூக்களைத் தழுவி உணர்த்தக்கூடிய வசந்தம், வாசந்தி, வசந்தலட்சுமி என்று.

கோமதி சம்மதிக்கவே இல்லை. முன்பெப்போதும் காணாத வொரு பிடிவாதத்துடன் அவள் எதிர்த்து நின்றாள். எங்கிருந்தோ வந்து புகுந்துகொண்ட ஒரு பெண்ணுக்குத் தன்னுடைய பிடித்த மான பூக்களின் பெயரைக் கொடுக்க முடியாது. சங்கரராமன் எவ்வளவோ போராடியும் அவள் விட்டுக்கொடுக்கவில்லை.

தன் எதிர்ப்பு எதையும் ஏற்றுக்கொள்ளவில்லை என்றால் தான் பிரயோகிப்பதற்காக கடைசியாக ஒரு ரகசிய அஸ்திரமும் கோமதியின் கையில் உண்டு.

அடுக்களைத் திண்ணைக்குச் சென்று தூணில் சாய்ந்து அமர்ந்து கொண்டு உரத்தக் குரலில் தேம்பித் தேம்பி அழுவுவதுதான் அவள் முறை. மூன்று முறை வயிறு காலியானபோதெல்லாம் அவள் சென்று கூச்சலிட்டு முறையிட்டதும் எல்லாம் அதே திண்ணையில் தானே...

ஆரம்பத்திலெல்லாம் அந்த ஒப்பாரியைக் கேட்டுவிட்டு பக்கத்து வீடுகளிலுள்ள மதில்களின் மேலாகத் தலைகள் உயர்ந்து வருவதுண்டு. இப்போது அவையும் இல்லை.

பின்பு, பூக்களை விட்டுவிட்டு அபிராமி என்னும் பெயரை சங்கரராமன் அடைந்தாலும் அதற்கும் கோமதி குறுக்கே நின்றாள். நீங்கள் அசுத்தப்படுத்த ஸ்ரீ பார்வதியின் பெயர்தானா கிடைத்தது?

பெயரை அசுத்தமாக்குகிறேனாம்...

தவறாகப் பிறாண்டிக் கொண்டிருந்தாலும் ஒரு வகையில் சங்கரராமன்கெட்டியாகப்பிடித்துக்கொண்டுநிலையாகநின்றான். வெறி ஏறிவிட்டால் சிலசமயம் அவளுக்குப் பேச்சே தடைபட்டு விடும். பின்பு எதையாவது அழைத்து கூச்சலிடுவதில் எந்தவொரு வடிவமும் இருக்காது. முன் எப்போதும் இம்மாதிரி இருந்த தில்லையே. பிறக்காமல் போன அவளுடைய குழந்தைகளில் ஒன்று உள்ளுக்குள் கிடந்து கை கால்களை அடித்துக் கொண்டு கலகம் செய்யும்போதுதான் அவளுடைய பாவனை திடீரென்று மாறுகிறது. அதுவும் நிமிடத்திற்குள்.

ஒருமுறை பக்கத்து வீட்டு தாயுடனான சண்டை மிகவும் முற்றியபோது விலைக்கு வாங்கியதுதான் 'வறட்டுப் பசுக்க ளால்தான் உதைக்கவும் முட்டவும் முடியும்' என்னும் அந்தப்

பழைய பிரயோகமாகும். ஏற்க முடியாத எங்கெல்லாமோ அது குத்திக் கிழித்தபோது உள்ளுக்குள் இரத்தம் கொட்டியது. தலை வணங்கிய கோமதி, தானாகவே பின்வாங்கினாள். பின்பு அறைக்குள் புகுந்து கதவை அடைத்து அமர்ந்துகொண்டு நடுநிசி வரையில் அழுதாள்.

மறுநாள் விடியற்காலையில் எப்போதோ கண்ட கனவுகளில் சில குழந்தை முகங்கள் தன் முன்னால் கடந்து சென்றதாக அவள் சங்கரராமனிடம் சொன்னாள். யாரோ திறந்து பிடித்த போட்டோ ஆல்பத்தின் தாள்கள் தானாகவே மடிந்து கொண்டிருந்தன. பூத்துக் குலுங்கி நிற்கும் பூந்தோட்டத்தில்தான் என்பதுபோல் தனக்குப் பிறக்காமல்போன குழந்தைகள். அதிகமானவையும் பெண் குழந்தைகள். வாஞ்சைத் தோன்ற வைக்கும் எத்தனையோ முகங்கள். குழந்தை குறும்பின் எத்தனையோ மகிழ்ச்சிகள்.

ஒவ்வொரு குழந்தையின் படத்திற்கும் கீழே பெயர்கள் இருந்தன. அவற்றில் தாங்கள் கண்டுபிடித்திருந்த சில பெயர்களும்கூட இருந்தன.

அவற்றில் ஒன்னை இவளுக்குக் கொடுக்கலாம். நீ மாத்தி வைச்சிருந்த அந்த மூணு பெயருங்க இல்லாம வேறொண்ணு... சங்கரராமன் கெஞ்சினான்.

கோமதியின் முகம் சட்டென்று இருண்டது.

அவையெல்லாம் என் கொழந்தைங்களுக்கு நேர்ந்து வைச்சது. நான் யாருக்கும் என் கொழந்தைங்கள கொடுக்க மாட்டேன்.

கோமதியின் முகம் மீண்டும் இருளத் தொடங்கியது. கண்கள் மிகவும் எரிகிறது. கழுத்திலுள்ள நரம்புகள் சுற்றி முறுக்குவது போல் இருந்தன. வறண்ட உதடுகள் மெல்ல நடுங்குகின்றன.

இனிமேல் அவள் என்னவெல்லாம் சொல்வாள் என்று சங்கரராமனுக்கு யாதொரு வடிவமுமில்லை. அவன் திடீரென்று பின்வாங்கினான்.

எது எப்படியோ, பெயரின் விவாதம் மட்டும் அதேபோல் நீண்டுபோய்க் கொண்டிருந்தன.

கடைசியில் பெயரில்லாமலேயே தன் மகள் வளர வேண்டிய நிலை வருமோ என்று சங்கரராமன் பயப்படத் தொடங்கிய நேரத்தில்தான் காதம்பரி என்னும் பெயர் கிடைத்தது. அதுவும் பிள்ளையார் கோயிலில் தொழுதுண்டு நிற்கும்போதுதான்.

இம்முறை சங்கரராமன் கோமதியின் கருத்தைக் கேட்கவில்லை. இது பிள்ளையாரே கருணையுடன் தந்த பெயர். அதில் கேள்வி இல்லை. அதற்குள் கோமதிக்கும் சலித்துவிட்டிருந்தது. தான் எதிர்க்கும் போதெல்லாம் மிகவும் அழகான பெயர்கள் எங்கிருந்தெல்லாமோ தானாகவே உதிர்ந்து கொண்டிருக்கின்றன.

அதனால், ஆகமொத்தத்தில் சங்கரராமன் குழந்தையிடம்தான் அபிப்பிராயம் கேட்டான்.

என்னம்மா காதம்பரி, உனக்கு இந்த பேரு புடிச்சிருக்கா?

நான்கு வயதுக்காரி சொத்தைப் பற்களைக் காட்டிச் சிரித்தாள்.

அருமையான பேருதானே?

அவள் அப்போதும் சாதாரணமாகவே சிரித்துக் கொண்டிருந்தாள்.

உங்கிட்ட வேற ஏதாச்சும் பேரு இருக்கா, கண்ணே?

அவள் இல்லை என்று தலையாட்டினாள்.

பிற்காலத்தில் அதை நினைத்துதான் வெகுவாகச் சிரித்துக் கொண்டு இருந்தாள் காதம்பரி. தனக்கான பெயரை தேர்ந்தெடுப்பதற்கான இப்படிப்பட்ட பெரும் சௌபாக்கியங்கள் எந்த நான்கு வயதுக்காரிக்கு இதற்கு முன்பு கிடைத்திருக்கும்?

காதம்பரி, காதம்பரி... ஆரம்பத்திலெல்லாம் தனித்து அமர்ந்திருக்கும்போது அவள் அந்தப் பெயரை பலமுறை தானே முணுமுணுத்து ரசிப்பதுண்டு. கேட்பதற்கு சுகமான இனிமையுள்ள பெயர்.

அந்தப் பெயருக்காகவே பிள்ளையாருக்கு நன்றி சொல்ல வேண்டுமென்று அவளுக்குத் தோன்றியது. பின்பு, அப்பா விடமும் சொல்ல வேண்டும்.

தனக்கென்று சொந்தமாக ஒரு பெயர் சூட்டப்பட்டதற்கு பின்புதான் அலமேலு பாட்டியின் தலைமையிலுள்ள ஒரு சிறு பெண்கள் கூட்டம் காதம்பரியை முருகன் கோவிலுக்கு அழைத்துச் சென்றது. தலை முழுவதும் சந்தனம் தடவி காவடி எடுத்து ஜனக்கூட்டத்திற்கு மத்தியில் நிற்கும்போது காதம்பரியின் முகத்தில் பெரும் கௌரவம் இருந்தது.

அது சங்கரராமனின் நேர்ச்சையாக இருக்கவில்லை. மறுபடியும் கேட்டபோது சிறியதொரு தயக்கத்துடன் அலமேலு பாட்டி,

அது தன்னுடைய வேண்டுதல்தான் என்று ஒத்துக்கொண்டாள். இங்குள்ள சங்கடங்களைப் பார்த்துக்கொண்டு நிற்க முடியாமல் போனபோதுதான் அவள் அப்படி வேண்டிக் கொண்டாளாம்.

கோவிலுக்குப் போகும் கூட்டத்தில் மிகவும் பின்னால்தான் சங்கரராமன் நடந்தான்.

அலமேலு பாட்டி எவ்வளவோ வற்புறுத்தியும் கோமதி மட்டும் போகாமல் ஒதுங்கிக் கொண்டாள். மகள் முதன்முதலாக காவடி எடுக்கும்போது தாய் அவளுடன் இல்லாமலிருப்பது நல்லதில்லை என்று பாட்டி நினைவூட்டினாள். அதற்குப் பதிலளிக்கவில்லை என்றாலும் தன் மனதில் அதற்கெல்லாம் துல்லியமான எத்தனையோ பதில்கள் இருக்கின்றன என்று கோமதி நினைத்தாள்.

நாட்கள் இவ்வளவு ஆகியும் முதலில் தோன்றிய அந்த விருப்பமின்மை கொஞ்சம்கூட குறையவில்லை. இவை யெல்லாம் ஆண்டவனின் கருணைதானென்று நம்புவதற்கும் முடியவில்லை. இறைவனின் கருணையாக இருந்திருந்தால் இவள் முளைக்க வேண்டியது என் வயிற்றில்தானே. யாருக்கோ தவறான முறையில் உண்டான சந்ததியை சொந்த குழந்தையாக காண்பதற்கான பெரிய மனதொன்றும் எனக்கு இல்லை.

அப்போது ஒருமுறை ஒரு குழந்தையைத் தத்தெடுக்கும் விஷயத்தைப் பற்றி யாரோ குறிப்பிட்டபோதும் இதையேதான் கோமதி சொன்னாள். என் வயிற்றில் வெடிக்காத முளை எனக்கு வேண்டாம். இரண்டு வம்சங்களின் தொப்புள்கொடி உறவும் இரத்த நெருக்கமும் இல்லாமல் எதைப் பற்றியும் நினைக்கவே முடியாது. இல்லையென்றால், இல்லைங்கற சங்கடம் மட்டும் தானே? எவனுடைய குழந்தையையோ சுமப்பதினால் ஏற்படும் வெட்கக்கேட்டை பெண்ணால்தான் புரிந்துகொள்ள முடியும். குறிப்பா பேறு பெறாத பொண்ணால்.

தோற்று பின்வாங்கினான் சங்கரராமன். பார்த்தும் திருந்தாதவள், கொடுத்தும் படிக்காதவள். இவளைத் திருத்திக் கொண்டுவருவது எளிதல்ல.

இந்த கோமதியை தன்னால் பல சமயங்களிலும் முற்றிலும் புரிந்துகொள்ள முடியவில்லையே என்று சங்கரராமன் நினைப்பதுண்டு. இவள் என்னைவிட எவ்வளவோ படித்தவள். எம்.ஏ. முதலாண்டு படித்தவள். தலைமையாசிரியரான தந்தை யால் நன்கு வளர்க்கப்பட்ட அறிவாளி மகள். நானோ வெறும்

தமிழில்: குறிஞ்சிவேலன் 43

மெட்ரிக்தான். அதுவும் தேர்ட் சான்ஸில் பாஸானவன். இந்த திருமணம் மட்டும் இடையில் ஏற்படாமல் இருந்திருந்தால் அவள் இன்னும் எவ்வளவோ படித்திருப்பாள்.

இந்த சின்ன குழந்தையின் விஷயத்தில் உள்ள அவளுடைய சில கடுமையான பிடிவாதங்கள் படித்தவளான அவளுக்கு ஏற்றதல்ல.

அவனால் சொல்லாமல் இருக்க முடியவில்லை.

தெய்வதோஷம் கூடாது, கோமதி. என்றான் சங்கரராமன். எவ்வளவோ படித்த உனக்குப் போய் நான் இதையெல்லாம் சொல்லித் தரவேண்டியதில்லையே. ஒன்னை மட்டும் நீ நெனைவில் வைச்சுக்க. களங்கமில்லாத கொழந்தைங்க யாருடைய சந்ததிகளாகவும் ஆகமாட்டாங்க. அவங்க தெய்வத்துக்கு மட்டுமான கொழந்தைங்க. அவங்கள என்னு டையதும் உன்னுடையதுமாக பங்கிட்டுக் கொள்ளும்போது நாம கடவுளின் பார்வையிலிருந்தே விலகிப் போய்விடறோம். குளித்தும், ஜெபித்தும், வாழ்ந்தும், சுத்தமும் எல்லாம் இருந்தும் என்ன புண்ணியம்? எண்ணத்தில் சுத்தத்தை அனுஷ்டிக்கணும். அது முடியவில்லையானால் தாய்மையும் அசுத்தமாகிறது. தாயாகுவதைவிட முக்கியம் அவளுக்கு ஒரு தாயின் மனம் இருக்க வேண்டியது பிரதானம்.

தாழ்வாரத்தின் மூலையில் கிடக்கும் காலி பூக்கூடைகளை நோக்கி அவன் சொன்னான்.

பூக்களைவிட நேர்மையுள்ளவையாகப் பூக்காரனின் மனம் இருக்க வேண்டும். என்னை ஒரு விறகுவெட்டியாக ஆக்காமல் பூக்கடைக்காரனாக்கியது ஆண்டவனின் அருள்தான். அதற்கே இறைவனிடம் நன்றி சொல்லணும்.

ஆனால், பூவை தெரிந்தவனுக்கு ஒரு தாயின் மனசை காண முடியவில்லையே என்றுதான் அப்போது கோமதி நினைத்துக் கொண்டிருந்தாள். அதைப் புரிந்து கொண்டதாகத்தான் சங்கரராமன் சொல்லிக் கொண்டிருந்தான்.

ஒரு தாயின் மனதுக்கும் பூவின் நேர்மை வேணும். ஒரு தாய்க்கு இரண்டு வகை மக்கள் இருக்கலாம். பிறந்தவர்களும் பிறக்காதவர்களும். இவளை உன்னுடைய பிறக்காமல் போன மகளாகப் பார்க்கணும். அதுதான் சரியான பெருந்தன்மை.

பெண்ணின் பிறவியில் தாய்மையைவிட புனிதமானது வேறொன்றும் இல்லை. இவளை வளர்ப்புத் தாயாக இருந்து

பார்க்க நோக்காதே. பெற்ற தாயாகத்தான் காண வேண்டும். பெற்ற தாயின் பெரும் தவறுகளைப் பொறுக்கும் குழந்தை மனதுக்கு வளர்ப்புத் தாயின் சின்ன தவறுகளைக்கூட தாங்க முடியாது. பெற்ற தாய்க்கும் வளர்ப்புத் தாய்க்கும் இடையில் ஏழு கடல்களின் இருண்ட வித்தியாசமுண்டு.

சங்கரராமன் அப்படி ஒவ்வொன்றையும் திரும்பத் திரும்பச் சொல்லிக் கொண்டிருந்தபோது கோமதி கோட்டுவாய் விட்டாள். பூக்கடைக்காரன் புராண பாராயணம் செய்யும்போது அதில் பூவும் புராணமும் சேர்ந்தாற்போல், கேள்வியின் சுகத்தைக்கூட தராத ஒரு தனி ஆவர்த்தனம்போல் இல்லாமல் போகின்றன.

கடவுளே, இவள் இப்படியெல்லாம் இருந்தவளல்லவே! கோமதி அவசரமாக எழுந்து போவதைக் கண்டதும் சங்கரராமன் நினைத்தான். சென்ற சில ஆண்டுகளாக அவளிடம் வந்து கொண்டிருந்த மாற்றங்கள் பயமுறுத்தும் வேகத்தில் இருந்தன. ஒவ்வொரு நாள் விடியற்காலையிலும் அவன் பிரார்த்தனையுடன் தான் எழுந்தான். ஆமாம், அன்றைய தினம் எவ்வித குழப்பமுமில்லாமல் கழிய வேண்டுமே என்னும் பிரார்த்தனைதான் அது.

காதம்பரியின் வருகையுடன் அதில் மாற்றம் ஏற்படும் என்றுதான் ஆசைப்பட்டான். எல்லாம் வீணாயிற்று. இப்போது விஷயங்கள் இன்னும் கொஞ்சம் மோசமாவதுபோல் இருந்தன.

திடீரென்று ஓடி வந்து காதம்பரி மடியில் அமர்ந்தபோது அவன் எல்லாவற்றையும் மறந்தான். இவளுடைய களங்கமற்ற சிரிப்பில் எல்லாக் களங்கமும் அழிந்து போகின்றன.

அவளைச் சேர்த்துப் பிடித்து உச்சியில் கோதிக்கொண்டு சங்கரராமன் சிரித்தான். காதம்பரியும் அவனுடைய தாடையில் கிள்ளிக் கொண்டிருந்தாள்.

கதவுக்கு வெளியிலிருந்து அவற்றையெல்லாம் சிறியதொரு வெறுப்புடன் பார்த்துக் கொண்டிருந்தாள் கோமதி.

4

தான் இங்கே தனித்தவள் என்று அந்த காதம்பரிக்கு அங்கு வந்த தினத்தன்றே புரிந்தது - யாருக்கும் தேவைப்படாத எங்கிருந்தோ வந்து சேர்ந்தவள் என்று.

அடுக்களை தளத்திலிருந்து பெருத்த ஓசையும் ரகளையும் மதியம் கேட்டது. பின்னாளில் ஒருபோதும் கேட்டிராத அந்த அளவுக்கு உரக்கவே அப்பா பேசிக்கொண்டிருந்தார். ஆனால், அம்மாவின் முரட்டுக் குரலில் அப்பாவின் தளர்ந்த சப்தம் மூழ்கிப்போவதாக இருந்தது.

அவர்கள் சண்டை போட்டுக்கொள்வது கூட தன் விஷயத்தில் தான் என்று காதம்பரிக்குச் சட்டென்று புரிந்தது. அதனால்தான் தனக்கு எதுவும் கேட்கவில்லை என்பதுபோல் அந்த சப்தங்களி லிருந்து முடிந்த மட்டில் விலகிச் சென்று முற்றத்திற்கு அருகிலுள்ள ராஜமல்லிக்குக் கீழே அவள் காத்து நின்றாள். பின்பு எப்போது என்று இல்லாமல் எல்லாமும் கொஞ்சம் அடங்கி யதும், தான் போட்டிருந்த அரைக்கை நீல அங்கியை கழுத்தின் வழியாக உருவி எடுத்து சுருட்டி எங்கேயோ தூக்கி எறிந்து கொண்டே அப்பா இறங்கி வருவது தெரிந்தது. அழுத்தி மிதித்தவாறு படியைத் தாண்டி போகும்போது அப்பா அவள் முகத்தைத் திரும்பிப் பார்க்கவே இல்லை.

படிக்கட்டில் ஏறும்போது காதம்பரி ஒரு நிமிஷம் தயங்கி நின்றாள். முதன்முதலாக இங்கே காலை வைத்தபோது பதிந்த தன் காலிலுள்ள சேற்றுச் சுவடுகள் இப்போதும் அதேமாதிரி

கிடப்பதுபோல், உள்ளுக்குள் இப்போதும் பதிந்து கிடக்கிறது ஒரு சகதி புரண்ட நினைவு.

மெல்ல கீழே அமர்ந்து ஆடையின் முனையால் அவள் அந்தச் சேற்றை வழித்து அகற்றப் பார்த்தாள். ஆனால் அது மறைவதற்கு ஒத்துழைக்காமல் ஒரு மறையாத சுவடைப்போல் தரையில் அப்படியே அழுந்தி கிடந்தது.

இன்றைய கூச்சல் ஒரு தொடக்கம் மட்டும்தான் என்று காதம்பரி நினைத்தாள். அதேபோல், யாருக்கும் தேவையில்லாத வேறொரு சேற்றுச் சுவடைப்போல் தான் இங்கே...

பின்பு, என்னவோ நினைத்துக்கொண்டு அவள் உள்ளுக்குள் ஏறிச் சென்றாள். என்னை அழைத்து வந்தவர் அப்பாதானே... அப்பாவே என்னை வெளியேற்றட்டுமே.

நினைவு தெரிந்த காலத்தில் சுற்றிலும் குழந்தைகளாகவே இருந்தார்கள் என்பதை காதம்பரி நினைத்துப் பார்த்தாள். அந்த குடிசையிலுள்ள அருகருகே இருக்கும் அறைகளின் வராந்தாவில் ஒருவருக்கொருவர் மோதிக்கொள்ளும் பலரின் குழந்தைகள். அழுக்காகி கிழிந்துபோன உடைகளையணிந்து, சூம்பினாம் வயிறும் பசி வேதனை மிகுந்த கண்களுமுள்ள, பல்வேறு மொழிகளைப் பேசும் குழந்தைகள். அவர்களிடம் மொழிகளைவிட அதிகமாகச் சப்தங்கள்தான் இருந்தன. அதுவும் பல்வகையான சப்தங்கள். அந்த காக்கைக் கூட்டத்திலிருந்து சிறிது விலகி சப்தம் இல்லாமல் நிற்பதற்கே பெரும்பாடாக இருந்தது.

வெளுக்கும்போதே பொந்துகளிலிருந்து வெளியே வருபவர்கள் மாலையாவதற்குள் தங்கள் தாய்மார்களை எப்படியோ தேடிப் போய் விடுகிறார்கள்.

அந்தக் கூட்டத்திலேயே தான் மட்டும்தான் தினந்தோறும் தாயின் பார்வையிலேயே நிற்பதற்கு கவனம் செலுத்தியவளாக இருந்தாள். எதற்கெல்லாமோ எப்போதும் பயமாகவே இருந்தது. இவ்வளவு பெரிய உலகத்தில் தான் ஒருவள்தான் தனித்தவள்.... வாயிலிருந்து வெளியேறும் சபிக்கும் வார்த்தைகளையெல்லாம் தன்மேல் எறிந்து காயப்படுத்தப் பார்க்கும் தாய், இந்த உலகத்தின் மேலுள்ள பகை முழுவதையும் விஷமாக மாற்றி தன்னை நோக்கித் தான் துப்பிக்கொண்டிருந்தாள். இருந்தும் அப்பெரும் நிழலின் துணை தனக்கு எப்போதும் தேவையாக இருந்தது. அந்தச் சுற்றுப்புறத்தில் எங்கிருந்தோ நீண்டுவந்து தன்மேல் மூடும் நிழல்.

இங்குள்ள அம்மாவோ நிழல் எப்படி வந்தது என்பதை அறியாமலேயே அவர்களின்மேல் விழாமல் இருப்பதற்காக முயற்சிக்கிறாள். சேர்த்து அணைப்பதற்கு முடியாத நிழல்கள். ஆரம்பத்திலெல்லாம் பெரும் சங்கடம் தோன்றி இருந்தாலும், பின்பு அதுவே வழக்கமாகிவிட்டது. அப்படித்தான் இந்த அம்மாவின் கண்பார்வையில் படாமல் இருப்பதற்கு காதம்பரியும் முயலத் தொடங்கினாள்.

தெற்குப் பக்கத்தில் பூ கட்டுபவர்கள் இயங்கும் சாரத்தோடு சேர்ந்துள்ள சிறு அறைதான் காதம்பரியின் உலகம். வந்த நாளன்றே சங்கரராமன் கொண்டுவந்து போட்ட கட்டில். அவன் அவசரத்தில் வாங்கிவந்து கொடுத்த பொருத்தமில்லாத உடைகள்.

மேற்குப் பக்கத்தில் மரக்கூட்டங்களைப் பார்க்கும் வகையில் நிற்கும் ஒரு ஜன்னல்தான் அவளுக்கு மிகவும் பெரும் நிம்மதியாக இருந்தது. அதன் வழியாகப் பார்த்தால் தோட்டத்திலுள்ள மரத்தோப்புகளில் வந்து குவியும் பறவைகளைப் பார்க்கலாம். கட்டிலில் ஏறி ஜன்னல் கம்பிகளுடன் முகத்தைச் சேர்த்துக் கொண்டு அந்தப் பறவைகளின் பேச்சைக் கவனித்தவாறு அப்படியே நிற்கும்போது பின்னோக்கி சென்றுவிட்ட அந்த விசித்திரமான உலகத்தின் சில நினைவுகள் அவளை மிரட்ட எத்தனித்தன. நிழல்கள் மூடிய நினைவுகளில் காக்கைக் கூட்டம் போன்று சிலிர்த்துக் கொள்ளும் குழந்தைகள். அவர்களைச் சபிக்க மட்டுமே தெரிந்த தாய்மார்கள்.

முன்பக்கத்து முற்றத்தில் இறங்க காதம்பரிக்குப் பெரும் பயமாக இருந்தது. அது அம்மாவின் உலகம். வீட்டு வேலைகள் முடிந்தால் தெரு வராந்தாவிலோ முகப்பிலோதான் அம்மா அமருவாள். ஏறக்குறைய கையில் ஒரு சித்திர மாத இதழும் இருக்கும். இடையிடையே அரட்டையடிக்க வரும் பக்கத்து வீட்டுப் பெண்கள். எல்லோருமே பாட்டிகளும் மாமிகளும்தான். அம்மாவின் கூட்டாளிகள் எப்போதும் வயதானவர்களோடுதானே இருக்கும். அவர்களின் கண்பார்வையில் படாமல் இருப்பதற்கு காதம்பரி எப்போதும் கவனம் செலுத்துகிறாள். இந்தப் பெண்கள்தான் தேவையற்ற ஒவ்வொன்றையும் அம்மாவின் காதில் ஓதுகிறவர்கள்.

எல்லாவற்றையும் விழுங்கும் பெரியதொரு நிழல்தான் இங்கிருக்கும் அம்மா என்று பலசமயங்களிலும் தோன்றுவதுண்டு. இல்லையென்றால் கேட்பதற்கு சுகமற்ற சில முரட்டு சப்தங்கள்.

சில மூலையிலிருந்து நீளும் நிழல்கள். வெளிச்சம் குறைந்த உள்ளறைகளில் எங்கிருந்தோ வரும் ஒலிச்சிதறல்கள்.

சாப்பிட உட்காரும்போது கோமதி தன்னுடன் அமர வைப்ப தில்லை. தேவைக்கு அதிகமாகவே பரிமாறிய அந்தப் பெரிய பித்தளைத் தட்டு மேஜையின் ஒரு மூலையில் தெரியும்போது அது தனக்குத்தான் என்று காதம்பரிக்குப் புரியும். பசியில்லை என்றாலும் எடுத்தால் மேலெழும்பாத அந்தத் தட்டுடன் அவள் அடுக்களைத் திண்ணையில் போய் அமருவாள். ஒரு பெரியவருக்குத் தேவையான சோறும் அதற்கான பதார்த்தங்களும் பிச்சைக்காரர்களுக்கு வைத்துக் கொடுப்பதுபோல் இருக்கும்.

அவ்வளவு தேவையில்லை என்று சொல்வதற்கான தைரியம் தன்னிடம் இல்லாமையால் முடிந்த மட்டில் உள்ளுக்குள் தள்ளிக் கொண்டு மீதமுள்ளதை யாருக்கும் தெரியாமல் முற்றத்தில் தூக்கி எறிந்துவிடுகிறாள். அதற்காகவே ஒரு கிழட்டு நாயும், சில வழக்கமான காகங்களும் காத்திருக்கும்.

இங்கு வந்தபோது ஒரு நாள் அந்தியில் வராந்தா திண்ணையில் கால்களை ஆட்டியவாறு வெளியுலகக் காட்சிகளைப் பார்த்துக் கொண்டு அமர்ந்திருந்தது நினைவுக்கு வந்தது காதம்பரிக்கு. அப்போதுதான்மதிலுக்குவெளிப்புறமாகஉரக்கப்பேசிக்கொண்டு சென்ற சில பெண்கள் தன்னைப் பார்த்தார்கள். முடியில் சிகப்பு பூக்களும் கடும் வண்ணத்தில் சேலையும் அணிந்த பெண்கள். அவர்கள் படியில் நின்று தன்னைச் சுட்டிக்காட்டி என்னவோ சொல்லிவிட்டுச் சிரித்த சிரிப்பைக் கண்டுவிட்டுதான் உள்ளே யிருந்து அம்மா ஓடி வந்தாள்.

அம்மாவின் கண்களில் வெறுப்பு கொப்பளித்துக் கொண்டி ருந்தது. காதம்பரியும் மிகவும் வெலவெலத்துப் போய்விட்டாள். அம்மா ஒன்றும் சொல்லவில்லை என்றாலும் அந்தப் பார்வையின் சூட்டில் தான் கருகிப்போய் விடுவோம் என்று அவள் பயந்தாள்.

தன் அறைக்குள் ஓடும்போது அவளுக்கு அழ வேண்டும் என்று தோன்றவில்லை. அழுகை என்றால் என்னவென்றே அவளுக்குத் தெரியவில்லை. அழுத ஞாபகங்களும் இல்லை. எல்லாவற்றையும் உள்ளுக்குள் ஒதுக்கி பல்லைக் கடித்துக்கொண்டு நிற்பதற்கு எப்போதோ வழக்கப்படுத்திக் கொண்டிருந்தாள்.

அன்றைய நிகழ்ச்சிக்குப்பின் அவள் அந்த சின்னஞ்சிறு அறையிலிலேயே காலங்கழிக்கத் தொடங்கினாள். தன் குரல்

எங்கும் கேட்காத மட்டில், தன் நிழல் எங்கும் விழாத அளவில், மெல்லிய காலடிகளுடன் அவள் நடமாடினாள்.

ஜன்னல் கம்பிகளில் முகத்தை அழுத்தி அவள் காலை மாலை சந்திகளுக்காகக் காத்துக்கொண்டு நின்றாள். விடியற்காலையில் தெரு வராந்தா முற்றத்துக்கு வந்து விழும் வெயிலைக் காண்பதற்கான கொடுப்பினை இல்லாததால் அவள் அந்தச் சந்திக்காக காத்து நின்றாள். மரக்கூட்டங்களிடையே காணக்கூடிய கொஞ்சம் வானத்தின் மேற்கத்திய சரிவில் குருதியில் மூழ்கி இருளுக்குள் தாழ்ந்து தாழ்ந்து போகும் சூரியன்.

சங்கரராமன் வீட்டில் உள்ளபோது மட்டும் பெரும் குழப்பம் இருக்காது. அவனுக்கு முன்னால் பெரும் வெறுப்பை கோமதி காண்பிப்பதில்லை.

கடையில் கூட்டமில்லாத நேரத்தில் இடையிடையே சைக்கிளில் பாய்ந்து வருவதைப் பார்க்கலாம். தெற்குத் தெருவிலுள்ள வளைவில் திரும்பும்போதே அவன் பெல்லடிக்கும் சப்தத்தை அடையாளம் காணலாம்.

அப்பாவின் கையில் ஏதாவது இல்லாமல் இருக்காது. மெல்லிய பிளாஸ்டிக் பையில் அப்பம், வடை, ஸ்டீல் பாத்திரத்தில் திரிமதுரம் என ஏதாவது. பிள்ளையார் கோயிலுக்கு அப்பால் அனுமான் சிலை அமைக்கப்பட்டுள்ள ஒரு சிறிய கோயிலுண்டு. அங்கு பிரசாதமாக வழங்கப்படும் உளுந்து வடை காதம்பரிக்கு மிகவும் பிரியமானது. பெரிய வடை ஒன்றைத் தின்றவுடன் அவளுடைய வயிறு நிறைந்துவிடும். அனுமானுக்கான நைவேத்தியமாகிய வடை மாலையை ஒருமுறை கழுத்தில் அணிந்துகொண்டு அவள் நின்றபோது சங்கரராமன் தடுத்தான்.

''வேணாம்மா... அதெல்லாம் பாவம்மா..''

நானும் அனுமானைப்போல் பெரியவளாக வேண்டும். மகா பலசாலியாக வேண்டும் என்றெல்லாம் காதம்பரி உள்ளுக்குள் சொல்லிக்கொண்டாள்.

வீட்டு விஷயங்களை ஏறக்குறைய புரிந்துகொண்டதாலோ என்னவோ சங்கரராமன் அவளை அருகில் உள்ள நர்சரி ஸ்கூலில் கொண்டுபோய்ச் சேர்க்க முடிவு செய்தான். பள்ளிக்கு அழைத்துச் செல்வதற்கும் திரும்ப அழைத்து வருவதற்கும் ஒரு வயதான பாட்டியை ஏற்பாடு செய்தான். இவை எதற்கும் கோமதியின்

அபிப்பிராயத்தைக் கேட்கவே இல்லை. கேட்டால் அது சண்டையில்தான் முடியும் என்று அவனுக்கு நிச்சயமாக தெரியும்.

அவ்வாறெல்லாம் இருக்கும்போதுதான் காதம்பரிக்குக் காய்ச்சல் வந்தது. மிகவும் காய்ச்சலுடன் வகுப்புக்கு வந்த ஒரு குழந்தை கொடுத்த பரிசு. இருந்தும் அதைப் பொருட்படுத்தாமல் வழக்கம்போல் பச்சைத் தண்ணீரில் குளித்துவிட்டு அவள் பள்ளிக்குச் சென்றாள். இல்லையென்றாலும் காலையில் பச்சைத் தண்ணீரில் குளிக்கும் குளியலை ஒதுக்குவதற்கு அவளுக்குக் கஷ்டம். ஆனால் மதியமாவதற்குள் காய்ச்சல் அதிகரித்தது. யாரோ ரிக்ஷாவில் அழைத்து வந்து வீட்டில் விட்டுவிட்டுச் சென்றிருக்கிறார்கள்.

வந்தவுடனே படுக்கையில் ஏறி மூடிப் போர்த்திக்கொண்டு படுத்துவிட்டாள். வாடி வதங்கிய அந்த படுத்தலை கண்டதும் கோமதியின் மனம் கொஞ்சம் துடித்தது. சங்கரராமனோ தூரமாக எங்கேயோ பயணம் சென்றிருக்கிறான்.

மாலையானதும் காய்ச்சல் அதிகரித்தது. நெற்றியில் கை வைத்ததும் மிகவும் சுட்டது. குழந்தை மயக்கத்தில் இருந்தாள்.

கோமதி தன்னை அறியாமல் கையை இழுத்தாள். உள்ளுக்குள் என்னவோ குழம்பி புரள்கிறது. இத்தனை நாள் ஆனபின் இன்றுதான் இந்தக் குழந்தையை முதன் முதலாகத் தொடுகிறாள். முதன்முதலாக அந்த ஸ்பரிசம் காய்ச்சலில் கொதிக்கும் அவளுடைய நெற்றியில். குழந்தை படுக்கையில் கிடந்து துவளுகிறாள். படுக்கையில் இருப்பில்லாமல் தலை அங்குமிங்குமாக வெட்டும்போது வறண்டு கருத்துப்போன உதடுகள் என்னவோ சொல்லப் பார்க்கின்றன.

கோமதி காதை கூர்மைப்படுத்தினாள். அவள் அம்மாவை அழைப்பதுபோல் இருந்தது.

எந்த அம்மாவை? கோமதி யோசித்தாள். பெற்ற தாயையா வளர்ப்பு தாயையா?

அன்று முதன்முதலாக அவள் முகத்தைக் கனிவுடன் பார்த்தாள் கோமதி. முன்பு தெரியாத ஏதோவொரு முகம். பழக்கமில்லாத ஈரத் துணிகளைக் கலைந்து மாற்றுவதற்கு நோக்கும்போது அடியில் எங்கேயோ வியர்வையில் நனைந்த, களங்கமில்லாத பிஞ்சு முகம். ஒரு நிமிடத் தளர்வில் தன்னையறியாமல் தன் முகம் அவளுடைய நெற்றியை நெருங்குவதை கோமதி உணர்ந்தாள்.

உடனே திடுக்கிட்டுப் பின்வாங்கினாள். எதையோ நினைத்து தலையைக் குலுக்கினாள்.

வெகுநேரமாகியும் ஜுரம் குறையாமல் இருந்தது. கோமதிக்குக் குழப்பமாயிற்று. பூக்கடை பையன் வந்ததும் வைத்தியசாலையிலிருந்து பாட்டில் மருந்தும் சூரணங்களும் வாங்கி வந்தான்.

அன்று இரவில் கோமதி காதம்பரியின் அறையிலேயே பாயை விரித்துப் படுத்தாள். இரவு வெகுநேரமாகியும் அவளால் முற்றிலும் உறங்க முடியவில்லை. கட்டிலிலிருந்து குழந்தையின் அவ்வப்போதைய முனகல்கள். ஜன்னல்களுக்கு வெளியிலிருந்து வெளவால்களின் உரத்த சிறகடிப்பு சப்தங்கள். நீண்டதொரு இடைவெளிக்குப்பின் இந்த வவ்வால்கள் தங்களின் வாழ்க்கையில் குறுக்கிடுவதுபோல் அச்சப்தங்கள்.

நன்கு பழக்கமான சிறகடிப்பு ஓசைகள். படுக்கை அறை மற்றும் பிள்ளைப் பேறு அறையின் வாயிலுக்கு வெளியே முன்பு பல சமயங்களில் தெளிவாகக் கேட்டிருந்த சிறகடிப்பு சப்தங்கள். இருளின் ஆழங்களிலிருந்து வேற்று உலகத்தின் சப்தங்களுடன் பறந்துவந்து மரக்கிளைகளில் தொங்கும் வவ்வால்கள். அவலட்சணமான வடிவம், அசுபரமான சப்தங்கள்.

தன் உடலில் சகிக்க முடியாததொரு சிலிர்ப்பு தனித்து ஏறுவது கோமதிக்குப் புரிந்தது. கழுத்தின் வழியாக வியர்வை வாய்க்காலாகி வடிந்தது. வேறொரு அபசகுணம் போல் மீண்டும் அந்த வவ்வால்கள். கோமதி மிகவும் பயந்தாள். வெளியூர் பயணம் சென்ற சங்கரராமன் எப்போது திரும்பி வருவான் என்று தெரியவில்லை.

இதயம் படபடக்கிறது. அன்று முதன்முதலாக அவளுக்குத் தெரிந்த தெய்வங்களையெல்லாம் அழைத்து மகளுக்காக பிரார்த்தித்தாள். ஏராளமான நேர்ச்சைகளை நேர்ந்து கொண்டாள்.

மறுநாளும் காய்ச்சல் ஏறி இறங்கியபடி இருந்தது. மூன்றாம் நாள் செய்தியைக் கேள்விப்பட்ட சங்கரராமன் வந்து சேருவதற்குள் குழந்தை பிதற்றத் தொடங்கியிருந்தாள்.

அவன் ஒன்றை மட்டும் நோக்கினான். குழந்தையின் காய்ச்சலில் கருத்த முகம். இரத்தம் வடிந்து வெளுத்துப்போன மனைவியின் முகம்.

யசோதரம்மாவின் ஆஸ்பத்திரிக்குக் கொண்டு சென்றபோது குழந்தைக்கு முற்றிலும் நினைவில்லாமல் இருந்தது. பரிசோதித்து முடித்தபோது டாக்டரம்மாவின் முகம் மிகவும் சிவந்துவிட்டது.

அவர் சங்கரராமனை முறைத்துப் பார்த்தார்.

இப்போதாவது கொண்டு வரத்தோன்றியதே புண்ணியம்தான். இன்னும் கொஞ்சம் கழிச்சு வந்திருந்தால்....

ரெண்டு நாளா நான் இங்க இல்லாம இருந்துட்டேன் டாக்டரம்மா...

விழாக்கள் சீஸன் தொடங்கியாச்சே, இல்லே?

சங்கரராமன் தலைகுனிந்து நின்று கொண்டிருந்தான். அவனால் ஒன்றும் சொல்ல முடியவில்லை. ஆனா, இவங்க, உங்க மனைவி இருந்திருக்காங்களே... யசோதரம்மாள் கோமதியை நோக்கித் திரும்பினாள். நீங்க படிச்சவங்கள்லாம் இப்படிக் காட்டத் தொடங்கினா... காய்ச்சல் ரொம்பவே அதிகமாயிட்டிருக்கு... சின்ன வயசாச்சே... காய்ச்சல தக்க சமயத்துல கட்டுப்படுத்தலேன்னா..

சங்கரராமன் திகைத்து நின்றிருந்தான்.

காய்ச்சல் எந்த போக்கிலும் திரும்பலாம். டைபாய்டு, நிமோனியா, மெனிஞ்சைட்டிஸ்... எல்லாம் ஒரே மாதிரியான சீரியஸ் கேசுங்க. அதுவும் இந்த வயசுல. எதுவானாலும் காய்ச்சல் அடங்கற வரைக்கும் இங்கயே இருக்கட்டும்.

ஆசுபத்திரி படுக்கைக்கு அருகில் மூன்று இரவும் மூன்று பகலுமாக கோமதி காவல் இருந்தாள். இரவில் தான் வந்து காவலிருக்கிறேன் என்று சங்கரராமன் சொன்னாலும் அவள் அதற்கு ஒத்துக் கொள்ளவில்லை.

இது முருகனின் முடிவு. சங்கரராமன் உள்ளுக்குள் சொன்னான். பிராயச்சித்தம் இம்மாதிரிதான் என்று தீர்ப்பளித்ததும் முருகன்தான்.

ஆஸ்பத்திரியிலிருந்து திரும்பி வந்தபின் கோமதியின் நடவடிக்கையில் மெல்ல மாற்றங்கள் வந்து சேருவதை ஆவலுடன் சங்கரராமன் பார்த்தான்.

அவள் ஆகமொத்தத்தில் மாறி இருக்கிறாள். தாய்க்கும் மகளுக்கும் முன்னே முன்பு காண முடியாத புதியதொரு

உலகம் பூத்துக்குலுங்கி நிற்பதுபோல். இப்போது காதம்பரிக்கு எல்லாவற்றுக்குமே தாய்தான் தேவை. குளிக்க வைப்பதற்கு, சாப்பிடுவதற்கு, நர்சரி ஸ்கூலுக்குத் தயார் செய்து அனுப்புவதற்கு என எல்லாவற்றுக்கும் அம்மாதான்.

அவள் தானாகவே அந்த குழந்தையுடன் நெருங்கிச் சேருவது, இல்லையென்றால் சின்ன காதம்பரி தாயை தன்னிடம் இழுத்து சேர்த்துக் கொள்வது என்பவற்றையெல்லாம் ஆவலுடன் பார்த்துக் கொண்டு நின்றிருந்தான் சங்கரராமன்.

முன்பெல்லாம் இரவில் அவன் வீட்டுக்குள் வந்து ஏறும் போதே குழந்தையைப் பற்றி ஒவ்வொரு புகாருடன் வராண்டாவிலேயே காத்துக்கொண்டு நின்றிருப்பாள் கோமதி. சிறுசிறு குறும்புகளைக்கூட பெரிதாக்கி ஒரே மூச்சில் சொல்லி முடித்து ஆசுவாசத்துடன் நெடுமூச்சு விடும் கோமதியின் முகத்தைப் பார்க்காமல் -

"போவட்டும்மா... சின்ன கொழந்தைதானே" என்பான்.

அதைக் கேட்கும்போது அவளுடைய கோபம் அதிகரிக்கத் தொடங்கிவிடும்.

அதன்பின் ஒன்றும் சொல்லாமல், அமுத்தலான சிரிப்புடன் காதம்பரியின் அறைக்குத்தான் அவன் போவான். உள்ளறையில் உள்ள கட்டிலில் மயங்கிப் படுத்திருக்கும் குழந்தையைத் தொட்டு தடவியவாறு அவன் சிறிதுநேரம் அப்படியே நிற்பான்.

விரும்பாததுபோல் என்னமோ முணுமுணுத்தவாறு கோமதி அடுக்களைக்குள் நுழையும்போது எதுவும் தன் காதில் விழாததுபோல் சங்கரராமன் திரும்பி நடப்பான்.

ஒரு நாள் அலமேலு பாட்டி பெரும் ஆச்சரியத்துடன் சங்கரராமனிடம், 'இந்தம்மா ஏன் இப்படியெல்லாம்... இவ்வளவு நாளாயும் இன்னும் மாறவே இல்லியே...' என்று சொன்னாள்.

அதற்கான பதில் அவனிடமும் இல்லாமல் இருந்தது. ஒரு குழந்தையின் கொஞ்சலில் பெறாத வயிறு பெற்ற வயிறைவிட உணர வேண்டியதாயிற்றே!

இப்போது பெரியதொரு தவறை உணர்ந்ததற்கு நடுவில் அவர் புதியதொரு அம்மா. தான் அவர்களுக்குப் புதியதொரு மகள்.

அவ்வாறு பெறாத தாயின் மடியில் படுத்து அவரின் உஷ்ணத்தை உணர்ந்து காதம்பரி மலர்ந்தாள். நல்ல உணவையும்

நல்ல பாசத்தையும் அடைந்தவுடன் அவளுடைய தேன் நிற முகம் இன்னும் கொஞ்சம் மின்னியது. கண்களில் ஒளி நிறைந்தது. கன்னங்கள் துடித்தன. தன் இரத்தத்திலிருந்து பிறக்காதவர்களிடத் தில்தான் பிறந்தவர்களைவிட அதிக பாசம் என்பதை உணர்வதற்கு கோமதி அதிக நாட்கள் எடுத்துக் கொள்ளவில்லை.

பூக்கடைக்காரனின் குடும்பத்திற்கு பொதுவாகவே ராத்திரி தூக்கம் மிகவும் குறைவுதான். அவர்களின் விடியல் மிகவும் வெளுப்பாகத் தொடங்குகிறது. பனியாக இருந்தாலும் மழையாக இருந்தாலும் இரவு இரண்டரை மணியாவதற்குள் கோமதி முன்னே எழுந்தால் பின்னே சங்கரராமனும் எழுந்து விடுகிறான்.

மூன்று மணியாவதற்குள் அந்தச் சிறிய பொட்டி வண்டியுடன் முனியசாமி வந்து விடுகிறான். வண்டியை வாசற்படியில் நிறுத்தி தன்னுடைய வருகையை அறிவிப்பதற்காக இன்ஜினை மிகவும் இரைச்சலிடச் செய்வது அவனுடைய பழையதொரு வழக்கம். பக்கத்து வீட்டார்கள் பலமுறை புகார் சொல்லியும் முனிய சாமியால் அப்பழக்கத்தை ஒருபோதும் நிறுத்த முடியவில்லை. அவ்வாறு அவர்களுக்கும் அதுவொரு வழக்கமாயிற்று.

கடைத்தெருவிலுள்ள பூக்காரன் முக்கிலுள்ள மொத்த வியாபாரிகளின் கடைகளும் அதற்குள் விழித்துக் கொண்டி ருக்கும். மூன்றரைக்கு வரும் கோவை பாசஞ்சர் ரயிலிலிருந்து இறக்கி வைக்கப்படும் பூக்கூடைகளில் கருப்பு வண்ணத்தில் பெரிய எழுத்துக்களில் கோயில் தெரு சங்கரராமனின் பெயர் எழுதப்பட்டிருப்பதைத் சட்டென்று போர்ட்டர்களுக்கு அடையாளம் தெரியும்.

அதற்குள் மேற்குப் பக்க தாழ்வாரத்தில் பூக்கட்டும் ஐந்து பெண் சிறுமிகளும் வந்துவிட்டிருப்பார்கள். எங்கிருந்தோ அநாதை ஆசிரமத்திலிருந்து குதிரை வண்டியில் அழைத்து வரப்படும் ஏழைச்சிறுமிகள் அவர்கள். விடியலின் அமைதித் தன்மையில் குடை மணிகளின் சிணுங்கள் சப்தத்தைத் தூரத்திலிருந்து கேட்பதற்குள் கோமதி ஓடிச்சென்று கதவைத் திறந்து வைப்பாள்.

கண்களிலுள்ள தூக்கத்தை உதறுவதற்கு முயன்று கொண்டு தான் அவர்கள் படிகளில் ஏறுவார்கள். சிறுமிகளின் உறக்கக் கலக்கத்தை மாற்றுவதற்காக எவர்சில்வர் பாத்திரத்தில் நன்கு டிகாக்ஷன் உள்ள கடும் டீயை கோமதி தயாரித்து வைத்திருப்பாள். அந்த ஏழைப்பட்ட ஐந்து சிறுமிகளின் பிழைப்பு அதன்பின் தாழ்வாரத்திற்குள்ளே பலவகைப் பூக்களின் கூட்டத்தில்தான்.

கால் ஊனமுள்ளவள், சரியாகக் கண் தெரியாதவர்கள், ஒரு கை மட்டுமே உள்ளவள், முதுகில் பெரியதொரு கூனுள்ளவள் என எல்லாருமே ஒவ்வொரு உடலுறப்பு ஊனத்தின் சுமையைச் சுமப்பவர்கள்.

அவர்களையெல்லாம் ஒவ்வொரு மலர்களின் பெயரைச் சொல்லி அழைப்பதற்குச் சங்கரராமனுக்கு மிகவும் ஆர்வமாக இருந்தது.

ரோஜா, செந்தாமரை, கனகாம்பரம், மல்லிகை, செண்பகம்...

ஒருவகையில் இவர்கள்தான் நிஜமான மலர்கள். இவர்கள் கடவுளின் சொந்த மலர்கள் என்று ஒருமுறை தன் மனைவியிடம் சொன்னான் சங்கரராமன்.

சகிக்கமுடியாத வாடையுடன் விடியற்காலையிலேயே வந்து நுழையும் அந்தச் சிறுமிகளுக்கெல்லாம் போகும்போது மலர் களின் நறுமணமாக இருக்கும். ஒவ்வொரு சிறுமிக்கும் ஒவ்வொரு மலர்களின் மணம்.

தாழ்வாரத்திலுள்ள பெண் பிள்ளைகளுக்குத் தந்தை ஒவ்வொரு அழகானப் பெயர்களைச் சூட்டிக் கொண்டிருந்தபோது மகள் காதம்பரி வேறொன்றைதான் நினைத்துக் கொண்டிருந்தாள். கோவை பாசஞ்சரில் கூடைகளில் வந்திறங்கும் மலர்களின் பெயர்களையல்லவா அவர்களுக்குச் சூட்ட வேண்டும். ஏராள மாகப் பார்த்திருந்தும், ஆனால் பெயர்கள் தெரியாத சில வேறுபட்ட காட்டுப் பூக்கள் அவை. காட்டின் அழகு. காட்டின் மணம்.

அந்த ஐந்து சிறுமிகளுக்கும் வந்தது முதல் வேலைதான். கோயிலுக்குக் கொண்டு செல்லும் மாலைகள், பூஜை திரவியங்கள் என்பது முதல் பணியாக இருக்கும். பின்பு ஆர்டர்களை ஒட்டி பலவகையான பொக்கேக்கள், செண்டுகள், ரீத்துகள், அலங்கார வேலைப்பாடுகள் என வேலைகள் இருந்துகொண்டே இருக்கும். வந்து நுழைந்துவிட்டால் அதன்பின் சுற்றிலும் நடப்பவைகள் ஒன்றையும் அறிந்து கொள்ளாமல் பொம்மைகளைப்போல் அவர்களின் கைகள் ஆடிக்கொண்டே இருக்கும். காப்பி குடிக்க அம்மா அழைக்கும்போதுதான் அவர்களின் தலைகள் கொஞ்சம் உயரும்.

அலங்காரப் பந்தல்கள் அமைக்கும் பணிகள் உள்ளபோது அதற்காக வரக்கூடிய இரண்டு மூன்று இளைஞர்களைக் காதம்பரி

கண்டுக்க மாட்டாள். ஒவ்வொருவனுக்கும் ஒவ்வொரு தறிகெட்ட பார்வைதான் இருக்கும்.

பூக்கூடைகளைவாங்கும்போது தெரியாததுபோல் அங்குமிங்கு மெல்லாம் தொடுவதற்கு அந்த நீண்ட தலைமுடியுள்ள, மார்பில் பச்சைக் குத்திய பையன் பெரும் கபடமுள்ளவனாக இருந்தான். உயர்ந்த அலங்கார வளைவுகளில் சாய்ந்தும் மல்லாந்தும் நின்று அழகான சித்திர வேலைப்பாடுகள் செய்து பழக்கமுள்ளதால்தான் அவன் தன்னை நோக்கிக்கொண்டு இருந்ததும். வேலைத் திறமை அறிந்தவனாதலால்தான் சங்கரராமனுக்கும் அவனை மிகவும் பிடித்திருந்தது.

அவனுடைய கைத்திறனை ஆரம்பத்திலெல்லாம் கவனிக் காதது போல்தான் காதம்பரி நின்றாள். கடைசியில், தைரியம் அதிகரித்து நடைபாதையிலுள்ள இருளில் அவன் பாவாடைக்குள் கையைவிட எத்தனித்தபோதுதான் அவன் கையை ஓங்கி இழுத்து வீசினாள். அதன்பின் அவன் வேலைக்கு வந்ததே இல்லை.

இடையிடையே அந்த பெண்பிள்ளைகளுடன் சேர்ந்து உதவுவதற்காகத் தாழ்வாரத்தின் தரையில் சோர்ந்துபோய் அமர்ந்திருக்கும்போதுதான், இவர்களுக்கும் எனக்குமிடையே என்ன வேறுபாடு இருக்கிறது என்று காதம்பரி நினைப்பது உண்டு. இந்தக் கூட்டத்தில் நானும் ஒரு ஆறாவது பெண்ணாக இருக்க வேண்டியவள்தானோ?

ஆறாவது பெண் பிள்ளை, ஆறாவது மலர். எனக்கும் சொந்தமாக ஒரு பூவின் பெயர் வேண்டும்.

அந்தக் கூட்டத்திலேயே மிகவும் நெருக்கம் அந்த கனகாம்பரத்தினோடுதான் காதம்பரிக்கு இருந்தது. அவளுக்கு ஒரு கண்ணின் பார்வை பறிபோயிருந்தது. மற்றொரு கண்ணும் கொஞ்சம் பயப்பிராந்தியில்தான் இருந்தது. படியில் ஏறும்போதும் தாழ்வாரத்திலுள்ள தாழ்ந்த தரையில் கால் எடுத்து வைக்கும் போதும் சிநேகிதிகள் கையைப் பிடிக்க எத்தனிக்கும்போது அவள் தடுத்து விடுகிறாள். 'அந்தளவுக்கு ஒன்னும் இல்லீங்கடி. முடியலேன்னா நான் உங்களுடைய தோளிலேயே மாறிமாறி தொங்கிக் கொள்வேன்' என்று கனகாம்பரம் சொல்வாள். பார்வை குறைவு என்றாலும், அந்தக் கூட்டத்திலேயே மிகவும் நன்றாக வேலை செய்பவள் அவளாகத்தான் இருந்தாள். நல்ல கை வேகம். பூக்களுடன் சொல்லவொண்ணாத வகையில் ஒரு இணக்கம்.

‘இவள் கனகாம்பரம் இல்லம்மா, மங்களம்’ ஒருநாள் காதம்பரி தன் தாய்க்குச் சொல்லிக் கொடுத்தாள். எவ்வளவோ ஐஸ்வர்யமுள்ள பெயர். மங்களம் என்னும் கனகாம்பரம். கனகாம்பரம் என்னும் மங்களம்.

தாழ்வாரத்திலுள்ள பெண் பிள்ளைகளின் கூட்டத்தில் சொந்த தந்தையையும் தாயையும் காணக்கூடிய பாக்கியம் ஏற்பட்டது மங்களத்திற்கு மட்டும்தான் என்று தோன்றுகிறது. தாயைப் பற்றியதான எல்லா நினைவுகளும் அவர்களின் கன்னத்திலிருக்கும் அந்தப் பெரிய மச்சத்திலிருந்து தொடங்குகிறது. நினைவு தெரிந்தபோது, தாய்க்கும் முன்பாக அந்த மச்சத்தைதான் அவள் காண்பதாக இருக்க வேண்டும்.

கட்டிடத் தொழிலாளர்களின் கூட்டத்தில் மங்களத்தின் தாயினுடைய பணிச் சுமை சுமப்பது. விடியற்காலையிலேயே கட்டுச் சோற்றுடன் சாலையருகிலுள்ள ஆலமரத்தின் அடியில் கான்ட்ராக்ட்காரனின் லாரிக்காக காத்துக்கொண்டு அம்மா அப்படியே நின்று கொண்டிருப்பாள். சில நாட்களில் லாரி வராமல் போகும்போது காறிய குரலில் யார் யாரையோ அம்மா சாபமிடுவது கேட்கும்.

மாநிறத்தில், மெலிந்து உலர்ந்த சத்தற்ற தாய். தலையில் சுமையுடன் எங்கும் பிடிக்காமல் இரும்பு படிகளில் மிதித்து ஆகாயத்தை நோக்கி ஏறிச்செல்லும் தாயை நோக்கி நின்றி ருப்பதும் கூட சொல்லவொண்ணாத ஒரு பயத்துடன்தான். ஆகாயத்தின் வெற்று வெளியை மட்டுமே கைத்தாங்கலாக நம்பி முடிவில்லாத ஒரு ஏற்றம் அது. அதைப் பற்றியெல்லாம் நினைத்து தூக்கத்தில் பயந்து அழும்போதெல்லாம் தாய் மகளைச் சமாதானப்படுத்துவாள். ஆகாயம் ஒருபோதும் பழிவாங்காதுடா கண்ணு. இது எத்தனையோ பேர் மிதித்து ஏறிய ஆகாயம்டா.

அப்பா என்னும் பெயரில் கூடவே ஒருவன் தங்கியிருந்தாலும் தான் அவனை அப்பா என்று அழைப்பது, தாய்க்கும் முற்றிலும் விருப்பமில்லாமல் இருந்தது. அதிகமாக இருமிக்கொண்டு அடிக்கடி முற்றத்தில் சளியைத் துப்பும் அவனைக் காண்பதும்கூட அம்மாவுக்கு வெறுப்பாக இருந்தது. என்னவோ தெரியவில்லை, அவனுடைய முகத்தில் எப்போதும் சங்கடமே தேங்கி இருந்தது. தான் நெருங்கிச் செல்லும்போது அந்தச் சங்கடம் மிகவும் அதிகரிக்கவே செய்யும். அதனால்தான் அம்மா எவ்வளவு

விலக்கினாலும் அவன் அருகில் சென்று அமருவதற்குத்தான் மங்களத்திற்கு விருப்பாக இருந்தது.

ஒரு சமயம் வேலை செய்யும் இடத்தில் வைத்து உச்சந்தலையில் தடவியவாறே அரிசி வெல்லம் வாங்கித் தந்த அந்தக் கருமையான தடித்த தெலுங்கு மேஸ்திரியை அப்பா என்று அழைக்கலாமென்று அம்மா சொன்னாள்.

இனிமேல் வந்தால் பட்டு ரிப்பனும், கண்ணாடி வளையல்களுமெல்லாம் வாங்கித் தருகிறேன் என்று அவன் ஆசை காட்டினான் என்றாலும், அம்மா வேலை செய்யும் இடத்துக்குப் போக மங்களத்திற்குத் தயக்கமாக இருந்தது. எந்தவொரு பிடிமானமும் இல்லாமல் ஆகாயத்தை நோக்கி ஏறிச் செல்லும் தாயைப் பார்க்க முடியாது. அப்புறம் அந்தத் தெலுங்கு மேஸ்திரியின், ஒரு கொஞ்சல். நிற்காத இருமலும் முகத்தில் சங்கடத்தையும் பார்க்க முடியவில்லை என்றாலும் காணாத அப்பாவைவிட காணுகின்ற அப்பாவைத்தான் அவளுக்குப் பிரியமாக இருந்தது.

காலையில் அம்மா வெளியேறிச் செல்லும் போதெல்லாம் மகளுக்குப் பெருத்த பயம்தான். தாயின் சேலைத் தலைப்பை சுற்றிப்பிடித்து, விடாமல் நிற்கும்போது தாய் சேர்த்துப் பிடித்த வாறு, ஏழைகளுக்கு முருகன்தான் துணை. இங்கே எனக்கு அந்த சாம்பல் நிற ஆகாசம் ஆண்டவனைப்போல. அது ஒருபோதும் என்னைக் கைவிடாது என்று மீண்டும் மீண்டும் சொல்வாள்.

இருந்தும் அந்த கருணையில்லாத ஆகாயம் கடைசியில் அவர்களை வஞ்சித்துவிட்டது.

நகரத்தின் ஒரு மூலையில் புதியதாகக் கட்டப்பட்டுக் கொண்டிருந்த ஐந்து மாடிக் கட்டிடத்தின் உச்சியிலிருந்து விழுந்து தான் அம்மா இறந்தாள். ஆகாயத்திலிருந்து ஒரு கருமையான உருண்டை பறவையைப்போல் விழுந்து அம்மா சிதறிப் போனாள். பல பிறவிகள் வரையில் ஒரு பெரும் சாபமாகவே பின்தொடரப் போகும் ஒரு காட்சி அது. அதைக் கண்ணால் கண்ட காட்சியாவதற்காக மட்டும்தான் அன்று முருகனே அம்மாவோடு சேர்த்து தன்னையும் பணியாற்றும் இடத்துக்குக் கொண்டு சென்றிருக்க வேண்டும்.

அதுவொரு பெரும் சாபமாக இருந்தது.

பின்பு எத்தனையோ முறை அதே காட்சி கண்முன்னே மீண்டும் மீண்டும் வந்து கொண்டிருந்தன. ஐந்தாம் மாடியிலிருந்தும் ஆறாம் மாடியிலிருந்தும் ஏழாம் மாடியிலிருந்தும் எல்லாம் ஒவ்வொரு கருப்பு உருண்டை பறவைகளாக அம்மா விழுந்துகொண்டே இருந்தாள். ஒவ்வொரு மாடியிலிருந்து விழும் பறவையும் ஒவ்வொரு அம்மாவாகவே இருந்தாள்.

இறுதியில், கட்டிடங்களின் பொய்க்கால்கள் சிதிலமானதால் தெளிந்த ஆகாயத்தின் உயரங்களிலிருந்து ஒரு பெரும் வீழ்ச்சியாக இருந்தது. அதுவே ஆகாயத்தின் பழிவாங்கலாக இருந்தது. இவ்வளவு காலமும் மமதையுடன் தன் மார்பின்மேல் மிதித்து ஏறிச்சென்றதினால் தோன்றிய விரோதமாக இருந்தது.

மங்களத்தின் இடது கண்ணிலுள்ள வெளிச்சம் அந்தக் காட்சிக்குப் பின்தான் மங்கியது. தாயின் வீழ்ச்சியைப் பார்க்க சபிக்கப்பட்ட கண்ணுக்கு இனிமேலும் அப்படியொரு காட்சியைக் காண்பதற்கான சக்தி இல்லாமலாகிப் போய்விட்டது.

கோமதிக்கு இந்தப் பழங்கதைகளெல்லாம் சுத்தமாகப் பிடிக்கவில்லை. இந்த மங்களத்தின் கதையை எதற்காக தன்னிடம் இவள் விலாவாரியாகச் சொல்கிறாள்? அவள் இப்போது தனக்குப் பூக்கட்ட வந்திருக்கும் கனகாம்பரம் மட்டுமே. அநாதை ஆசிரமத்தில் தங்கி வசிக்கும் கனகாம்பரத்திற்கு இனிமேல் இறந்த காலம் இல்லை. அதேபோன்றுதான் இந்தத் தாழ்வாரத்தில் அமர்ந்திருக்கும் மற்ற நான்கு பெண் பிள்ளைகளுக்கும். ஒவ்வொரு சிறுமிக்கும் இப்படிச் சொல்வதற்கு நிறையவே கதைகள் உள்ளன என்பது தனக்கு தெரியாதது இல்லை. பழைய வரலாறுகளை அவர்களிடம் இதுவரையில் தெரிந்தே தான் கேட்காமல் இருப்பதுவும். அதுவொன்றையும் நான் கேட்க வேண்டியதில்லை. அவர்கள் இப்போது எனக்கு மலர்களைப் போலத்தான். பூக்களை கையாண்டு கையாண்டு தாமாகவே மலர்களானவர்கள். மலர்களாகப் பிறப்பதே முற்பிறவி புண்ணியம். அந்த மலர்களுக்கு கெட்ட இறந்த காலம் இல்லை.

சட்டென்று தாய் சொன்னது தனக்கும் சேர்த்துதான் என்று காதம்பரிக்குத் தோன்றியது. அந்தப் பிள்ளைகளைப்போல் உனக்கும் இறந்த காலம் இல்லை. கெட்ட காலத்தின் கதையைக் கேட்பதற்கு எனக்கு ஆர்வமும் இல்லை.

அவள் அவசரமாக எழுந்து அடுக்களைக்கு நடந்தபோது காதம்பரியும் பின்னாலேயே சென்றாள்.

‘கோவிச்சுக்காதேம்மா, அவள் பாவம்!’ காதம்பரி தாயின் தாடையிலுள்ள குழியில் ஒருமுறை சிறியதாக நிமிண்டினாள்.

அந்த அநாதைப் பிள்ளைகள் கூட்டத்தில் காதம்பரியும் அமர்ந்திருப்பது கோமதிக்குச் சுத்தமாகப் பிடிக்கவில்லை. குறிப்பாக கனகாம்பரத்தினோடான நட்பு. சில சமயம் வேலை முடிந்து வெளியேறும்போது இரண்டு பேரும் சேர்ந்து மூலையில் ஒரு சுவரில் சாய்ந்து வெகுநேரம் அப்படியே நின்று பேசிக் கொண்டிருப்பதைப் பார்க்கலாம். அவர்கள் அப்பேச்சை நிறுத்துவதற்காகக் காத்திருக்கும்போது மற்ற பிள்ளைகளுக்குப் பெரும் அதிசயமாக இருக்கும். இந்த காதம்பரிக்கு இந்த நகரத்தில் அவளிடம் பேசிமுடிப்பதற்கு என்ன விஷயங்கள் இருக்கின்றன? அதுவும் அவளைவிட வயது அதிகமான அநாதைப் பெண் அவள்.

அதைக்கண்ணுறும்போது கோமதிக்கும் கோபம் வருவதுண்டு. சிலசமயம், பிடித்து இழுத்துக் கொண்டுதான் தாழ்வாரத்திலிருந்து காதம்பரியை வெளியே கொண்டு செல்வாள்.

‘நீ ஏம்புள்ள இப்படி இருக்கே. அவங்க வந்து ஏதோ மாதிரி, ஊரும் பேரும் தெரியாத புள்ளைங்க. நீ அந்தக் கூட்டத்தில வொன்னும் போயி ஒக்காரக் கூடாது.’

‘அவ பாவம்மா. நீங்க எதுக்கு இந்த மாதிரில்லாம்...’

கோமதி இவற்றையெல்லாம் விவரிக்கத் தொடங்கும்போது சங்கரராமனுக்குச் சிரிப்பு வரும். என்றையிலிருந்து இவள் கோமதிக்கு ஏம்புள்ளையானா? அந்தப் பழைய தீண்டாமையும் சுத்தமுமெல்லாம் எங்கே போயின? காதம்பரியின் விஷயத்தில் மட்டுமல்ல, மற்ற சிறுமிகளின் விஷயத்திலும் கோமதி முற்றிலும் மாறிவிட்டிருந்தாள்.

கோமதியின் முகம் அப்படியே ஒளிமிகுந்து நிற்கிறது. அன்று அலமேலு பாட்டி சொன்னதுபோலவே இவள் இந்தக் குடும்பத்தின் விளக்குதான்; மகாலட்சுமிதான்!

எத்தனையோ காலத்திய நேர்ச்சையை நிறைவேற்றி தருவதற்காக இப்போது ஒரு மகள். அதனால், அவளையும் அழைத்துக் கொண்டு கோவில் கோவிலாகச் செல்வதற்குப் பயணமானார்கள்.

அந்தப் பழைய கருமாரியம்மன் கோயிலுக்கு மட்டும் வரமாட்டேன் என்று அடம் பிடித்தாள் காதம்பரி.

ஒரு பிறந்த இடத்தைப் போன்றுள்ள அந்த கோயில் இடம். இளம் மனதின் மங்கிய நினைவுகளில் எங்கேயோ உறைந்து கிடக்கிறது. பின்னப்பட்டுள்ள சில இருண்ட நிழல்களாக. வேனல்கால இரவுகளிலுள்ள தளர்ந்த உறக்கத்தின் இசையால் மிரட்ட எத்தனிக்கிறது மிகப் பழமையான ஒரு பேய்க்கனவு.

மனதிற்குள் ஒவ்வொன்றாக வரைந்து பார்க்கிறாள் காதம்பரி. ஒரு இரவின் இருள் முழுவதையும் தேய்த்துள்ள சுவரில் முனையில்லாத பழையதொரு சாக்பீஸ் துண்டால் கிறுக்கினாள்.

நினைவுகளில் தப்பித் துழாவும்போது உள்ளங்கையில் சேறு புரள்கிறது. சுற்றிலும் சேற்றின் ஈரமும் வாடையும்.

ஆள் அரவமற்ற கோயில் நடையிலுள்ள கடைசி விளக்கும் அணைந்து விட்டிருந்தது. ஏதோவொரு பலகாரக் கடையிலுள்ள பெட்ரோமேக்ஸின் வெளிச்சம் மட்டும் கொஞ்ச தூரத்தில் இருந்தது. ஆலமரத்தின் மறைவில் விரிக்கப்பட்டிருந்த அழுக்கு சமுக்காளத்தில், நிழல்களின் மூடல்களுக்கு அடியில் சுருண்டு படுத்திருந்த இரண்டு மனித உருவங்கள் எப்படியோ கண்களில் பட்டன. சிறிதுநேரம் அந்த ஜமுக்காளத்திற்கு நிழலை விழச்செய்து ஒரு ஓரமாக நின்றதாகத் தோன்றுகிறது. பின்பு, குனிந்து முழங்காலில் நின்றிருக்க வேண்டும். அந்த உருவங்களை நோக்கி மண்டியிட்ட கால்களின் வழியாகத்தான் ஊர்ந்திருக்க வேண்டும்.

பழக்கமுற்ற அந்த முன்னங்காலைத் தொட்டபோது, முதலில் கொஞ்சம் சுட்டதுபோல் இருந்தது. விரல் முனையின் வழியாக மேல்நோக்கி உருமி ஏறும் உஷ்ணத்தின் ஆவி. பின்பு ஒரு குளத்தின் அட்டையைப்போல் அந்த முன்னங்காலில் கடித்துத் தொங்குவதற்குத் தூண்டியது என்னவாக இருக்கும் என்று புரிந்து கொள்ள முடியவில்லை.

அதுபற்றி பிற்காலத்தில் பலசமயங்களில் அப்பாவிடம் கேட்க முயன்றதுண்டுதான்.

அன்றைய நிலையில் என்னைக் கூடவே கூட்டிச் செல்வதற்கான உண்மையான தூண்டுதல் என்னவாக இருந்தது? தயையா, கருணையா, ஒத்த பயிற்சியா... அல்லது ஏதாவது முற்பிறவி பிணைப்பா?

அப்பாவிடம் நேரிட்டு கேட்பதற்கான தைரியம் உண்டாக வில்லை. அந்த முகம் எப்போதும் நினைவூட்டுவது, ஆளற்ற ஏதோவொரு கோயிலில் என்றோ பார்த்து மறந்த ஒரு பிரதிஷ் டையை மட்டுமே. கருணைப் பொங்கும் பெரும் உணர்ச்சிப் பிரவாகம்.

ஆனால், அந்த கேள்விக்கு அலமேலு பாட்டிதான் பதில் அளித் தாள்.

'அது விட்ட குறை தொட்ட குறை' என்றாள் பாட்டி.

முன்பெப்போதோ சில சிறிய மனமுள்ள குறுகிய மனிதர்கள் வரைந்து வைத்துள்ள வம்சங்கள், கோத்திரங்கள் ஆகியவற்றின் மாயக்களங்களுக்கு அப்பால், அதிலும் பலமும் வசியமுமுள்ள ஒரு மாபெரும் பிணைப்பு.

பின்பு அந்த கோமதியின் கள்ளங்கபடமில்லாத பிரார்த்தனை களின் பலன். முற்பிறவி புண்ணியம். தன் வயிற்றின் வழியாக, இல்லையென்றால் மற்றொரு வழியின் மூலமாகச் சம்பாதித்த வெற்றி. உக்கிர சக்தியுள்ள கருமாரியம்மனின் பார்வையிலேயே சேற்றில் மூழ்கிக் கிடக்கும் புதையல் வெளியே வருவதற்கு அதற்கே உரியதான ஒரு நேரமும் காலமும்கூட உண்டு.

இல்லையென்றாலும், ஓரிடத்தில் கொட்டும்போது, மறு பக்கத்தில் தடவிக் கொடுப்பவன் அல்லவா முருகன் என்பதை அலமேலு பாட்டி நினைவூட்டினாள்.

ஆனால், தன் விஷயமாக ஆகும்போது தடவிக் கொடுப்பதை விட அதிகம் கொட்டுதான் எப்போதும் என்று கோமதி நினைத் தாள். அதுவும் ஒரு பக்கம் மட்டுமல்லாமல், எல்லாப் பக்கங் களிலுமாக.

5

காதம்பரி பெரியவளாகத் தொடங்கியதும் சங்கரராமனின் உள்ளுக்குள்ளும் ஒவ்வொரு ஆசை பொங்கி வந்து கொண்டிருந்தது.

ஐந்தாறு மைல்கள் தொலைவிலுள்ள, கன்னியாஸ்திரிகள் நடத்தும் பள்ளிகளில்தான் அவளைச் சேர்க்க வேண்டுமென்று சங்கரராமனுக்குப் பெரும் நிர்ப்பந்தமாகவே இருந்தது. எல்லாம் ஆங்கிலத்திலேயே கற்பிக்கும் புகழ்பெற்ற பள்ளி. பெரிய வீடுகளிலுள்ள குழந்தைகளெல்லாம் அங்குதான் படிக்கிறார்கள்.

ஆனால், கோமதி மட்டும் அதற்கு எதிர்ப்புத் தெரிவித்தாள். பக்கத்திலேயே நாமெல்லாம் படித்த பழைய ஸ்கூல் உள்ளபோது எதற்கு இவ்வளவு தூரம் போக வேண்டும். அப்புறம் இந்த இங்கிலீஷ்னு சொல்றது நாமல்லாம் பழகாத ஒரு வேற்றுமொழி. கடலுக்கு அப்பாலுள்ள தோல் சிவந்த சில விசித்திர வர்க்கத்தாரின் மொழி அது. குழந்தைப் பருவத்திலிருந்தே அந்நியர்களின் மொழியைப் பழகினால் இல்லாமல் போவது நம்முடைய பழக்கங்கள், நம்பிக்கைகள், கலாச்சாரங்கள்தான்...

அதைக் கேட்டவுடன் சங்கரராமனுக்குச் சிரிப்புதான் வந்தது. இவையெல்லாம் உன்னுடைய அந்தப் பழைய ஹெட்மாஸ்டர் அப்பா கற்றுத் தந்த புண்ணிய புராண சிந்தனைகள். ஹெட்மாஸ்டர் தந்தையின் புராண காலமெல்லாம் எப்போதோ போய்விட்டது. எப்படியிருந்தாலும் வேற்று மொழியைக் கற்றால் நம்முடைய குழந்தை மதாம்மா ஆகவும் போறதில்லை. கெடவும்

போறதில்லை. கலாச்சாரங்களையும் நம்பிக்கைகளையும் எல்லாம் பழக்கப்படுத்த வேண்டியது நாமேதான். அதுவும் வீட்டில் வைத்துதான்.

இருந்தாலும்...

'எந்த இருந்தாலும் இல்லை. உன்னுடைய எம்.ஏ. முதலாம் ஆண்டே வெறும் வேஸ்ட்' சங்கரராமன் கிண்டலடித்தான். 'உலகம் மாறுவதையொட்டி மனமும் பெரிதாகவில்லையென்றால் எதற்கு நீ பி.ஏ.யும் எம்.ஏ.யுமெல்லாம்...'

இருந்தும் கோமதிக்கு மனம் வரவில்லை. கன்னியாஸ்திரி களின் பள்ளிக்கூடமாகும்போது, அவர்களின் பிரார்த்தனைகளைச் சொல்ல வேண்டும் என்று கேள்விப்பட்டதுண்டு. இன்னொரு கடவுளை வணங்கற விஷயத்தைப் பற்றி ஆலோசிக்கவே முடியாது.

'கடவுளெல்லாம் ஒன்னுதான் கோமதி' என்ற சங்கரராமன், பிரார்த்தனைகள் மட்டும் பல உண்டு. எல்லாப் பிரார்த்தனை களுமே ஒரே கடவுளின் அருகில்தான் அழைத்துச் செல்லு கின்றன' என்று தொடர்ந்து கூறினான்.

கோமதி அதற்குக் கொஞ்சம் அழுத்தமாக முனகி ஆமோதித் தாள்.

அவளுடன் விவாதம் செய்வதில் விஷயம் இல்லை என்று அறிந்து இருந்ததால் அதன்பின் எதுவும் சொல்ல நிற்காமல் சங்கரராமன் காதம்பரியை நேராக அதே பள்ளிக்கூடத்திற்குதான் அழைத்துக் கொண்டுபோய்ச் சேர்த்தான்.

அப்போதெல்லாம் தன் மனதிற்குள்ளே இருந்த அந்த சுயநல ஆசையைப் பற்றி கோமதியிடம்கூட சொல்லச் சங்கரராமனுக்கு தயக்கமாக இருந்தது.

அந்த அய்யா சாஸ்திரிகளின் இரண்டு பெண் பிள்ளைகளும் இதே பள்ளிக்கூடத்தில்தான் படித்தார்கள். இப்போது அவர்கள் இரண்டு பேரும் பெரும் மருத்துவர்கள். பின்பு அந்த கன்னி யாஸ்திரிகள் எல்லா விஷயத்திலும் மிகவும் கண்டிப்பானவர்கள் என்றும் கேள்விப்பட்டதுண்டு. காலையில் அவர்களின் பிரார்த் தனைகளைச் சொல்ல வேண்டிய நிலை வருமென்றாலும் அவர்கள் காட்டும் கட்டுப்பாடு மற்ற பள்ளிக்கூடங்களில் கிடைப் பதில்லை.

சிறிய சிகப்பு சதுரங்களுள்ள மேல் சட்டை. காப்பிப் பொடி நிறத்திலுள்ள ஃபிராக். முடியை பின்னால் வகுந்து இரு பக்கங்களிலுமாக பின்னிக்கொண்டு காதம்பரி முன்னால் வந்து நின்றதும் சங்கரராமன் நம்பிக்கை வராததுபோல் அவளைப் பார்த்தான். நம்ம பொண்ணு ஆளே மாறி இருக்கிறாளே. அந்த அய்யா சாஸ்திரிகளின் பெண்களைவிட நம் பெண்ணுக்கு எவ்வளவோ அழகு.

கோமதியும் தலையாட்டினாள். புதிய உடையில் குழந்தை மொத்தமாகவே மாறி இருக்கிறாளே!

காலை ஏழு மணியாகும்போது ஸ்கூல் பஸ் வரும். மிகவும் அருகிலேயே உள்ள முக்கில் ஒரு பஸ் ஸ்டாப் உண்டு. அங்கிருந்து பஸ் ஏறுவதற்காக இன்னும் மூன்று நான்கு பிள்ளைகள் வருவதால் காதம்பரிக்குக் கூட்டாளிகளும் உண்டு. தினந்தோறும் காலையில் அவளை பஸ் ஏற்றி விடுவதற்கு கோமதிதான் செல்கிறாள். சாயங்காலம் நான்கு மணிக்கு வந்து இறங்கும்போது அவளை அழைத்துச் செல்வதற்காகப் பெரும்பாலும் சங்கரராமன் வந்துவிடுவான்.

காதம்பரி முதன்முதலாக ஆங்கிலத்தில் ஒரு முழு வாசகத்தைச் சொன்ன தினத்தன்று சங்கரராமன் அக்கம் பக்கத்து வீடுகளுக் கெல்லாம் சென்று லட்டு விநியோகித்தான். நல்ல இனிமையான குரலில் அவள் ஆங்கிலம் பேசுவதைக் கேட்க மிகவும் இன்பமாக இருக்கிறதாம்.

வீட்டிலும் ஆங்கிலத்தில் பேச வேண்டும் என்பதுதான் சிஸ்டர்களின் கண்டிப்பு. அங்குதான் சங்கரராமனுக்குக் கொஞ்சம் குழப்பமாக இருந்தது. அதற்கெல்லாம் தன்னுடைய பத்தாம் வகுப்பு படிப்பு போதாதே. அதற்குதான், ‘இனிமே நீங்களும் ஏதாவது ஸ்கூலுக்குப் போய் ஆங்கிலம் கற்றுக் கொள்ளுங்கள்’ என்று கோமதி கேலி செய்தாள். கோமதிக்குப் பழைய பி.ஏ. படிப்பின் பின்பலமும் எம்.ஏ. முதலாண்டு படிப்பும் இருக்கிறதே.

பிற்காலத்தில் தாயின் ஆங்கிலத்தில் கிராமத்து வாடையின் சுவை அதிகம்தான் என்னும் புகார் காதம்பரிக்கு இருந்தாலும் அதை அப்படியே கேட்டுக்கொண்டு நிற்க அவளுக்கு மிகவும் விருப்பமாக இருந்தது.

இது மிகவும் அழகான ‘தங்க்லீஷ்’ என்று அவள் மனதிற்குள் சொல்லிக் கொள்வாள். இதேபோல், ‘தெங்க்லீஷும்,’ ‘மங்க் லீஷும்’ பேசுபவர்கள் எங்கள் வகுப்பில் இருக்கிறார்களே...

இருந்தாலும், அந்த பள்ளிக்கூடத்திற்குச் செல்ல காதம்பரிக்கு மிகவும் உற்சாகமாகவே இருந்தது. அதேபோல், படிப்பதற்கும் மிகவும் ஆர்வமாக இருந்தது.

இவள் பிறவியிலேயே அறிவாளி. வகுப்பிலுள்ள எல்லாத் தேர்வுகளிலும் நூற்றுக்கு நூற்றைம்பது மதிப்பெண் எடுப்பதற்கு திறமையுள்ளவள் என்று பள்ளிக்கூடத்திலுள்ள சிஸ்டர்கள் சொன்னார்கள். அது மட்டுமல்ல, இளம் வயதிலேயே பெரிய விஷயங்களைப் புரிந்து கொள்வதற்கான கெட்டிக்காரத்தனமும் அவளுக்கு உண்டாம். இவள் படிக்க வேண்டும். படிப்புக்குமேல் படிப்பாகப் படித்து ஆகாயத்தையே தொட வேண்டும். கப்பும் கிளையுமாகப் பரவி ஊர் முழுவதற்கும் நிழலாக வேண்டும்.

பின்பு கண்களை மூடிக்கொண்டு, 'இவள்தான் எங்கள் ஸ்கூலுக்கு முதன்முதலாக ஒரு ராங்கைக் கொண்டு வருபவளாக இருப்பாள்' என்று மேலும் சேர்த்துச் சொன்னார்கள்.

அப்படிச் சொல்லும் போதெல்லாம் சிஸ்டர்களின் மனதில் சிறியதொரு குறை மட்டும் மறைந்திருப்பதுபோல் இருந்தது. அது கொஞ்சம்கூட சங்கரராமனுக்குப் புரியவுமில்லை.

'இது யாரோ நல்லதொரு ஆணின் விதைதான்' என்று அவர் களுக்குள் சொல்லிச் சிரித்தார்கள். இந்த சோம்பேறி அய்யருக்கு இப்படியொரு குழந்தைப் பிறப்பது கஷ்டம்தான்.

சிஸ்டர்களின் முன்னே பெரும் மரியதையுடன் நிற்கும்போது தன் மனதிலுள்ள அப்பெரிய ஆசையைப் பற்றிச் சுட்டிக்காட்ட சங்கரராமனுக்குத் தயக்கமாக இருந்தது. இவள் படித்துப் படித்து அந்த அய்யா சாஸ்திரிகளின் பெண் பிள்ளைகளைப்போல் பெரியவளாக வேண்டும்; டாக்டராக வேண்டும்.

அய்யா சாஸ்திரிகளுக்கு இரண்டு பெண்கள். வசுந்தரா, யசோதரா என்ற அந்த இருவரும் படிப்பில் சுட்டி. ஆனால், பார்ப்பதற்குதான் அந்தளவுக்குப் போதாது. வெள்ளைக் கொக்கின் நிறமும் நல்ல உயரமும் உண்டென்றாலும், அய்யா சாஸ்திரிகளின் அந்த வக்கிரம் பிடித்த நீண்ட முகம்தான் இரண்டுக்கும் கிடைத்துவிட்டது. பின்பு, அந்த முகத்திற்கு முற்றிலும் பொருந்தாத பெரிய மூக்கும் பரந்த தாடையும் உண்டு. கண்கள்கூட என்னவோபோல் இருக்கும். போதாதற்கு வட்டமான கண்ணாடியும். மூத்தவள் பிள்ளைப்பேறு மருத்துவத்திற்குப்

படித்தபோது இளையவள் படித்ததோ குழந்தைகள் மருத்துவத் திற்கு.

மூத்தவள் வசுந்தரா தேசத்தின் எல்லாப் பிறப்புகளுக்கும் சாட்சியாவதற்கு ஒரேயொரு டாக்டரம்மாவாக இருந்தாள். ஒரு காலத்தில் வசுந்தரா கோமதியை வெகுவாகப் பரிசோதித் திருக்கிறாள். ஒவ்வொரு முறையும் அவர் சொல்ல நினைப்பதை யெல்லாம் ஒரு சொல்கூட உரையாடாமல் அந்த முகத்திலிருந்தே சங்கரராமனால் படித்துப் புரிந்துகொள்ள முடிந்ததுண்டு. ஆனால், தன்னைப்பரிசோதிக்கும்போதெல்லாம்அவள்முகத்தில்தெளிந்து வரக்கூடியதான அந்த மேதாவித்தனம், கோமதியைத்தான் மிகவும் மிரட்டியது. அது மூன்று பெற்ற பெண்ணின் கர்வமாக இருந்தது. அழகுக் குறைந்த பெண்ணின் குசும்பாகவும் இருந்தது. அது பெண், பெண்தான். டாக்டரம்மாவாகவே இருந்தாலும், தன்னைவிட இளையவள்தான் என்றாலும் முதலிலெல்லாம் பரிசோதனை முடிந்ததும் சொல்லவொண்ணாத முறையில் உதட்டை பிதுக்கிவிட்டு, தோளை ஒரு வெட்டு வெட்டிக் கொண்டு, ‘அறிகுறி’ ஒன்னும் தெரியலியே சங்கரராமா. ஆசை யினால் தோன்றியதாக இருக்கும்’ என்று கூறுவாள்.

‘இது வெறும் ஆசையில்லை டாக்டரம்மா. அதுக்கெல்லாம் அப்பால் ஒரு பிறவியோட நிறைவேற்றம். ஒரு உயிரின் சாமான்ய சோதனை,’ என்றெல்லாம் சொல்ல நினைத்தாலும் சங்கரராமன் உடனே அதிலிருந்து பின்வாங்கினான். பிள்ளைப்பேறு பார்க்கும் டாக்டர்கள் கடவுள் கிருபை பெற்றவர்கள். அவர்களிடம் எதிர்வாதம் செய்யக்கூடாது. அவர்களின் மனக்குறை வினையாகி விடும்.

அவ்வாறு பலமுறை நடந்ததுண்டு.

பின்பு எப்போதோ ஒருமுறை அறிகுறிகள் ஏறக்குறைய தெளிந்து கிடைத்தபோது டாக்டரம்மாவால் ஒன்றும் சொல்ல முடி யாமல் ஆயிற்று. டாக்டர்களின் அறிவுரைக்கு அப்பால் இயற்கை கருணையுடன் அளிக்கும் சில தெளிவான அடையாளங்கள்.

அதுவும் மூன்றாம் மாதமே போய்விட்டது. மார்பில் அடித்துக் கொண்டு ஒரேயடியாக அழுதாள் கோமதி. இனிமேல் இருக்காது. இனிமேல் வேண்டாம் என்றெல்லாம் சொல்லி மனம் ஒடிந்து போனாள் கோமதி.

ஆனால், அந்த பச்சைக் கிளை ஈரமும் வளமுமுள்ள மண்ணின்மேல் சென்று விழுந்தது. அது அங்கேயே துளிர்த்தது. முனையில் துளிர்கள் வெடித்து தழைத்தோங்கியது.

இம்முறை ஆசைகளைவிட அதிகமாக தனிப்பட்ட வேண்டுதல்கள் அளித்த நிம்மதியாக இருந்தது கோமதிக்கு.

அவ்வாறு இருக்கும்போதுதான் ஐந்தாம் மாதத்தில், உள்ளுக்குள்ளே அசைவுகள் ஏறக்குறைய அடையாளப்படும்போதுதான் ஒருநாள் அந்தியில் அடிவயிற்றில் ஒரு தாங்க முடியாத வலி புரட்டி எடுத்தது.

உடனே வசுந்தரா டாக்டரின் மருத்துவமனைக்குச் சென்று சேர்ந்தாலும் வலி உச்சத்திற்குப் படர்ந்து ஏறுவதாக இருந்தது. அவ்வாறு ஓர் இரவு முழுவதும் மருத்துவமனை படுக்கையில் வலியோடும் சங்கடத்தோடும் படுத்திருந்தாள் கோமதி. மேலோட்டமான மயக்கத்தில் நழுவிப்போகும்போது கண்ணாடி ஜன்னல்களின் மிக அருகிலேயே வௌவால்களின் சிறகடிப்புகளைக் கேட்டு மீண்டும் திடுக்கிட்டு எழுந்து கொண்டாள் கோமதி.

விடியற்காலையில் எப்போதோ ஒரு நேரத்தில் இரத்தப்போக்கு தொடங்கியது. வடிந்து இறங்கிய உதிரத்தில் சின்னச் சின்னதாக வெளுத்த துண்டு துணுக்குகளும் இருந்தன. முதிர்ச்சியடையாத ஜீவனின் துடிப்புகள் இருந்தன. வெகுவாகச் சிரமப்பட்டு டாக்டர் உதிரப்போக்கை நிறுத்துவதற்குள் கோமதியின் உடல் வெளிறி வெளுத்துப் போயிருந்தது.

ஸ்டாண்டில் தொங்கவிட்டிருந்த பாட்டிலிலிருந்து தன்னுடைய உடலுக்குள் வேறொரு நபரின் இரத்தம் ஏறுவதைப் பார்த்து ஆர்வமற்றவளைப்போல் ஒரு நாள் முழுவதற்கும் கோமதி அப்படியே படுக்கையில் படுத்திருந்தாள்.

மறுநாள், தலையைத் தொங்கப்போட்டவாறு, தோல்வியடைந்தவனாக அந்த மருத்துவமனையிலிருந்து வெளியேறும்போது திரும்பிப் பார்க்கவே சங்கரராமனுக்குத் தோன்றவில்லை. அவனுக்குக் கொஞ்சம் பின்னாலேயே அழுகையை அடக்குவதற்கு கைக்குட்டையால் வாயைப் பொத்தியவாறு கோமதியும் நடந்தாள்.

அதன்பின் எதனாலோ கோமதி பெரும் பிடிவாதமாகவே இருந்தாள். நமக்கு என்றைக்காவது ஒரு குழந்தை உண்டானால்

அவள் மருத்துவத்துக்குப் படித்து புகழ்பெற்ற பிள்ளைப்பேறு மருத்துவராக வேண்டும் என்பதும், அடுத்த தலைமுறை குழந்தைகள் பிறந்து விழ வேண்டியது அவளுடைய கைகளுக்குள் ளாகத்தான் இருக்க வேண்டும் என்பதுமாக இருந்தது. இப்போது அந்த ஆசைகளெல்லாம் காதம்பரியின் மூலம் கைக்கு எட்டிப் பிடிக்கும் தூரத்தில்தான்...

வகுப்புகளில் அவள் முதல் ரேங்கில் வரத் தொடங்கிய திலிருந்தே அந்த ஆசைகள் இன்னும் கொஞ்சும் அதிகரித்தன.

பூக்காரன் அனந்தராமனின் மகனான பூக்கடைக்காரன் சங்கரராமனின் மகள் காதம்பரி டாக்டரம்மா ஆனாள், ஊரிலுள்ள எல்லா நிறை வயிறுகளின் பாதுகாவலாளியானாள் என்னும் மகா புண்ணியம் அவளுக்கு. பிறவிகளின் வேதனைகளைத் தீர்த்து தலைமுறைகளின் மூலம் கடந்து செல்லுவதற்கு திறமையான கைவிரல்கள் அவளுக்கு.

கோமதி நாட்களை எண்ணிக்கொண்டிருந்தாள். சங்கரராமன் தேர்வுகளை எண்ணிக் கொண்டிருந்தான்.

பொதுவாகவே காதம்பரிக்குச் சிநேகிதிகள் குறைவுதான் என்றாலும் ஒன்பதாம் வகுப்பை எட்டியபோது புதியதொரு சிநேகிதி கிடைத்தாள். கோவையிலிருந்து வந்த பவிழம். கோயிலுக்குச் செல்லும் வழியில் தெற்குப் பக்கத்திலுள்ள ஒரு வீட்டிற்கு வந்த ஒரு புதிய குடும்பத்தைச் சேர்ந்தவள். வெறும் இரண்டு வீடுகள் தள்ளிதான் அந்த வீடும்.

அந்தச் சிறிய வீட்டில் தாயும் மகளும் மட்டுமேயான குடும்பம். ஒரே மகன். மும்பையில் நல்லதொரு பணியில் இருந்தான்.

பவிழம் சின்ன வயதாக இருக்கும்போதே ஒரு பைக் விபத்தில் தந்தை போய்விட்டார். இறந்துபோன அவரின் வாரிசு என்ற முறையில் தபால் துறையில் வேலை கிடைத்தாலும், அதன்பின் அம்மா கோயிலுக்கும் பிரார்த்தனைக்குமாகவே காலத்தை கழிக்கிறாள். காலையிலும் மாலையிலும் கண்டிப்பாக கோயில் தரிசனம் உண்டு. அதனால், கோயிலுக்கு அருகாமையிலுள்ள ஒரு வாடகை வீட்டைத் தேடிக் கண்டு பிடித்துதான் இங்கே வந்திருக்கிறார்களாம்.

கோவைக்கு வெளியேயுள்ள ஒரு சிறிய தபாலாபீஸில் அம்மாவுக்கு வேலை. அங்கே வேலை குறைந்தவுடன்

ஒருவரை மாற்ற வேண்டிய நிர்ப்பந்தம். மிகவும் ஜூனியரான அம்மாவுக்குதான் அக்கும்பலில் குட்டு விழுந்தது. அவ்வாறுதான் வெளியூர்காரரான அவர்கள் இங்கு வந்து சேர்ந்தார்கள்.

அரசுப் பணி என்றாலே அப்படித்தான். நினைக்காத நேரத்தில் எதிர்பார்க்காத இடத்திற்கு இடமாற்றம் வந்துவிடும். போகச் சொல்லும்போது போகவில்லை என்றால் வேலையும் போய் விடும். அதனால்தான் இந்த வயதிற்குள்ளேயே பவிழத்துக்கு இது மூன்றாவது பள்ளிக்கூடமாகிவிட்டது. அம்மா போகும் இடங்களிலெல்லாம் தபால் உருப்படிகள் குறைந்து விடுகின்றன. அதனால் அம்மாதானாகவே அவ்வலுவலகத்தில் அதிகப்படியாகி விடுகிறாள்.

வெகுகாலம் பெரும் நகரங்களில் வசித்ததாலோ என்னவோ பவிழம் முதலிலேயே மற்ற பிள்ளைகளுக்கு ஆச்சரியப் பொருளாக மாறிவிடுகிறாள். யாரையும் தன்னுடன் நெருங்கவிடாத ஒரு குணம். இரண்டு கைகளையும் வேகமாக வீசி, ஆண் பிள்ளை களைப் போல்தான் அவள் நடப்பாள். குரலிலும் சிறியதொரு ஆண்தன்மையிலுள்ள முரட்டுத்தனம். இந்த கிழிந்த யூனிஃபாரம் மட்டும் இல்லாமல் இருந்திருந்தால் தான் ஆண் உடையில்தான் வந்து கொண்டிருப்பேன் என்று அவள் சொல்வதுண்டு.

காதம்பரிக்கு ஆரம்பத்திலேயே அவளை மிகவும் பிடித்துவிட் டது. வெளிப்படையான நடைமுறை, மனம் திறந்த பேச்சு. யாருக்கு என்ன தோன்றினாலும் பவிழத்திற்கு எந்தவொரு கூச்சமுமில்லை. எத்தனையோ பெரியதொரு உலகத்தைக் கண்டு வந்தவள் என்னும் நிமிர்ந்த நடை அவளுடைய செயலிலும் நடைமுறையிலும் கூட இருந்தன.

பவிழம் என்ன சொல்ல வந்தாலும் அதில் கொஞ்சம் கோவை வரலாறுகள் தென்படும். அதனாலேயே அவளுக்கு பள்ளிக்கூடத் தில் வெகுவிரைவில் கோவை பவிழம் என்னும் செல்லப் பெயரும் ஏற்பட்டுவிட்டது.

ஆரம்பத்திலெல்லாம் சின்னச் சின்ன குறும்புகள் செய்து மற்ற பிள்ளைகளை கேலி செய்ய அவளுக்கு மிகவும் ஆர்வமாக இருந்தது. அவர்களுக்குத் தெரியாத விஷயங்கள், அவர்களுக்குத் தெரியாத மொழிகள் - இப்படி சிநேகிதிகள் குழம்பியபோது, சிலர் அழுதபோது பவிழத்தின் அந்த அடிமைப்படுத்தும் ஆண் குரலிலுள்ள கேலிச் சிரிப்பைக் கேட்கும்படியாக, அதுவும்

அருகிலுள்ள வகுப்புகள் முழுவதற்கும் முழங்கும் விதத்தில் சாமான்யமான உரத்தக் குரலில் வெளிப்படுத்துவாள்.

அவ்வாறு பவிழம் சிரித்தாலே பள்ளிக்கூடம் முழுவதுக்கும் தெரியும் என்றானபோது அவள் தாயிடம் புகார்கள் சென்றன. தாயோ ஒரு மூலையில் தனித்து அமர்ந்து அழுது தீர்ப்பாளே தவிர பவிழத்திடம் ஒன்றும் கேட்பதே இல்லை. அதோடு பவிழம் கொஞ்சம் அடங்கினாள். தாயின் அழுகையை அவளால் தாங்க முடியவில்லை. பின்பு, கூட படிப்பவர்களில் சிலரைச் சேர்ப்பதே மிகவும் சிரமமாயிற்று.

ஆனால், எல்லாப் பெண்பிள்ளைகளும் முதலில் அவளுடன் நெருங்கத் தயங்கினார்கள். தங்கள் கூட்டத்தில் சேர்ப்பதற்கு முடியாததொரு முக அமைப்பாக, கொஞ்சம் ஏறக்குறைய ஆணினுடையது போன்று இருந்தது. அவள் தங்களுடன் நெருங்கி நிற்கும்போதும் தேவையில்லாமல் அங்குமிங்குமெல்லாம் தொடுவதற்குப் பார்க்கும்போதும் உள்ளுக்குள் ஒரு உஷ்ணப் பிரவாகம். அவள் கண்களுக்குள் ஆழ்ந்து நோக்கும்போது உள்ளுக்குள் ஒரு சிறகடிப்பு. தக்க சமயத்தில், மற்றவர்களுக்குத் தெரியாததுபோல் தேவையில்லாத இடங்களிலெல்லாம் தொடுவதற்கு அவளுக்குத் தெரியும். பெரும் திறமையுள்ள அந்த நீண்ட விரல்கள் தொட்டு நகர்வதுகூட சட்டென்று காணமுடியாமல் போய்விடும்.

காதம்பரிக்கு மட்டும் அப்படித் தோன்றுவதில்லை. இப்படிப் பட்ட காட்டுத்தனங்களெல்லாம் நகரத்தில் வளர்ந்த பெண் பிள்ளைகளுக்கேயுரிய ஒவ்வொரு குறும்புகளாக இருக்கலாம். அதனால்தான் பவிழம் திடீரென்று காதம்பரியிடம் நெருக்கமாக வந்தாள். தன்னைவிட மூன்று வயது மூத்தவள் என்ற ஹோதாவில் அவள் எப்போதும் காதம்பரியைக் குழந்தையாகப் பார்த்தாள். குழந்தையாகவே கொஞ்சவும் மிரட்டவும் ஆர்வம் காட்டினாள்.

மூன்று வயது அதிகம் என்றாலும் ஒரே வகுப்பில் எப்படி? ஒருமுறை காதம்பரி அதைப் பற்றி கேட்டபோது பவிழத்திற்கு சிரிப்புதான் வந்தது. அதுதானா இவ்வளவு பெரிய விஷயம்?

ஒரு வருஷம் தோற்றாள். ஒரு வருஷம் ஜெயிக்கவில்லை. மீண்டும் சேருவதற்கும் ஒரு வருஷம் ஆகிவிட்டது. அப்போது ஊர் முழுவதும் பரவிய கண்நோய்தான் காரணம். நோயுற்ற கண்கள் தெளிந்து வருவதற்கு எவ்வளவோ குழந்தைகள் அவ்வருடம் காத்துக்கொண்டு நின்றார்கள்.

நன்றாக ஆங்கிலம் பேசத் தெரிந்ததால் டீச்சருக்கெல்லாம் பவிழத்தின்மேல் சிறியதொரு பயமே இருந்தது. அதுவும் நல்ல சுத்தமான கோவை ஸ்டைல் ஆங்கிலம். இலக்கணம்கூட படுபயங்கரம். தாங்கள் பேசும் ஆங்கிலத்தில் ஏதாவது தவறுகள் இருக்குமோ என்று தெரிந்து கொள்ள இடையிடையே பவிழத் தின் முகத்தை டீச்சர்கள் சாடையாகப் பார்ப்பார்கள். அவளிடம் ஒரு நமுட்டுச் சிரிப்பைப் பார்த்துவிட்டால் போதும், அவர்கள் பெரும் குழப்பமடைந்து விடுவார்கள். பவிழம் நடுவில் புகுந்து வெடித்து விடுவாளோ? ஆனால், வகுப்பில் தன் திறமையைக் காட்டி ஆசிரியர்களை ஒருபோதும் தர்மசங்கடத்தில் ஆழ்த்த மாட்டாள் பவிழம். கொடுக்க வேண்டிய ஆதரவை அளிக்கவே செய்வாள்.

அவர்கள் தனியாகச் சந்திக்கும்போது தவறுகளைச் சுட்டிக் காட்டி கொடுப்பதற்குதான் அவளுக்கு அதிக ஆர்வம்.

'இந்த இலக்கணப் பிழையெல்லாம் ஓரளவு என்றால் புரிந்துகொள்ள முடியும் டீச்சர்' என்று பவிழம் மென்மையாகக் கூறுவாள். 'இந்த சிறிய ஊருக்கு இந்தளவுக்கு இலக்கணம் போதும். அப்புறம் இதுவொரு கோயில் நகரம். எல்லாத்தையும் பொறுத்துக் கொள்கிற பிள்ளையாரு நம்முடைய சின்னச் சின்ன இலக்கணப் பிழைங்களயும் பொறுத்துக்காம இருக்க மாட்டார். இருந்தாலும், இந்த கையும் காலும் ஒடிஞ்ச பொட்டை ஆங்கிலத்தை மட்டும் என்னால தாங்க முடியல. அதாவது, தவறான இடங்களில அர்த்தம் புரியாம வெறுமனே முழக்கத் துக்காக ஒட்டிவைக்கிற சில வார்த்தைங்க... வெள்ளைக்காரன் மேலுள்ள பகைய தீர்க்கறது அவனுடைய பாஷைய சிதலப்படுத்தி செய்யணும்கறது இல்லையே?'

'இந்த இங்கிலீஷ்ங்கறது ரெண்டு வகை உண்டு கண்ணு!' என்று பவிழம் காதம்பரிக்குச் சொல்லிக் கொடுத்தாள். 'பேசக் கூடியதையும் பயமுறுத்தக்கூடியதையும் தேவைபட்ட வகையில் பிரயோகித்துதான் வெள்ளக்காரர்கள் நம்ம நாட்டை ஆண்டு விட்டுப் போனார்கள். பேச வேண்டிய இடத்தில் பேசறது; விரட்ட வேண்டிய இடத்துல விரட்டறது.'

பெரும் கௌரவ பாவனையில் அப்படியெல்லாம் சொல்லிக் கொடுக்கும்போது அவளுக்கு ஒரு அத்தையின் தோரணைதான். அதனால், பிற்காலத்தில் அவளுக்குப் பவிழம் மாமி என்னும் பெயர் விழுந்தபோது அவள் வெறுப்பு காட்டவில்லை. இந்த

விவரமில்லாத கும்பலுக்கு ஒரு மாமி தேவையாக இருக்கலாம். இருந்தாலும், அதோடு கோவை பவிழம் என்னும் பழைய பேரிலிருந்து ஒரு வகையாக விடுதலையும் கிடைத்தது.

ஆங்கிலம் நன்றாகத் தெரியுமென்றாலும் மற்ற விஷயங்களில் வெறும் சராசரிக்காரியாகத்தான் பவிழம் இருந்தாள். கணக்கிலும் அறிவியலிலும் மிகவும் மோசம்.

ஆங்கிலத்தால்தான் தனக்கு இந்தப் புகழ்பெற்ற பள்ளிக்கூடத்தில் சேர்க்கை கிடைத்தது என்று பவிழம் சொன்னாள். தன்னுடைய பிரமாதமான கோவை பள்ளிக்கூடத்தின் மார்க்குகளைப் பார்த்து நம்பிக்கை வராமல் பலமுறை சாய்ந்தும் சரிந்தும் தலைமை ஆசிரியை தன்னை நோக்கியது இப்போதும் பவிழத்திற்கு நன்கு நினைவில் உண்டு. 'கணக்கிற்கு பூஜ்யம், சயின்ஸில் ஐந்து.... இவ்வளவு குறைந்த மார்க்குகள் பெறும் குழந்தைகளும் இந்த உலகத்தில் இருப்பார்களா? அது போகட்டும், இந்தப் படியேறி வர உனக்கு எப்படித் தைரியம் வந்தது?' பின்பு, இப்படியொரு ஜீவனுக்குப் பிறப்பு கொடுத்த தாயின்மேல் ஏற்பட்ட பெரும் அனுதாபமும்தான் அவளுக்குச் சேர்க்கையளித்தது.

இவள் ஒன்பதாம் வகுப்பு வரையில் எப்படி வந்து சேர்ந்தாள் என்று தலைமை ஆசிரியைக்கு ஆச்சரியமாக இருந்தது. இப்படிப்பட்ட பிள்ளைங்களை எட்டாவதில் சேர்க்கக்கூட தான் தயாரில்லையே. அப்பா இல்லாத குழந்தை என்று கூறி அம்மா வழக்கம்போல் அழுதபோது இதுபோன்று எத்தனையோ தாய்மார்களின் அழுகையை கண்டிருக்கிறேன் என்பதுபோல் டீச்சர் முகத்தைத் திருப்பிக் கொண்டாள்.

தாயின் அழுகையைக் கண்டதும் பவிழத்திற்குப் பெரும் பிடிவாதமே ஏற்பட்டுவிட்டது. 'அப்படின்னா, நான் இந்த ஸ்கூல்லதான் படிக்கப் போறேன்,' என்றவள், 'இந்த சிஸ்டருங்கள விரட்டியாச்சும் அட்மிஷன் வாங்காம இருக்க மாட்டேன்,' என்று உறுதி பூண்டாள்.

அப்போதுதான் மனதிற்குள் திடீரென மார்க்கான்டணியை உணர்ந்தாள். இன்டர் ஸ்கூல் போட்டிகளில் முதலிடமும் அதைவிட கைத்தட்டலையும் பெற்றுத் தந்த சாட்சாத் மார்க்கான் டணி. தாய்க்கும் மகளுக்கும் வெளியேறும் வழியைச் சுட்டிக் காட்டிய டீச்சரம்மாவின் அந்த மனிதாபிமானமில்லாமல் நிற்கும் தோரணை, எத்தனையோ முறை மேடையரங்குகளை கண்ட மார்க்கான்டணிக்கு முற்றிலும் பிடிக்கவில்லை.

அப்புறமென்ன சாமியாட்டம்தான். அடக்கமான குரலில் தொடங்கியவள், கிளைமேக்ஸை அடையும்போது தலைமை ஆசிரியை நாற்காலியில் துவண்டு விழுந்துவிட்டிருந்தார். எப்படியோ அவர் கைத்தட்டும் ஆசையை மட்டும் அடக்கிக் கொண்டிருந்தார். மக்கள் பார்க்கும்போது மதர் சுப்பீரியர்கள் கைதட்ட முடியாது. ஆனால், ஆரவாரத்தைக் கேட்டு வாயிலுக்கு வந்து கூடிய கன்னியாஸ்திரிகளும் மற்ற குழம்பிப்போன டீச்சர்களும் திருப்தியாகக் கைத்தட்டினார்கள்.

போட்டிகளுக்காகத்தானாகவே ஒழுங்குபடுத்திய பதிமூன்றரை நிமிட நேரத்திய மார்க்கான்டணி. இவர்களிலும் பெரிய, அதிதீவிர விஷமுடைய டீச்சர்களும் அதில் விழுந்திருக்கிறார்கள். பின்புதானே இந்தப் பாவப்பட்ட மதர்! அவ்வாறு ஒன்பதாம் வகுப்பில் தோல்வியடைந்தவள் ஒரு வகையாக ஒன்பதாம் வகுப் பிலேயே நுழைந்துவிட்டாள்.

என்ன வந்தாலும் சரி, இந்த வருஷம் தான் ஒன்பதாம் வகுப்பிலிருந்து கறையேறிவிடலாம் என்று பவிழம் தலைமை ஆசிரியருக்கு வாக்குக் கொடுத்தபோது, அது எப்படியென்று புரியாமல் அம்மா திகைத்துப்போய் நின்றாள். மகளோ, யாதொரு அச்சமும் இல்லாமல் தாயின் கையைப் பிடித்துக்கொண்டு வெளியே நடந்தாள்.

'தேர்வு வரட்டும், அப்போ காட்டறேன். இந்த பவிழத்தோட தெறமையை.'

வராந்தாவில் வைத்து மகள் தாயின் முகத்தைப் பார்த்து கண் சிமிட்டினாள்.

இருந்தாலும், மார்க்கான்டணியில் விழுந்து இயலாத நிலை யிலாகிவிட்ட மதர் சுப்பீரியர் பின்பு, கணக்குக் கற்பிக்கும் செல்வன் மாஸ்டரையும், சயின்ஸ் சொல்லித் தரும் செல்வி டீச்சரையும் தனியாகக் கூப்பிட்டு திட்டம் போட்டார். 'இந்தக் குழந்தையிடம் எப்போதும் ஒரு கண்ணு இருக்கணும். பொதுத் தேர்வுகளில் அவளுக்கு உதவுவதற்காக மார்க்கான்டணி இருக்க மாட்டாளல்லவா?

அவர்களுக்குள் எந்தவொரு உறவும் இல்லையென்றாலும் ஏறக்குறைய ஒரே சாயல்தான் செல்வன் மாஸ்டருக்கும் செல்வி டீச்சருக்கும். ஆனாலும், அடையாளம் காண கஷ்டமுமில்லை. முழுக்கை வெள்ளை மேல் சட்டையும் பேண்டும் அணிந்தவர் செல்வன் மாஸ்டர். இளம் நிறமுள்ள காட்டன் சேலை அணிந்தவள்

செல்வி டீச்சர். செல்வன் மாஸ்டரின் வழுக்கை அதிகரிக்க அதிகரிக்க, செல்வி டீச்சரின் முடியும் வளர்ந்து வருகிறது.

கணக்குக் கற்பிக்கும் செல்வன் மாஸ்டருக்கு, கணக்கில் தவறிழைக்கும் பவிழத்தை முதலிலேயே பிடித்துவிட்டது. இளம் வயதில் கணக்கில் தவறியவர்தான் பிற்காலத்தில் பல பெரிய கண்டுபிடிப்புகளைச் செய்திருக்கிறார்கள் என்னும் உண்மை, இடையிடையே அவளை நோக்கிச் சிறியதொரு தயக்கத்துடன் பார்க்க அவனைத் தூண்டியது. போதாதற்கு செல்வன் மாஸ்டருக்கும் ஆங்கிலத்தின்மேல் கொஞ்சம் பயம் இருந்தது. அதுவும் மார்க்கான்டணியின்மேல் அதற்கும் அதிகமாகவே இருந்தது.

எப்போதும் தர்க்கம் செய்வான் என்றாலும், இடையிடையே மாஸ்டருக்கு அவளிடம் கிண்டலான நேசம் வரும். அப்போது கண்ணே, பவளக் கொடியே என்றுதான் அவளை நீட்டி முழக்கி அழைப்பான். இளம் வயதில் அவனை வெகுவாகக் கவர்ந்த பேசும் படமாம் பவளக்கொடி.

கொஞ்சம் முன்கோபக்காரனான செல்வன் மாஸ்டரைச் சீண்டுவதற்கு பெரும் ஆர்வமாக இருந்தது பவிழத்திற்கு. கணக்குப் பாடத்திலுள்ள சில பிடிபடாத கேள்விகளுடன் இடையிடையே அவள் மாஸ்டரை விரட்டிக் கொண்டிருப்பாள். இல்லையென்றால், ஆங்கிலத்திலுள்ள ஏதாவது பெரிய வார்த்தையை அவன் முன்னே சொல்லி வைப்பாள். அதன்பின் அந்த வார்த்தையை கொஞ்சம் நேரம் வரையில் மாஸ்டர் தட்டி உருட்டியவாறு நிற்பதைப் பார்க்க பவிழத்துக்கு நல்ல ரசிப்புதான்.

கடைசியில் ஒருமுறை முற்றிலும் பொறுமை இழந்துபோய் அவள் தலையில் கொட்டிவிட்டு செல்வன் மாஸ்டர் அருமையாகச் சொன்னான்.

'அம்மா தாயே, பவளக்கொடி, ஆயிரம் தலைவாங்கிய அபூர்வ சிந்தாமணி, உயிரை வாங்காதே. பொழைக்கறதுக்கு அந்த இங்கிலீஷை விட்டுவிட்டு கணக்கைப் பாரு, அதுக்கு மூளை வேணும். என் தலையில நல்ல பிரிட்டீஷ களிமண்தான் இருக்கு. அதுவும் சூப்பர் எக்ஸ்போர்ட் குவாலிட்டி.'

அதைக் கேட்டவுடன் பவிழம் உரக்கச் சிரித்தாள். அப்படிப் பட்டதொரு எண்ணம் செல்வன் மாஸ்டரின் வாயிலிருந்து வெளிவருவதற்காகத்தானே இவ்வளவு தூரம் மெனக்கெட்டது. தன் தலைக்குள் நல்ல சூப்பர் எக்ஸ்போர்ட் குவாலிட்டி பிரிட்டிஷ்

களிமண்தானாம்! அதனால்தான் ஆங்கிலத்துடன் இந்த அளவுக்கு பெருத்த ஆர்வம். அப்பப்பா, பிரமாதமான கமன்ட்.

அவருக்கு நேர் எதிரிடையானவள்தான் செல்வி டீச்சர். மாநிறத்தில், ஏராளமான முடியும், பெரிய கண்களுமுள்ளவள். எல்லா சயின்ஸ் பாடங்களையும் அப்படியே அருமையாகக் கற்றுத் தந்து முன்னே செல்லும்போது பவிழத்திற்கு அவளைக் கேள்வி கேட்க தைரியம் இல்லை. பதில் கேள்விகளோடு வெட் கத்தை போக்கிக் கொள்வாள். அதுமட்டுமல்ல அவளுக்கே உரிய சமாளிக்கக்கூடிய ஆங்கிலமும் செல்வி டீச்சரிடம் இருந்தது.

அவளுக்கு வருத்தம் முழுவதும் மும்பைக்காரனான தன் அண்ணனிடம்தான்.

'இவ எப்படி என் தங்கமான அம்மா வயிற்றுல வந்து பிறந் தாளோ. அம்மாவும் அப்பாவும் நல்லாவே படித்தவர்கள். தான்கூட எம்.எஸ்.ஸி., பர்ஸ்ட் கிளாஸ். மும்பையிலுள்ள பாபா சென்டரில் நல்ல வேலை. இவள் மட்டும் ஏன் இப்படி ஆகிப்போனாள்? இதுவரைக்கும் வந்து சேர்ந்ததே யாருடைய புண்ணியமோ!

அப்போது பவிழத்துக்கு ரோஷம் அதிகரிக்கும்.

'யாரோட புண்ணியமுமில்ல அண்ணே. வெறும் சிம்பிள். காப்பியடித்தல்தான். நான் கணக்குல மோசம்தான்னாலும் கணக்கு நல்லா தெரிஞ்சவங்க பலரும் எங்க பள்ளிக்கூடத்துல உண்டுங்கறத நினைச்சிக்குங்க. அதுவும் நல்ல தெறமைசாலி யான பசங்க இருக்கறாங்க. அவங்கதான் உண்மையிலேயே என்னோட குருக்கள்.

கணக்கும் சயின்ஸும் இல்லாமல் இன்றைய காலக்கட்டத்தில் இவ எப்படி தப்பிக்கப் போகிறாள்? கணக்கில் கெட்டிக்காரனான அண்ணனின் வருத்தத்தை கண்டபோது பவிழத்திற்குச் சிரிப்பு வந்தது. 'எனக்கு கணக்குன்னாலே வெறுப்பு. அந்தக் கணக்கே எனக்கு வேண்டாம்.'

'அப்படிச் சொல்லாதேம்மா.'

அண்ணன் மிகவும் வாஞ்சையுடன் சொன்னான். இந்த பிரபஞ்சம் உண்டானதே, சிருஷ்டிகர்த்தாவின் சில கணக்கு களை அனுசரித்துதான். அது நிலைத்திருப்பதும் இயற்கையின் ஏராளமான கணக்குகளை ஒட்டிதான். அந்தக் கணக்குகளை

மனிதர்கள் தவறவிடும்போதுதான் இயற்கையில் ஒவ்வொரு பெரும் பேரிழப்புகள் உண்டாகின்றன.

'ஆனா, கணக்குகள் ரெண்டுண்டு அண்ணே' என்று அவள் சொல்ல முயன்றாள். 'செல்வன் மாஸ்டருடைய கணக்குகளும், நீங்க சொல்ற இந்த இயற்கையினுடைய கணக்குகளும் வேற வேறத்தான். செல்வன் மாஸ்டருடைய கணக்குகள் இயற்கை யோடு சுத்தமா சேராதவை.'

அண்ணனிடம் எதிர்த்துச் சொல்வதற்குத் தயக்கத்துடன் அவள் அப்படியே சிரித்துக்கொண்டு நிற்பதுதான் வழக்கம்.

பவிழத்தின் உலகம் எப்போதும் அண்ணனையே சுற்றிக் கொண்டு நிற்கும். அவளுக்கு அப்பாவாகவும் தெய்வமாகவும் குருவாகவும் அண்ணன்தான் இருந்தான். அப்பாவின் மரணத் திற்குப் பின் அம்மா தன்னுடைய சிறிய உலகத்துக்குள் ஒதுங்கி விட்டபோது அந்தக் குடும்பத்தின் எல்லாச் சுமைகளையும் அண்ணன் தான் ஏற்றுக் கொண்டான்.

கல்லூரியில் படிக்கும்போதும், மாலையில் ஒவ்வொரு வீடு களுக்கும் டியூஷன் எடுக்கச் செல்வான். அதன்பின் இரவில் சில கடைகளில் கணக்குகளை எழுதுவான். எல்லாம் முடிந்து இரவு வெகுநேரம் ஆகும்போதுதான் அவனுக்குத் தன்னுடைய வகுப்பு புத்தகங்களைத் திறக்க முடியும்.

அண்ணன் அம்மாவைப் போலவே இருப்பான். சிவந்து தடித்த வட்ட முகம். பரந்த நெற்றி. அடர்த்தியான புருவங்களும் உடையவன். தானோ, அப்பட்டமாக அப்பாவைப்போல்தான். சுவரில் தொங்கிக் கொண்டிருக்கும் அப்பாவின் முதுகில் கூந்தலைத் தொங்கவிட்டால் அது நானாகிவிடுவேன் என்று அம்மா எப்போதும் சொல்வாள்.

ஏழெட்டு வயது வித்தியாசம் இருந்ததால் குழந்தைப் பருவத் திலிருந்தே பவிழத்தின் எல்லா விஷயங்களையும் அண்ணன்தான் கவனித்துக் கொண்டிருந்தான். காலையில் படுக்கையிலிருந்து தூக்கிச் சென்று பல்லைத் தேய்ப்பதும் குளிப்பாட்டுவதும் காலை டிபன் கொடுப்பதுமெல்லாம் அவன்தான். விவரம் தெரியும் வரையில் அவள் படுத்துத் தூங்கியதும்கூட அண்ணனுடன்தான்.

பவிழத்தின் அந்த முரட்டுக் குரலில் மென்மையான குரல் வெளிப்படுவது அண்ணனைப் பற்றி பேசும்போது மட்டுமே. அண்ணே என்று நீட்டிதான் அழைப்பு. இரண்டு மதில்களுக்கப்புறம்

இருப்பவர்கள் அப்படிச் சொல்லும்போதுதான் மும்பைக்காரப் பையன் விடுமுறைக்கு வந்திருக்கிறான் என்று அக்கம் பக்கத்துக்காரர்கள் அறிந்து கொள்வதும். அதிகப்படியான பாசம் கொப்பளிக்கும்போது அது பாலுவண்ணே என்றோ பாலூப்ப என்றெல்லாம் மாறும். கோபம் வரும்போதோ, அண்ணே, பாலசுப்பிரமணியா என்று கொஞ்சம் நீட்டி முழக்கி அழைப்பாள்.

சிலருக்குத் தெய்வம் தாய் தந்தையின் உருவத்தில்; வேறு சிலருக்கு குருக்களும் குருவையொத்தவர்களுமான உருவில்.. தனக்கோ அது ஒரு அண்ணனின் உருவில்... என்று பெரும் வாஞ்சையுடன் பவிழம் கூறுவாள்.

'அதனால எனக்கு கோவிலொன்னும் தேவையில்ல. எனக்கு அண்ணன்தான் வேணும்.'

அண்ணன் வேலை நிமித்தமாக மும்பைக்குப் போனபோதுதான் தான் முதன்முதலாக மனம் நொந்து அழுததாக அவள் சொன்னாள். சாலையோரத்தில் விழுந்து இரத்தம் கொட்டி இறந்த அப்பாவை நகரசபை துப்புரவு தொழிலாளிகள் குப்பை வண்டியில் கொண்டு வந்து இறக்கியபோது அழாத அழுகை அது. நினைத்திராத நிலையில் அநாதையானதுபோல், அண்ணன் தன்னுடன் இல்லாத நாட்களைப் பற்றி அதுவரையில் நினைத்ததே இல்லை.

நினைத்துப் பார்க்க முடியாத நேரத்தில் திடீரென நேர்ந்த தன்னுடைய அழுகை அண்ணனை மிகவும் திடுக்கிடச் செய்திருக்க வேண்டும். அன்று அண்ணன் அணைத்து, நிறுத்தி உச்சியில் தடவியவாறு சொன்ன வார்த்தைகள் இப்போதும் பவிழத்திற்கு நன்கு நினைவிலுண்டு.

'நீ ஒரு பொண்ணுடா, கண்ணு. ஏராளமான வேதனைகளைப் பொறுத்துக்க வேண்டியதுதான் பொண்ணோட பிறவி. அதனால உன்னோட இந்த அழுகையப் பாதுகாத்து வைச்சிரு. ஒருமுறை மாப்பிள்ளை வீட்டுக்குப் பயணம் புறப்படும்போது இதவிட பெரும் அழுகை உனக்குத் தேவைப்படும். அதுவும் அர்த்தமில்லாத அழகை. ஒரு ரெண்டு நாள் கழிந்தவுடன் நீயும் மாப்பிள்ளையும் ஒன்னாயிடுவீங்க. நாங்களெல்லாம் படிக்கு வெளியிலதான்.'

அண்ணன் அதைச் சொல்லிவிட்டு உரக்கச் சிரித்தான் என்றாலும் பவிழத்தால் அழுகையை நிறுத்த முடியவில்லை.

மாப்பிள்ளை வீட்டோடான வெறுப்பு தனக்கு அன்றே தொடங்கி விட்டது என்று பவிழம் சொன்னபோது காதம்பரிக்குச் சிரிப்பு தான் வந்தது.

பவிழம் அவசரமாக விஷயத்தை மாற்றப் பார்த்தாள். அண் ணனைப் பற்றிச் சொல்லிக் கொண்டிருக்கும்போது அவளை யறியாமல் அவளுடைய கண்கள் நனையும்.

'பாப்பநாயக்கன் பாளையம் மகளிர் பள்ளியின் பின்னாலுள்ள ஒரு பெஞ்சில் கணக்குகளின் நுட்பங்களில் மூழ்கி, உச்சந் தலையில் ஓர் ஆப்பிள் பழம் விழுவதற்காகக் காத்திருக்கும்போது, கடித்துத் துப்பிய நகத்துண்டுகளின் நடுவில் அமர்ந்து கேள்விப் பட்டிருந்த எல்லா வெள்ளைக்காரர்களையும் நான் சபித்ததுண்டு.' பவிழத்தின் முகத்தில் மீண்டும் அந்தப் பழைய ஒளி.

'அப்படின்னா?' காதம்பரி சிறியதொரு பயத்துடன்தான் கேட் டாள்.

'அதாவது, ஐஸக் நியூட்டனுக்கு முன்னேயும் பின்னேயும் பிறந்த, ஊசித்தாடியும் முடியும் குடுமியுமுள்ள எல்லாரையும்.'

'அப்புறம், என்னிக்காவது ஆப்பிள் பழம் விழுந்ததோ?'

'இப்படிப்பட்ட வறண்டு விண்டுபோன பொம்பள பள்ளிக் கூடங்களில எங்கிருந்து விழும் என்மவளே! அப்புறம் கோஎஜி கேஷன் பள்ளிக்கூடத்தில சேர்ந்தபோது ஆப்பிளல்ல பலாப் பழமே விழுந்தாலும் ஒன்னும் தோணலங்கற மாதிரியாயிட்டுது!'

பவிழம் உரக்கச் சிரித்தபோது வகுப்பு முழுவதும் திரும்பிப் பார்த்தது.

அதைப் பொருட்படுத்தாமல், குரலைக் கொஞ்சம் தாழ்த்தி பவிழம் தொடர்ந்தாள்.

'இந்தக்கணக்கைப்போலநாலுபக்கமும்அடைஞ்சஇன்னொரு விஷயமில்ல கண்ணு. துல்லியமான எல்லைகளுக்குள்ளே நகரும் சில இலக்கங்கள். அவைகளின் நகர்தல்கள் கணிசமான வரிகளுக்கு ஊடாக இருப்பதால் ஒரு கேள்விக்கு ஒரு ஒற்றை பதில் மட்டும் போதும். இரண்டாவது பதிலுக்கான வாய்ப்பு இல்லாத இடங்கள் வரையில் காலம் கணக்கிற்கு எதிர்காலமில்ல. நமக்குத் தெரியாதத எங்கேயோ சேர்ந்து கிடக்கற இரண்டாவதான ஒரு பதில் தேடல்தான் கல்வி.'

எதுவும் புரியாமல் விழித்துக் கொண்டிருந்தாள் காதம்பரி. இந்த பவிழத்திற்கு ஏராளமான பெரிய பெரிய விஷயங்களெல்லாம் தெரிகின்றன. அவளுக்கு முன்னால் தான் மீண்டுமொரு குழந்தை யாகிறோம். ஒரு சின்னப் பாப்பா.

பவிழம் தொடர்ந்து கொண்டிருந்தாள்.

'இந்த மாபெரும் நூற்களின் விஷயத்தையே எடுத்துக் கொள்ளுங்கள். எத்தனையெத்தனையோ படிப்புகள். என்னென்ன வெல்லாமோ விளக்கங்கள், கண்டுபிடிப்புகள். அதற்குதான் புத்தியும் சித்தியும் தேவை. அதற்கில்லாமல் செல்வன் மாஸ்டரின் வட்டம் குழப்பும் கணக்குகளுக்குள்ள பதில் தெரிவதில் அல்ல.'

பவிழம் சொல்வதிலும் கொஞ்சம் விஷயம் உண்டென்று காதம்பரிக்குத் தோன்றியது.

ஆனால், அவளை எப்படிப் பத்தாவதுக்குக் கொண்டு போவது என்னும் குழப்பம்தான் பவிழத்தின் தாய்க்கு இருந்தது. அவளுக்குக் கொஞ்சம் கைத்தாங்கல் கொடுக்க வேண்டுமென்று இடையிடையே காதம்பரியிடம் அவர் கெஞ்சுவதுண்டு. அதைக் கேட்கும்போது பவிழத்திற்குச் சிரிப்பு வரும். இந்த வெள்ளை முத்துவால் ஒரு கைத் தாங்கு மட்டும்தான் என்னால் கொடுக்க முடியும். அதாவது, தேர்வு ஹாலில் இடையிடையே அவளுடைய பதில் பேப்பர்களை என் உதவியால் நிரப்பித் தருவது. ஆனால், அந்த வேலை அரசாங்கத் தேர்வில் நடக்காது. இருக்கைகள் எழுத்து வரிசையில் ஆகும்போது எனக்கும் அவளுக்கும் இடையில் ஒரு ஐந்தாறு தடிச்சிகள் வந்து விடுவார்கள். சில சமயங்களில் மேஜைகூட வேறாக இருக்கும்.'

அப்படி இல்லையென்றாலும் தான் அவளுக்கு ஒருபோதும் பதில் பேப்பரை காட்டிக் கொடுக்க முடியாது என்று காதம்பரி உறுதியாகச் சொன்னாள். 'அதெல்லாம் தவறு. மகா பாவம்!'

கோவிலுக்கு அருகிலுள்ள சைபர் கபேயைப் பற்றி பவிழம் ஒருமுறை சொன்னபோது காதம்பரிக்கு எந்தவொரு பிடிப்பும் கிடைக்கவில்லை. பிள்ளையார் கோயில் வீதிக்கு முனையில் பிள்ளையாரின் பார்வையிலுள்ள கடை அது. கோவிலுக்குச் செல்லும் வழியில் புதியதாகத் தொடங்கிய அந்த கபேயை காதம்பரியும் பார்த்திருக்கிறாள். முதலில், அது காப்பிக்கடை என்றுதான் எண்ணினாள். ஆனால், மின்னும் போர்டும், வெளிச்ச

பகட்டும், முறை காத்து நிற்கும் இளைஞர்களையுமெல்லாம் கண்டபோது வேறு என்னவோ ஏற்பாடு என்று புரிந்தது.

'அது சைபர் கபே. எங்களுடைய கொஞ்சல் கபே,' என்றாள் பவிழம்.

அவளுக்குக் கம்ப்யூட்டர் வாங்கிக் கொடுத்ததும் அதை பயன்படுத்த பழக்கப்படுத்தியதும் அண்ணன்தான்.

'இந்த கம்ப்யூட்டர் ஒரு ஜெகஜால கள்ளிதாண்டி, முத்தே!' என்ற பவிழம், 'நம்ம ரெட்டை ஜீவன், எவ்வளவோ சக்தியுடையது' என்று சொல்லிவிட்டு -

'அதுக்குத் தெரியாத வித்தைகள் ஒன்னுமில்ல. ஆனால், உள்ளுக்குள் உள்ளதைப் புரிந்து கொள்வதுதான் கஷ்டம். அதனோட உள்ளறைகளில் எங்கேயோ மறைத்து வைத்த ஒரு மந்திரக் கல் ஒன்று உண்டு. அந்தக் கல்லுக்கு ஒரு நூற்றாண்டின் நினைவாற்றல் உண்டாம். ஒரு நூற்றாண்டின் விவரங்களை நினைவுப்படுத்த அரை நிமிடம் கூட வேண்டாம்.'

மதனகாமராஜன், ஜெகதலப் பிரதாபன் கதைகளைச் சொல்லும் அதே ஆவேசத்தோடுதான் பவிழம் கம்ப்யூட்டரைப் பற்றியும் சொல்லத் தொடங்கினாள்.

ஆனால், ஒரு விஷயத்தில் மட்டும் எந்தவொரு நீக்கு போக்கும் கம்ப்யூட்டருக்கு இல்லையாம். குரலை மிகவும் குறைத்து ஒரு பெரும் ரகசியத்தைப் போல்தான் பவிழம் அதைச் சொன்னாள்.

செயலையும் சுத்தத்தையும் கடைபிடிக்காமல் அதன் அருகில் செல்வதற்குப் பார்க்க வேண்டாம். போனால், அந்த இயந்திரம் அப்படியே அசையாமல் முகம் வீங்கிப்போய் தொங்கிக் கொண்டிருக்கும். அதுதான் அறிவாளியான அந்த இயந்திரத்தின் அமைப்பு. அப்புறம் இந்த செயலும் சுத்தமும் என்று கூறுவது மனிதனுடையதும் உடலினுடையதும் போன்ற ஒன்றுதான். அதில் ஒரு இம்மி தவறு நேர்ந்தாலும் இயந்திரத்திற்குள்ளேயுள்ள மந்திரக் கல் உடனே அதைக் கண்டுபிடித்துவிடும்.

'அப்புறம்?...' காதம்பரி மூச்சையடக்கிக் கொண்டு அதைக் கேட்டாள்.

'அதையெல்லாம் கையாளக்கூடிய வித்தைகள் அவன் கையில் உண்டு. கம்ப்யூட்டரின் உள்ளுக்குள்ளிருந்து ஒரு கை நீண்டு

வருவதை நாம் யாரும் பார்க்க முடியாது. அதனுடைய வரவு அவ்வளவு வேகத்தில்தான் இருக்கும். கடைசியில் முஷ்டியை மூடி முகத்தில் குத்து விழும்போதுதான் விவரமே தெரியும்.'

'ஐயோ, தாயே!' என்று காதம்பரி பெருமூச்சு விட்டாள்.

'ஒன்னும் சொல்றதுக்கில்லடி கண்ணே. பொம்பளப் புள்ளைங்களான நாம இந்த மூணு நாளில் இருக்கும் போதும்கூட விலகி இருக்கணும்கறதுதான் அதனோட சட்டம். குத்து விழுந்துட்டா அப்புறம் சொல்றதுல என்ன புண்ணியம்!'

இருந்தாலும், பவிழத்தின் மிகவும் பெரிய நிம்மதி, அந்த யந்திரத்தை கையாளுவதற்கு செல்வன் மாஸ்டருடைய கணக்கு வேண்டாம் என்பதுதான். அதுமட்டுமல்ல, அதன்மூலம் தன்னால் ஓரளவுக்கு செல்வன் மாஸ்டரைக்கூட தோற்கடிக்க முடிகிறதே என்பதிலும் ஒரு ஆசுவாசம். செல்வன் மாஸ்டரின் மூலம் செம்பட்டை தாடிக்காரர்களான வெள்ளைக்காரர்களின் பெரியதொரு படையையும் அல்லவா தோற்கடிக்கிறோம்!

தன்னுடைய பிறவி பகையாளியான கணக்கை அவ்வாறு தோற்கடிக்கும் இயந்திரம் என்னும் நிலையில்தான் கம்ப்யூட்டரின்மேல் அவளுக்குப் பெரும் நெருக்கம் தோன்றியது.

ஒருமுறை விடுமுறையில் வந்தபோதுதான் அண்ணன் அவளை இன்டர்நெட் என்னும் மாய உலகத்துக்கு அழைத்துச் சென்றான். அதன்மூலம், சில நாட்களுக்குச் சிநேகிதிகளுக்கு இடையில் மின்னுவதற்குப் புதியதொரு விஷயமாகிவிட்டது பவிழத்திற்கு.

அப்பப்பா, அதுவொரு பெரிய மாயா பஜார்தான். மாணிக்கக் கல் விழுங்கிய இயந்திரத்துக்கு முன்னால் தொழும் கையுடன் கொஞ்ச நேரம் கண்களை மூடி பிரார்த்தித்து நின்றுவிட்டு கடைசியில் மந்திரச் சாவியை நுழைத்துத் திறக்கும்போது, சற்று முன்பாக தெரிந்தும் தெரியாததுமான விவரங்களின் ஒரு கடல். அதை நீந்திக் கடப்பதுதான் பெரும்பாடு. கையும் காலும் துவளும். கண்ணும் காதும் அடைந்து கொள்ளும்.

சொல்லிச் சொல்லியும் முடியாமல் பவிழம் தளரும்போது காதம்பரி மீண்டும் அந்தப் பழைய பணிவான சிஷ்யையானாள்.

இந்த செல்வன் மாஸ்டரின் கணக்குப் புத்தகங்களெல்லாம் சென்று சேர முடியாத, ஆதியும் அந்தமுமில்லாத ஒரு

பிரமாண்டம். பிரபஞ்சம். தாண்டவ நடனத்தையும் காணலாம். முரசு முழங்குவதையும் கேட்கலாம்.

காதம்பரியோ, அவற்றையெல்லாம் கேட்டு அந்தமில்லாமல் நின்று கொண்டிருக்கிறாள்.

தனக்குச் சொந்தமாக இ-மெயில் விலாசம் கிடைத்த நாளன்று தலையைச் சுற்றி ஒரு ஒளிவட்டத்துடன் பவிழம் நண்பர்களின் இடையில் வந்தாள். பவிழம் 18 யாஹூ டாட் காம். இனிமேல் நண்பர்களுக்கான கடிதங்களை எழுதி அனுப்புவதற்கு முயல வேண்டாம். கம்ப்யூட்டரின் மூலம் இ-மெயில் கடிதங்கள் அனுப்பலாம். கடிதத்தை கம்ப்யூட்டரில் அடித்து, குரு மூதாதை யர்களைத் தியானித்து ஒரு வெள்ளைக் கட்டத்தில் தட்டினால் ஃபூ.... என்னும் சீட்டியொலியுடன் கடிதங்கள் ஜன்னல் வழியாக ஆகாயத்தில் வந்து போவதைக் காணலாம். ராக்கெட் செல் வதைப் போல் அடியில் கொஞ்சம் வெண்மையான புகையும் ஏற்படும். மழை மேகம் இல்லாத தெளிந்த ஆகாயமென் றால் முற்றத்திலிருந்து கூர்ந்து பார்த்தால் அதன் போக்கைக் காணலாம்.

‘சொந்தமா ஒரு இ-மெயில் முகவரி உனக்கும் வேணுமா, கண்ணு?’ என்று கேட்டு, காதம்பரியின் தாடையைப் பிடித்து அந்த கண்களுக்குள் ஆழ்ந்து நோக்கியவாறு பவிழம் கேட்டாள். ‘பெற்ற தாய் தந்தைக்குக்கூட தெரியாமல் ஆகாயத்திலுள்ள சாட்டிலைட்கள் வாழ்த்தி தரும் ஒரு செல்லப் பெயர்தான் அது.’

சிறிது பயத்துடன் வேண்டாம் என்று தலையாட்டிவிட்டு காதம்பரி நின்றாள். ‘எனக்குச் சாட்டிலைட்டுகள் தரும் பேர் ஒன்னும் வேண்டாம்... அப்பா அம்மா கனிவுடன் தந்த பேரே போதும். அதுவும், கருமாரியம்மன் வாழ்த்தி தந்த பேரு. அதுக்கும் மேல ஆசைகள் ஒன்னுமில்ல.’

பவிழத்தின் மேல் பெரும் ஆராதனையென்றாலும் ஒரு குழப்பம் மட்டும் உள்ளது. அவள் சொல்வதில் எவ்வளவு உண்மை, எவ்வளவு புஸ்வாணம் என்பதெல்லாம் அடையாளம் காண பல சமயங்களில் காதம்பரியால் முடியவில்லை. வகுப்புகளின் இடைவேளைகளில் அவளைச் சுற்றி எப்போதும் பிள்ளைகளின் கூட்டம் ஒன்று இருக்கும். ஒவ்வொரு நாளும் அவள் சொல்வதற்கு ஒவ்வொரு விஷயம் இருக்கும். புராணக் கதைகளும், வரலாற்று நாயகர்களின் வீர காவிய வரலாறுகளும்,

விஞ்ஞானக் கதைகளும், கம்ப்யூட்டர் நகைச்சுவைகளும் உட்பட எல்லாம் அவளிடம் உண்டு. ஒரு சினிமா கதையைச் சொல்லும் ரசிப்புடன் அவள் அப்படியே சொல்லிச் செல்லும்போது சுற்றிலும்வாய்பிளந்துகொண்டுபிள்ளைகள்உட்கார்ந்திருப்பதைக் காணலாம்.

அடுத்த வகுப்பு எடுக்க வரும் டீச்சர்கள் அதைப் பார்த்துவிட்டு கிண்டலடித்துச் சிரிப்பார்கள். 'பவிழம் மாமியின் ஹரிகதா காலட்சேபம் முடிஞ்சுதா இல்லையா, இனிமே நான் வகுப்பைத் தொடங்கலாமா?'

சுவையான அந்த சரடு அறுந்த இயலாமையுடன் கேட்டுக் கொண்டிருக்கும் பிள்ளைகள் அவர்களின் இருப்பிடங்களுக்குத் திரும்புவார்கள். தொடரும் கதையின் மீதிப் பகுதியைக் கேட்க வேண்டுமானால் இதுபோன்று மற்றொரு இடைவேளை இனி மேல் கிடைக்க வேண்டும்.

எது எப்படியோ, சுற்றிலும் கூடும் ஆராதிகைகள் அதிகரித்த போது பவிழம் மாமி என்னும் பெயர் உறுதிப்பட்டது. கொஞ்சம் உயர்ந்த இடம்தான் என்றாலும் எல்லோரும் அந்தப் பட்டப் பெயரில் அழைப்பது அவளுக்கு விருப்பம் இல்லாமல் இருந்தது. அந்த உரிமை நெருக்கமான சிலருக்கு மட்டுமே உள்ளதாக இருக்கிறது.

'வேணும்னா, நீயும் என்னை அப்படியே அழைச்சுக்கோ' என்று ஒருநாள் பவிழம் காதம்பரியிடம் சொன்னாள்.

'வேணாம். நான் உன்னை பவிழம்னு மட்டும்தான் அழைப் பேன். அதுதான் கேக்கறதுக்கு சுகமா இருக்கு' என்றாள் காதம்பரி.

ஒருமுறை சைபர் கஃபேவுக்கு அழைத்துப் போவதாகச் சொன்னபோது காதம்பரி அதற்குப் பெரும் ஆர்வம் ஒன்றையும் காட்டவில்லை. என்னதான் ஆனாலும், அந்தக் காலத்தில் கருமாரியம்மன் கோயிலின் விழாத் திடலில் அந்த மந்திரக் குழாய் மூலம் காண முடிந்த காட்சிகளில் இவைகள் ஒன்றும் அதிகப்படியானதில்லையே.

'நீ சரியான சின்னக் குழந்தைதான்,' என்ற பவிழம் தலையில் கை வைத்து, 'திருவிழா திடல்களிலுள்ள மந்திரக் குழல் எங்கே, சாட்டிலைட் கட்டுப்படுத்தும் சைபர் ஸ்பேஸ் என்னும் மாயா உலகம் எங்கே?' என்று கேட்டாள்.

‘அங்கே உனக்குக் கனவில்கூட காணமுடியாத என்னென்ன வெல்லாமோ சுவையான காட்சிகள் தெரியும்’ என்று பவிழம் காதில் ரகசியமாகச் சொன்னாள். ‘பெண்கள், ஆண்களின் துணி யில்லாத படங்களைப் பார்க்கலாம். சிலதையெல்லாம் பார்த்தால் நமக்கு என்னவோபோல தோணும்.’

‘அந்தக் கூட்டத்தில் அசையும் படங்களும் உண்டு, காதம்பரி’ என்று கண்களைச் சிமிட்டிய பவிழம், கள்ளச்சிரிப்புடன் அவள் கன்னத்தில் தடவிக்கொண்டுதான் சொன்னாள்.

ஒன்றும் புரியாததுபோல் காதம்பரி விழித்தாள்.

‘அதாவது ஆணும் பெண்ணும் சேர்ந்துள்ள டிங் டிங்தான்...’ என்ற பவிழத்தால் சிரிப்பை நிறுத்த முடியவில்லை.

‘ஓ, அப்புறம்...’

காதம்பரியால் முற்றிலும் நம்ப முடியவில்லை.

‘ஆமாம் கண்ணே. அதையெல்லாம் நான் பார்த்திருக்கிறேன். ஆனால், ரொம்பவும் கவனமா, அடுத்த மரக் கேபினில் உள்ளவர்கள் காணாதபடிக்கு நாம பார்க்கணும். அப்புறம் அந்தக் கடைக்காரன் மனைவி, பெண் போலீஸ்காரியைப் போலுள்ள தடிச்சி, நாம் பெண் பிள்ளைங்களெல்லாம் உள்ளே போனா பின்னாடியே வந்து நின்னுப்பா. உண்மையைச் சொல்லட்டுமா, காதம்பரி. அவ பெண் போலீஸ் போன்றவதான் என்றாலும், மடிப்பு மடிப்பாவுள்ள அந்த வெள்ளையான அடிவயிறைப் பார்க்கும்போது முத்தமிடணும்னே தோணும்.’

இது அப்பட்டமான புளுகுதான். அந்த விஷயத்தில் சந்தேகமே ஏற்படவில்லை காதம்பரிக்கு. இந்தப் பவிழம் சொல்வதில் எவ்வளவு உண்மை எவ்வளவு புளுகு என்பதை எடுத்துக் கொள்ளலாம் என்று ஒரு பிடிப்பும் கிடைக்கவில்லையே, முருகா.

பவிழமோ அப்போதும் பெரும் ஆவேசத்தில்தான் இருந்தாள். கொஞ்ச நேரத்துக்கு முன்னால்தான் கம்ப்யூட்டர் மானிட்டரில் அந்த விலக்கப்பட்ட படங்களைப் பார்த்துவிட்டு வந்ததுபோல் அவள் சொன்னாள்.

‘இது அநியாயமில்லியா காதம்பரி. நாம் போகும்போது மட்டும்தான், தொப்பி இல்லாத அந்த பெண் போலீஸ் மறைந்து பார்க்கிறது. ஆண்களோ எதுவேணும்னாலும் செய்து

கொள்ளலாம். ஆண்கள் பார்க்கறத நாம பார்த்தால் என்ன? ஆணும் பெண்ணும் சேர்ந்தாதானே எல்லாமே நடக்கும்.'

அதுவொன்னும் காதம்பரிக்குத் தெரியாது. ஆனா, இந்த முறை இவள் சொல்வதில் பாதிக்குமேல் மத்தாப்பு பட்டாசு என்பது மட்டும் அவளுக்கு உறுதி.

பவிழத்திற்கும் பெரும் பிடிவாதமாகிவிட்டது. அவள் தோளில் கையைப் போட்டு அணைத்துக்கொண்டு தாடையில் கிள்ளிய வாறு பவிழம் சொன்னாள்.

'ஒரு நாளைக்கு உன்னை அழைச்சிக்கிட்டு அங்கே போறேன். காணாத பலவற்றையும் உனக்குக் காண்பித்து தறேன். ஆனால், அதுக்குப் பதிலா நீ எனக்கு என்ன தருவே?'

என்ன சொல்வது என்று தெரியாமல் காதம்பரி குழம்பிப் போய் நிற்கும்போது, பவிழம் அவளுடைய உதடுகளில் விரலை ஓட்டியவாறு ஒரு கள்ளச் சிரிப்பு சிரித்தாள்.

'மறுபடியும் கேட்கறேன், என்ன சொல்றே?' என்று பவிழம் கண்களைச் சிமிட்டினாள்.

காதம்பரிக்குப் பயமாகிவிட்டது. சைபர்கபேயைப் பற்றி இவள் சொன்னதெல்லாம் உண்மைதான் என்றால், அவையெல்லாம் தீயப் பழக்கங்கள். பிள்ளையார் கோயில் தெருவில் பிள்ளையாரின் பார்வையில்தான் இவையெல்லாம். போதும்டா சாமி, வேணாம். இதெல்லாம் நமக்கு வேணாம்..

சைபர் கடைக்குப் பவிழத்தைத் தனியாக அனுப்ப தாய்க்கு சுத்தமாக விருப்பம் இல்லை என்றாலும் மும்பைக்காரன் அண்ணன் சொன்னதால் அவர் எதிர்ப்புக் காட்டவில்லை. அவனுக்கு எல்லாம் தெரியும்தானே?

தனக்கு அமெரிக்காவில் பென் என்னும் பெயருள்ள ஒரு வெள்ளைக்கார நண்பன் உண்டென்று ஒருநாள் பவிழம் சொன்னபோது காதம்பரி உண்மையிலேயே தலையில் கையை வைத்துக் கொண்டாள். இந்த முறை அவள் வெடிக்கப் பார்க்கிறது எவ்வளவு பெரிய குண்டாக இருக்குமோ!

அதைக் கவனிக்காததுபோல் பவிழம் தொடர்ந்தாள்:

'ஆறடி உயரம். பொன்னிறமுள்ள முடியும் நீலநிற கண்களும் சிவந்த உதடுகளும் உள்ளவன். சின்ட்ரலா கதையிலவுள்ள ராஜகுமாரனைப் போன்றுள்ள அழகன்.'

'அது எப்படி உனக்குத் தெரியும்?'

காதம்பரி பெரும் ஆச்சரியத்துடன் கேட்டாள்.

'அவன் சொன்னான்'

'எப்படி?'

'நாங்க நெட்டுவழியா சாட் செய்து கொண்டிருக்கிறோ மில்லியா. அங்குமிங்கும் காணாமலேயேதான் அது நடக்கும்.'

'அதுகூட இவளுக்குத் தெரியவில்லையே' என்று கிண்டலடித்து சிரித்தாள் பவிழம்.

அவள் கம்ப்யூட்டர் சாட்டினைப் பற்றி இப்படிச் சொல்லிக் கொடுத்தபோது எதுவும் புரியவில்லை என்றாலும் காதம்பரி தலையாட்டினாள்.

இருந்தாலும் அவள் சொல்வதையெல்லாம் முழுவதையும் எப்படி நம்புவது? கடலுக்கு அப்பாலுள்ள மனிதர்களெல்லாம் அரக்கர் குலத்தைச் சேர்ந்தவர்களல்லவா? கருத்த அரக்கர்களும் வெளுத்த ராட்சதர்களும். காதம்பரி விரலைக் கடித்தாள்.

அதைக் கேட்காததைப்போல் பவிழம் தொடர்ந்தாள்.

'அழகாகக் கொஞ்சுபவன் அழகன் என்பதுதான் உண்மை. அப்புறம், அவனுடையதான ஒரு அழகு அவனுடைய கொஞ்சலிலும் உண்டு. சில சமயம் தேவையற்ற ஒவ்வொன்றையும் சொல்லி அவன் நம்மை அப்படியே மிகவும் வெட்கப்படுத்துவான்.'

'அப்போது அவன் உன்னைப் பற்றி கேட்க மாட்டானா?' என்று கேட்டாள் காதம்பரி.

'பின்ன, கேக்காம இருப்பானா, நல்லாப் போச்சி போ. ஒவ்வொன்னையும் தெரிஞ்சிக்க, வெளியே சொல்லக் கூடாதது உள்பட எல்லாவற்றிலும் பெரும் ஆர்வமாகவே இருப்பான். அப்படி என்னைப் பற்றி நானும் ஒவ்வொன்னையும் சொல்லிக் கொடுத்தேன். மெலிந்து வெள்ளை நிறத்தில் நல்ல உயரத்தில் கருமையான சுருண்ட முடியுடன், ஒளி பொருந்திய கருத்த கண்களும், அழகான பற்களும் சிரிப்பும்... இப்படி எல்லாமும் தகுந்த முதிர்ச்சியில் அந்தந்த இடத்தில் உள்ளன என்று. அப்போது அவனுக்குச் சில அளவுகளும் தெரிய வேண்டும் என்றான். குரங்கு பையன். எனக்கு அப்படியே எரிச்சல் வந்தது.

அப்புறம் இப்படிப்பட்ட அழகன்களை கிண்டலடிப்பதும் ஒரு பொழுதுபோக்குதான் என்று வைச்சுக்கோயேன்.'

பவிழம் பெருத்த குரலில் சிரித்தாள்.

'ஆண்டவா...' காதம்பரி உச்சந்தலையில் கை வைத்தாள்.

எங்களுடைய பவிழம் மாமிதான் பேசறேன். அவளுக்கு நல்ல கருப்பு. மெலிந்து உலர்ந்த உடல். ஒட்டிய கன்னங்கள். முன் வரிசையிலிருந்து கொஞ்சம் துருத்தி நிற்கும் இரண்டு பற்கள்.

'இந்த மாதிரியெல்லாம் ஏமாத்தறது சரியா பவிழம்?' என்ற காதம்பரியின் முகம் சுருங்கியது.

'இத பாரு கண்ணு' என்ற பவிழம் மீண்டும் அவளுடைய கன்னத்தில் அருமையாகத் தடவினாள். 'இந்த சைபர் ஸ்பேஸ் பூராவும் பெரிய ஏமாத்துதான்! எது பொய், எது உண்மை என்று யாருக்குத் தெரியும்? எல்லாமே ஒரே நம்பிக்கைதானே... அப்புறம் அந்த பெண் சொல்றதெல்லாம் கூட நிஜமாங்கறது யாருக்குத் தெரியும்? அதனால இந்த சைபர் கொஞ்சலும் ஒரு விளையாட்டுதான்.'

பின்பு, அவள் ஒரு ரகசியத்தையும் சொல்லிக் கொடுத்தாள். இப்படிப்பட்ட சைபர் கொஞ்சல்களில் ஈடுபடுகிறவர்கள் ஒருபோதும் உண்மையான பெயரை தெரிவிக்க மாட்டார்களாம். தான் அவனுக்குக் கொடுத்த பெயர் மாகி என்றிருக்கும்போது அவனுடைய உண்மையான பெயர் என்னவென்று யாருக்குத் தெரியும்?

டெக்கான் பீடபூமியிலிருக்கும் ஒரு சிறிய கிராமத்திலுள்ள இருபத்தியோரு வயதான மாகி என்னும் பெண். அப்படிச் சொல்லித்தான் நம்ப வைத்திருக்கிறேன்.

கிராமத்தைச் சுற்றிலுமுள்ள பரவலான வயல்கள் முழுவதும் தழைத்து நிற்பவை இலவம் பஞ்சு மரங்கள்தான். அந்த பஞ்சு காய்களின் ஓடுகள் வெடிக்கும்போது எங்களுடைய ஆகாயம் முழுவதும் கனவுகளைச் சிதறியவாறு பறந்து திரியும் தாத்தாக்களின் தாடிகள்.

'எல்லாமே பொய், ஆண்டவா...!' காதம்பரி காதுகளைப் பொத்திக் கொண்டாள்.

எது எப்படியிருந்தாலும் அவளோடுகூட தான் சைபர் கடைக்கு வரப்போவதில்லை என்று காதம்பரி உறுதியாகக் கூறினாள். பவிழத்திற்குக் கொஞ்சம் சங்கடமாயிற்று.

'இதப் பாரு, காதம்பரி. பொண்ணாயிருந்தால் கொஞ்சம் போல்டா இருக்கணும். இந்த பாழாப்போன காலத்துல ஆண் பெண் வித்தியாசம் ஒன்னுமே கெடையாது. நீ வேணும்னா பாத்துக்கோ! ஒரு நாளைக்கு நான் இந்த கூந்தலையெல்லாம் வெட்டிக்கிட்டு, ஜீன்ஸும் டாப்பும் போட்டுக்கிட்டு இந்த தெருவுல நடக்கப் போறேன்.'

'அம்மா, தாயே...' நம்ப முடியாமல் உச்சந்தலையில் கை வைத்துக் கொண்டாள் காதம்பரி.

அப்படித்தான் பவிழம் இருப்பாள். அவள் அப்படி உறுதி யாகச் சொன்னால் என்றாவது அதை செய்துவிடுவாள் என்பது காதம்பரிக்கும் உறுதியாகிவிட்டது. பாவம், தாய்க்கு அது முற்றிலும் தாங்கமுடியாது என்றாலும் அவளுக்கு எல்லாவற்றுக்குமான பின்பலம் மும்பையிலுள்ள அண்ணன்தான்.

ஒரு நாள் பென்னின் படம் என்று சொல்லி கம்ப்யூட்டரில் பிரிண்ட் எடுத்த படத்தை காதம்பரியிடம் காட்டினாள் பவிழம். தேவையான அளவுக்குத் தெளிவு இல்லையென்றாலும் அவள் சொன்னதுபோல் அழகன்தான். பொன்னிற முடியும் நீலநிறக் கண்களுமுள்ள ராஜகுமாரன். இ-மெயில் மூலமாக வந்த படமாம். இ-மெயிலின் மூலம் படம் வருவது எப்படியென்று புரியவில்லை என்றாலும் காதம்பரி கேட்டாள்:

'அப்போ உன் படத்த அவன் கேட்கலையா?'

'கேக்காம? அதுக்கான கொக்கிய மாட்டத்தானே அவன் தன் படத்த மொதல்ல இங்க அனுப்பி வைச்சிருக்கான். இல்லேன் னாலும் இந்தியா அவனோட வீக்னெஸ்ஸா இருக்கலாம். நம்மோட கல்ச்சர், நம்மோட ஆச்சாரங்கள். அப்புறம் கருத்து சுருண்ட முடியும், கருத்த கண்களுமுள்ள நம்ம பெண் பிள்ளைகள்...'

'அப்போ உன்னோட படம்...?' காதம்பரி கேள்வித்தொனியில் பார்த்தாள்.

'அதுதானா கஷ்டம்? நான் உன்னோட படத்த அனுப்பி வைப்பேன். இல்லேன்னா, யாராச்சும் சினிமா நடிகைங்

களுடையதை...' பவிழம் காதம்பரியின் கன்னத்தில் அழுத்தமாக முத்தமிட்டாள்.

திடீரென்று அது நடந்ததால் காதம்பரி குறுகிப் போனாள். சிறிது நகர்ந்து அமர்ந்துகொண்டு கனத்தக் குரலில் அவள் சொன்னாள்:

'அதுக்கு என்னோட படத்த தரலேன்னா?'

'தர வேணாம். என் கையிலேயே இரண்டு மூணு இருக்கே. அண்ணன் போன தடவை விடுமுறையில் வந்தப்போ எடுத்த நம்ம ரெண்டுபேரும் சேர்ந்து நிக்கற படம் இருக்கு. அதிலேர்ந்து உன்னைத் தனியாக்கி ஒரு படம் எடுத்துக்கலாம்.'

'வேணாம், வேணாம்...' காதம்பரி பயத்துடன் துள்ளி எழுந்து கொண்டாள். 'அப்படி ஏதாச்சும் நீ பண்ணிட்டா நான் உங்க அம்மாக்கிட்ட எல்லாத்தயும் சொல்லிடுவேன்'

'நீ என்ன சொல்லப்போறே?'

'அந்த கபே சமாச்சாரத்தயெல்லாம்தான்...'

'அவ்வளவுதானா, சொல்லு சொல்லு நிம்மதியாவே சொல்லு. அம்மா அதவொன்னும் நம்ப மாட்டா...'

அதன்பிறகு பவிழத்தின்மேல் மிகவும் பயமாகிவிட்டது காதம்பரிக்கு. அவளுக்குள்ளே சாத்தான் குடிபுகுந்துவிட்டிருக்கிறான். இனிமேல் என்னென்னவற்றை அவள் காட்டப் போகிறாளோ என்று யாருக்குத் தெரியும்.

அவளுடைய கண்களில் படாமல் காதம்பரி இரண்டு மூன்று நாட்கள் மறைந்து திரிந்தாள் என்றாலும், பின்பு பவிழமே அவளிடம் வந்து எல்லாவற்றையும் ஒப்பித்துவிட்டாள்.

'உன்னோட போட்டோவை அனுப்ப மாட்டேன், கண்ணு' என்று பவிழம் உறுதியளித்தாள். 'நெட்டிலிருந்து அந்த ஃபிலிம் ஸ்டார் ஸ்ரீதேவியின் போட்டோவ அனுப்பறேன்... உன்னைப் பார்க்காம ஒருநாள்கூட இருக்க முடியாது...'

பவிழம் மிகவும் பரவசத்துடன் அவளுடைய கழுத்தில் சுற்றிப் பிடித்தபோது காதம்பரி அவசர அவசரமாக திமிறிக்கொண்டு விலகினாள்.

6

பன்னிரண்டாம் வகுப்பில் படிப்பு உச்சத்தில் இருந்த காலத்தில் ஒருநாள் மாலையில் சரித்திர ஆசிரியர் வேதநாயகம் காதம்பரியைப் பார்ப்பதற்காக வந்தான்.

ஸ்ஸப்பாடா...

காதம்பரியால் முற்றிலும் நம்ப முடியவில்லை. அவள் உள்ளே சென்று தாயை அழைத்து வந்தாள்.

'அவர் எங்க ஹிஸ்டரி டீச்சர், வேதநாயகம் சார். பெரிய அறிவாளி.'

அடுத்த வீட்டுக்காரர்களுக்கும் கேட்கும் விதத்தில் அவள் உரக்க விளம்பரப்படுத்தினாள். சென்ற வாரம் செல்வன் மாஸ்டரும் செல்வி டீச்சரும் வந்தபோதும் அவள் இதுபோல் அழைத்துச் சொல்லி இருக்கிறாள்.

வேதநாயகம் என்னும் பெயரைக் கேட்டபோது கோமதி முதலில் கொஞ்சம் பயந்து குழம்பினாள். வராண்டாவில் அமர வைப்பதா அல்லது முகப்பிற்குள் வரவேற்கலாமா? ஆனால், அதற்குள் வேதநாயகம் முகப்புக்கு ஏறிவந்து சோபாவில் அமர்ந்து விட்டிருந்தார்.

கொஞ்சம் தயக்கத்துடனேயே கோமதி அவனுக்கு முன்னே சென்றாள்.

நல்ல அழகனான வேதநாயகம் எழுந்து நின்று வணங்கிய போது கோமதியின் மனம் நிறைந்தது. நல்ல உயரம். நெற்றி

யின்மேல் விழுந்துகிடக்கும் சுருட்டை முடி, பழைய கல்யாணப் பரிசிலுள்ள காதல் மன்னன் ஜெமினியின் உடல்கட்டு. அந்த பாவப்பட்ட சரோஜாதேவிக்காக கல்யாணப் பரிசை எத்தனையோ முறை பார்த்து எத்தனையோ தடவை அழுதிருக்கிறேன். காதல் மன்னன்கள் எப்போதும் காதல் மன்னன்கள்தான். சிலர் ஜெமினியாகி விட்டார்கள். வேறு சிலர் வேறு அவதாரங் களானார்கள். அவர்களில் ஒருவன்தான் இந்த வேதநாயகமும்.

காதம்பரி பள்ளிக்குச் சென்று மூன்று நாட்களாகிவிட்டன. அதை விசாரித்துவிட்டுப் போகத்தான் மாஸ்டர் வந்திருக்கிறார்.

வேதநாயகத்தின் முகத்தில் குழப்பத்தைக் கண்டதும் காதம் பரிக்குச் சிரிப்பு வந்தது.

'சுரம் சார்' காதம்பரி சிரித்துக் கொண்டே சொன்னாள்.

'டாக்டரைப் பார்த்தியா, என்னென்ன மருந்துகளைச் சாப்பிடு கிறாய்,' என்றெல்லாம் விவரமாக வேதநாயகத்துக்குத் தெரிய ணுமாம்.

ஜுரத்தில் தண்ணீர் வற்றிய அவளுடைய முகத்தைப் பார்க்கும் போதெல்லாம் அவனுடைய சஞ்சலம் அதிகரித்தது.

'இதைச் சிம்பிளா நினைச்சுடாதே. இந்த மாதிரி சுரமெல்லாம் ரொம்ப டேஞ்சரஸ். ஊரிலெல்லாம் ஒரே சுரம்தான். நல்லா பாத்துக்கோ.' என்றான் வேதநாயகம்.

'பரவாயில்ல சார். இன்னும் ரெண்டு நாளைக்குள்ளே எல்லாமே சரியாயிடும்.' காதம்பரி அவனைச் சமாதானப்படுத்த பார்த்தாள்.

வரலாறு கற்றுத்தரும் இந்த சாரால், சுரம் கண்டு படுத்திருக்கும் எல்லாப் பிள்ளைகளின் வீட்டிற்கும் இதுமாதிரி விவரம் கேட்டுப் போக முடியுமோ? காதம்பரி அதிசயித்துக் கொண்டிருந்தாள்.

இருந்தாலும் கோமதிக்கு நன்றாக உணர்த்தினான். அந்த செல்வன் மாஸ்டரையும் செல்வி டீச்சரையும் போல் இவன் செயல்படவில்லை. முகத்தில் கலையுள்ள அறிவாளி. நல்ல சாப்பாட்டு மன்னன். உளுந்து வடை, வெங்காய ஊத்தப்பம் முதல்தரமான ஃபில்டர் காபி.

தின்றுவிட்டு கை கழுவும்போது, 'நல்லா புல்லாயிட்டுது. உன் அம்மா ரொம்ப நல்ல ஹோஸ்டஸ். இவ்வளவொன்னும் சாப்பிட முடியாது' என்று கூறினான் வேதநாயகம்.

'இவையெல்லாம் கெஸ்டுக்குதான் சார்! எங்களுக்கு தெனந் தோறும் ஒரே இட்லிதான் சார். திங்ககெழமையிலேர்ந்து ஞாயிற்றுக்கெழமை வரைக்கும் இப்படியேதான் சார். அதுவும் பெரிய ஸ்டோன்மாதிரியான இட்லி. ஏதாவது ஸ்வீட் தேவைன்னா அதுக்குத் தீவாளிதான் சார் வரணும்.'

பின்பு சப்தத்தைக் குறைத்து ஒரு பெரும் ரகசியத்தைப் போல் அவள் சொன்னாள். 'சென்ற வாரம் செல்வன் மாஸ்டரும் செல்வி டீச்சரும் வந்தபோது அம்மா இப்படியெல்லாம் கொடுக்கல. வெறும் ஃபில்டர் காபியும் மெதுவடையும் மட்டும்தான்.'

வேதநாயகம் கேள்விக் கேட்கும் பாவனையில் பார்த்தபோது காதம்பரி, 'என்னவோ தெரியல. உங்கள அவளுக்கு ரொம்பப் புடிச்சிருக்கு' என்று சொன்னாள்.

வேதநாயகத்தின் மனம் கொஞ்சம் குளிர்ந்தது.

காதம்பரி சிரிப்பதையே அவன் நோக்கிக்கொண்டு அமர்ந் திருந்தான். அவள் சிரிக்கும்போது அந்தப் பெரிய கண்களும் கூடவே சிரித்தன. பற்களின் வரிசையும் உதடும் முகமும் எல்லாம் எவ்வளவு கச்சிதமாக இருக்கின்றன.

'என்ன அறிஞரே'... அந்த அசாதாரணமான பார்வையைக் கண்டதும் காதம்பரி விசாரித்தாள்.

'ஒன்னுமில்லம்மா' என்ற அறிஞர் தோளைக் குலுக்கினான். பின்பு, ஒவ்வொன்றையும் சொல்லி தேர்வைப் பற்றி பேச்சு வந்தபோது அன்று செல்வன் மாஸ்டரும் செல்வி டீச்சரும் வந்த விஷயத்தை காதம்பரி சொன்னாள்.

'என்ன?' என்று கொஞ்சம் ஆச்சரியத்துடன் கேட்டார் வேத நாயகம்.

பரீட்சைக்குப் படிப்பு எப்படி இருக்கிறது என்று தெரிந்து கொள்வதற்காகத்தலைமைஆசிரியை சொல்லிஅனுப்பினாராம்... அவர்களின் பாட ராங்க்.

வேதநாயகத்தின் முகம் சட்டென்று வாடியது.

'பெரிய ராங்க்!' என்று வேதநாயகம் முணுமுணுத்தான்.

'அதைப்பற்றியொன்னும் கவலைப்படாதே... சாதாரணமா நீ பாஸ் பண்ணா போதும்!' அவன் சட்டென்று சொன்னான்.

காதம்பரி விழித்தாள். ஒரு ஆசிரியர் முதன்முதலாக இப்படிச் சொல்கிறார். அன்று தேர்வு எழுதுவதைப் பற்றி எத்தனையோ அறிவுரைகளைச் செல்வன் மாஸ்டரும் செல்வி டீச்சரும் தந்துவிட்டுதான் சென்றார்கள்.

வேதநாயகம் நினைத்துக் கொண்டிருந்ததோ வேறொன்றாக இருந்தது. இதோடு அவள் ஸ்கூலை விட்டு விடுவதுதான் நல்லது. இனிமேல் நகரத்திலுள்ள கல்லூரிக்கெல்லாம் அவள் போய்விட்டால் அவளை எப்படிப் பார்க்க முடியும்? அதுமட்டு மல்ல, ஸ்கூலை விட்டு கல்லூரிக்குப் போகும் பெண்பிள்ளைகள் திடீரென்றல்லவா மாறிவிடுகிறார்கள். அவர்களைச் சுற்றியுள்ள உலகமும் அதேபோல் மாறும்போது இந்தச்சிறிய பள்ளிக்கூடமும், அங்கே வரலாறு பாடம் கற்பிக்கும் அறிஞருமெல்லாம் சின்னதாகி விடுவார்கள்.

சிறியதொரு பொறாமையுடன் கைகளைப் பிணைத்துக் கொண்டு வேதநாயகம் என்னென்னவோ முணுமுணுத்தான்.

காதம்பரிக்கு அவன் செயல் முழுவதும் சுத்தமாகப் புரியவே இல்லை. ஸ்கூல் முடிந்தால் போக வேண்டியது கல்லூரிக்கு அல்ல. கல்லூரி என்றால் நகரத்தில் மட்டும்தான். ஒரு கல்லூரி முடிந்தால் மேலும் படிப்பதற்காக அதைவிடவும் பெரிய கல்லூரி இன்னும் கொஞ்சம் தூரத்துக்குப் போக வேண்டும்.

அவ்வாறெல்லாம் படிப்பு படிப்பு என்று எவ்வளவோ தூரத்துக்கு, பூமியையும் கடலையுமெல்லாம் தாண்டி எங்கெங் கெல்லாமோ...

காதம்பரியின் கண்கள் அப்படியே விரிந்து கொண்டிருந்தன.

விரும்பாததைப்போல் வேதநாயகம் கூர்ந்து நோக்கிக் கொண் டிருந்தான். பெரியதாகிக் கொண்டிருக்கும் கண்களின் மூலம் அவளுடைய சிந்தனைகளை அவன் பின்தொடர பார்த்தான்.

'அதெல்லாம் வேணாம்... நீ படிக்க வேணாம்' அவன் திடீரென சொன்னான்.

'ஏன்...?'

'வேணாம். அவ்வளவுதான்.' என்ற வேதநாயகத்தின் முகம் இருளத் தொடங்கியது.

அதற்குமேல் எதுவும் சொல்ல அவன் தயாரில்லை. ஆனால், காதம்பரி தொடர்ந்து கொண்டிருந்தாள்.

‘அப்பா அம்மாக்கிட்டல்லாம் சொல்லாதே.’

‘வேணாம்... வேணாம்...’ கையை உயர்த்தி இனிமேல் எதையும் கேட்க வேண்டாம் என்பதுபோல் அவன் சைகை காட்டினான்.

‘நீ ரொம்பவும் இன்டலிஜென்ட். நீ படிப்போ படிப்புன்னு படிச்சி பெரிய ஆளாயிட்டா...’ என்று பேசிக்கொண்டிருக்கும் போதே அவனுக்குத் தொண்டை அடைபட்டதுபோல் திடீரென நிறுத்தினான் வேதநாயகம்.

‘நீங்க என்ன இப்படிச் சொல்றீங்க, சார்?’ என்று நகத்தைக் கடித்துக் கொண்டு ஜாடையாக நோக்கினாள் காதம்பரி.

தன்னை மருத்துவப் படிப்புக்குச் சேர்ப்பது அப்பாவின் லட்சியம் என்று சொன்னபோது வேதநாயகம் சிறிது நடுங்கியது போல் தோன்றியது.

‘அதொன்னும் வேணாம். அதெல்லாம் சரியா வராது’ என்று அவன் கொஞ்சம் அதிகாரத் தோரணையில் சொன்னான்.

வீட்டுக் குடும்பத் தலைவியாக வேண்டியவர்கள் முக்கிய மாகத் தெரிந்திருக்க வேண்டியது ஒரு குடும்பம் எப்படி நன்றாக நடத்த வேண்டும் என்பதை மட்டும்தான். அப்புறம், தேவை யென்றால் கொஞ்சம் இசையோ வேறென்னவோ இருக்கலாம்... அவ்வாறெல்லாம் உதவுவதற்காக அவன் முயற்சிப்பதை கண்டபோது காதம்பரிக்கு மீண்டும் சிரிப்பு வந்தது. வகுப்பில் எப்போதும் பெரும் மதிப்புடையவரான என்னுடைய ஹிஸ்டரி சாருக்கு என்ன நேர்ந்தது?

குடும்பத் தலைவியாவதற்கு ஏற்ற ஒருவர்! காதம்பரிக்குச் சிரிப்பு வந்தது. நேரம் கிடைக்கும் போதெல்லாம், ஒரு டீ கூட போடத் தெரியவில்லையே என்றுதான் அம்மா சொல்வாள். அடுக்களை வராந்தாவுக்கு சென்று சேருவதற்குள் அடுப்பு புகை படிந்து கண்கள் எரியத் தொடங்கும். அதுமட்டுமல்ல, புகை பட்டு மகளின் கண்களின் அழகு போய்விடுமோ என்னும் பயமல்லவா தாய்க்கு இருந்தது.

‘அப்புறம் இந்த ஆட்டமும் பாட்டமுமெல்லாம் ஆடி, ஒரு தடவை சூடுபட்டவதானே, நான். அந்தக்காக்காகண்ணும்பூனைக் கண்ணுமுள்ள நட்டுவன் சிவமணியையும், முடியைச் சிலுப்பிக் கொண்டு ஸ்கூட்டர ஓட்டிக்கொண்டு வரும் பொன்னையா பாகவதரையும் இப்போதும் நல்லாவே நினைவிலுண்டு...

அவர்களின் தவறான கால் அடவுகள், அபஸ்வரங்கள் என்று இப்படி.'

இப்போது காதம்பரிக்கு உண்மையாகவே சிரிப்பையடக்க முடியவில்லை. நம்முடைய பெரிய அறிவாளிக்கும் ஏதோ விஷயமுள்ள குழப்பம் புகுந்துவிட்டது.

சோபாவில் அமர்ந்து நெளிந்து கொண்டிருந்தான் வேதநாயகம். அவனுடைய மனதில் என்னவோ இளகி தாறுமாறாகிறது என்று காதம்பரிக்குத் தோன்றியது. போவதற்குத் தயாராகி எழுந்தவன் மீண்டும் இருக்கைக்குத் திரும்பும்போது அவனுடைய உதடு கள் என்னவோ முணுமுணுக்கின்றன. நெற்றியில் கையை அழுத்தி ஏதோ சில ஆலோசனைகளில் தானாகவே விழும்போது அவனுடைய முகம் முழுவதும் சிவந்து வருவதுபோல் தோன் றியது.

'சார்...' என்ற காதம்பரி என்னவோ சொல்ல முயன்றாள்.

அதற்குள் வேதநாயகம் எழுந்து விட்டிருந்தான்.

அவன் வாயிற்படியில் ஒரு நிமிஷம் தயங்கி நின்றான். பின்பு நாலா பாக்கமும் சிறியதொரு குழப்பத்துடன் பார்த்தான்.

அவனுடைய கண்கள் திடீரென தன் முகத்திலேயே பதிந்து அசாதாரணமாக ஒளிர்வதை காதம்பரி பார்த்தாள். கண் தடங்களில் முன்பு காணாத ஒரு கருமையும் எண்ணெய் மயமும் இருந்தன. என்னவோ சொல்ல முயலும் உதடுகள் நடுங்குவதைப்போல் இருந்தன. மேல் உதட்டிற்கு மேலே வியர்வைத் துளிர்த்தது.

சுற்றிலும் ஒருமுறை நோக்கிவிட்டு அவன் திடீரென்று அவளுடைய தோளில் கையை வைத்தான். அவனுடைய முகம் நெருங்கி வருவதை காதம்பரி பார்த்தாள்.

'வேதநாயகம் சார். என்னது இது?' என்ற காதம்பரி திமிறி விலகுவதற்குப் பார்த்தாள். தோளிலுள்ள கைப்படம் சுட்டெ ரிப்பதுபோல் இருந்தது.

'வேதநாயகம் சார் இல்ல, வெறும் வேதா. உன் வேதா' என்ற வனின் குரல் இடறியது. அவனுடைய கைகள் அசாதாரணமாக நடுங்கிற்று. முகத்திற்கு குருதி முழக்கமிட்டு ஏறுகிறது. காதம்பரி பயத்துடன் நோக்கினாள்.

சென்டின் உக்கிரமான மணம் மூக்கில் அடித்து நுழைகிறது. சட்டென்ற ஒரு நகர்தலில் அவன் அவளை இழுத்து நெருக்கிய போது, வேகமாக முத்தமிட்டபோது அவன் தாடையிலுள்ள

குறுமுடிகள் கன்னத்தில் உரசிற்று. சிகரெட்டின் கடுமையான நெடியில் தலை கனத்தது.

காதம்பரி கொஞ்சம் துவண்டு திமிறினாள். அவனைத் தட்டிவிட்டு விலக்கிக் கொண்டு பின்பக்கமாக அடிவைக்கும் போது அவன் அசாதாரணமாக மூச்சு வாங்கிக்கொண்டிருந்தான்.

உதடுகள் நனைந்து ஒட்டி எரிந்தன. கடிபட்டதில் இரத்தம் சொட்டியது. இயலாமையுடன் ஒரு நிமிஷம் தலைகுனிந்து நின்றுவிட்டு அவன் வேகமாக வெளியே இறங்கிப் போவது தெரிந்தது.

வெளிக்கதவை இழுத்துச் சாத்தும்போது உள்ளுக்குள் என்னவோ எரிந்து ஏறுவதை காதம்பரி உணர்ந்தாள். அதன் உஷ்ணத்தில் அவள் சிலிர்த்து நின்றாள்.

என்ன நடந்தது என்று நினைவுகொள்ள கொஞ்சம் நேர மாயிற்று. உடல் முழுவதும் நடுங்கத் தொடங்கியது. தொண்டை அசாதாரணமாக வறண்டிருக்கிறது. சுரம் அடித்து இறங்கியதின் களைப்பு இப்போதும் விட்டபாடில்லை. அடிவயிற்றிலிருந்து பொங்கிவந்த அழுகையை அடக்குவதற்கு முயலும்போது ஒளிர்ந்து ஏறும் கோபமும் பிடிவாதமுமாயிற்று.

அப்போ, எல்லாமும் இதற்குத்தான் இல்லையா?

அவள் அக்கேள்வியை வாயிற்படியிடம் கேட்டாள். தூணில் சாய்ந்து நிற்கும் வெளிப்புறக் காட்சிகளிடம் கேட்டாள். வகுப்பு பாடப்புத்தகங்களிடம், ஸ்கூல் யூனிஃபாரத்திடம் கேட்டாள். இவ்வளவு காலம் தனக்கு ஸ்கூலில் பாடம் கற்பித்த மாஸ்டர்களிடமும் டீச்சரம்மாக்களிடமும் கேட்டாள். இப்படி யொரு உறவுதான் உங்களுக்கெல்லாம் என்னிடம் இருந்ததோ?

கடைசியாக அவனவனோடும்...

பதில் கிடைக்காமல் ஆனவுடன் அந்தப் பழைய சரித்திரப் புத்தகத்தின் சில உள்பக்கங்களை இழுத்து கிழித்து காற்றில் பறக்கவிட்டாள். மெல்ல வீசும் கிழக்கத்திய காற்றில் அநாதை யாக்கப்பட்ட சரித்திரத்தின் ஏடுகள் பறந்து திரிந்தபோது தனக்கு மீண்டும் சுரம் வருவதுபோல் காதம்பரிக்குத் தோன்றியது.

இது மறக்கமுடியாத, ஆனால் நினைக்க விரும்பாத சில சரித்திரப் பாடங்களிலிருந்து இடம் மாறும் ஜுரத்தை அவள் நினைத்தாள்.

7

'அப்போ இவ்வளவுதான் உள்ளது, இல்லையா' காதம்பரி மீண்டும் நினைத்துப் பார்த்தாள். இந்த ஆண் என்று சொல்பவன், துளைத்து நுழையும் ஒரு நோட்டமாகின்றான். பின்பு, நினைக்காத நேரத்தில் தோளின்மேல் வந்துவிழும் உஷ்ணமான கைப்படம், நடுங்கும் உதடுகள், சென்டின், புகையிலையின் உக்கிரமான நெடி... கன்னத்தில் உரசும் கூர்மையான குட்டை முடிகள். அழுத்தி அடிபணிய வைக்கும் உதடுகள்.

அப்புறம் அந்த இரத்தம் சொட்டும் கடிபட்ட இடங்கள். அது ஏற்படுத்தும் மனத்தின் எரிச்சல். எல்லா ஆண்களுமே வேதநாயகம் ஆகிறார்கள். ஒரே வேதநாயகத்தின் பல முகங்கள், பல பாவனைங்கள்.

எல்லாவற்றிலும் இவ்வளவெல்லாம்தான் உள்ளன. இங்கே காதம்பரி என்னும் நான் இல்லை. என் மனதில் சில தனிப்பட்ட துடிப்புகள் இல்லை. வெளியே தெரியக்கூடிய என் உடலும் இல்லை. ஆக மொத்தத்தில் சில உறுப்புகள் மட்டும்தான் உள்ளன. என் உடலை மனதில் போட்டுவெட்டி காயப்படுத்தி குறை உறுப்புகளாக அவன் மாற்றி இருக்கிறான்.

அழகான குறை உறுப்புகள் சேர வேண்டியபடி சேரும்போது அது காதம்பரி என்னும் பாவப்பட்ட பெண் பிள்ளையாகிறாள்.

வேதநாயகத்தின் அந்த ஓலைச்சுவடி கட்டுகளிலுள்ள பிறப்பு வரலாறுகளிலும் இவையெல்லாம்தான் சொல்லப்பட்டு இருக் கின்றன. பெரும் அறிஞர் என்ற வகையில் அவன் சொல்லி

வைக்கப்படுகின்ற பெரிய விஷயங்களெல்லாம் இங்கே முற்றுப் பெறுகின்றன. இப்போதைக்கு அவனுக்குத் தேவைப்பட்டிருந்தது இவையெல்லாம் மட்டுமே. அணைத்துக் கொள்வதற்காக காய்ச்சலின் உஷ்ணம் விலகாத ஒரு பெண்ணின் உடல். ஒரு முகம். இரண்டு உதடுகள். கொஞ்சம் முத்தங்கள்.

அப்புறம்... அதிலிருந்து தொடங்கும் வேறு பலவும். இருக்க லாம், யாருக்குத் தெரியும்.

காதம்பரி மெல்ல தன் கன்னத்தில் தடவினாள். அவனுடைய தாடி ரோமங்கள் உரசிய இடங்களில் சின்னதாக எரிகிறது. முதன்முதலாக அறிந்த அவனுடைய விரல் முனைகளுக்குகூட அசாதாரணமான ஒரு கூர்மை.

பின்பு அந்த அடி உதட்டிலுள்ள தாகம். மெல்ல விரலால் தடவியபோது முதலில் உடல் முழுவதுமே கொஞ்சம் சிலிர்த்தது. அதன்பின் வெறுப்புடன் அவள் விரலை விலக்கினாள்.

அப்போ அந்த வேதநாயகத்தை மட்டும் வெறுப்பதில் புண்ணியமில்லை என்று காதம்பரிக்குத் தோன்றியது. அவன், பலரில் ஒருவன் மட்டுமே. பள்ளிக்கூடத்தில் தன்னிடம் மிகவும் அக்கறை காட்டக்கூடிய அந்த மாஸ்டர்களும், இந்தக் காதம்பரி என்று சொல்பவள் இப்படியெல்லாம் உள்ளவள்தான் என்று நினைத்திருப்பார்கள். அவர்களும் ஒவ்வொரு வேதநாயகன்கள் தான். ஒரே வேதநாயகத்தின் பல முகங்கள், பல பாவனைகள்.

படிப்பறையிலுள்ள நாற்காலியில் சாய்ந்து கொண்டு ஒவ்வொன்றாக நினைத்துப் பார்க்கிறாள் காதம்பரி. ஆண்களுக்கு எத்தனையோ பார்வைகள் உண்டென்று இப்போதுதான் புரிகிறது.

ஆமாம், பவிழம் சொல்லக்கூடிய எத்தனையோ பார்வைகள். ஒவ்வொன்றுக்கும் எத்தனையோ அர்த்தங்கள். அப்படிப்பட்ட பார்வைகளை அடையாளம் கண்டு அகலம் காக்க வேண்டுமென்று பவிழம் மாமி எப்போதும் உபதேசிப்பதுண்டு.

தன்மேல் வந்து விழக்கூடிய ஒவ்வொரு பார்வையையும் தரம் பிரித்து லேபிள்கள் ஒட்டி அடையாளப்படுத்தி வைக்க அவள் பார்க்கிறாள். மிகவும் சிறிய வயதில் முதன்முதலாக அசாதாரணமானதொரு பார்வையை வீசிய நட்டுவன் சிவமணி. அதன்பின் வெகு நாட்கள் உப்பி கிடந்தன கன்னங்கள்... அப்புறம் ஸ்கூலிலுள்ள சில மாஸ்டர்கள். அக்கம்பக்கத்து வயதானவர்கள். வழியில் தென்படும் அறிமுகமில்லாதவர்கள்.

ஒவ்வொருத்தருக்கும் ஒவ்வொரு பார்வைகள். அவர்களுக்கும் ஒவ்வொரு நெடிகளும், முகத்தில் ஒவ்வொரு வகை குறுந் தாடிகளும் தென்படும்.

ஆணின் பார்வைகளை வேறுபடுத்திப் பார்ப்பது எப்படி என்று யாரிடம் கேட்டு அறிந்து கொள்வது? அலமேலு பாட்டியிடமா? அல்லது எல்லாமும் தெரியும் என்று பாவனை காட்டும் பவிழம் மாமியிடமா?

கோபத்துடன் கைகளைச் சேர்த்து தேய்த்தாள் காதம்பரி.

சந்தியா வந்தனத்துக்கு அமரும்போது இடையில் திடீரென நிறுத்திவிட்டு, காதம்பரி தாயிடம் சொன்னாள்: 'நாளைலேர்ந்து நான் ஸ்கூலுக்குப் போவல'. கோமதி திடுக்கிட்டாள். ஏனென்று கேட்டதற்கும் பதில் இல்லை. போகவில்லை என்று மட்டும்தான் மீண்டும் சொன்னாள். காதம்பரியின் முடிவுக்குப் பின் அந்த வீட்டில் எதிர் வார்த்தைகள் இல்லை.

வகுப்புகள் முடியவில்லை என்றாலும் இதுவொரு முக்கியமான கட்டம்தான் என்று கோமதிக்குத் தெரியும். வரப்போகும் இறுதித் தேர்வை எப்படி எதிர்கொள்ள வேண்டுமென்று ஆசிரியர்கள் சொல்லிக் கொடுக்கும் நேரம் இது. அடிப்படையான கேள்வி பேப்பர்கள், டெஸ்ட் பேப்பர்கள்... வருகின்ற தேர்வை எதிர் கொள்வதற்கான மனத் தைரியத்தைப் பிள்ளைகளுக்கு ஏற்படுத்து வதும் இந்த சமயத்தில்தான். அதனால்தான் இந்த நேரத்தில் ஆசிரியர்களுக்கும் பிள்ளைகளுக்கும் ஒரே நெருக்கம் இருக்க வேண்டுமென்று தலைமை ஆசிரியை சொல்லிக் கேட்டதுண்டு.

அன்று தலைமை ஆசிரியை அந்த செல்வன் மாஸ்டரையும் செல்வி டீச்சரையும் தனிப்படச் சொல்லி அனுப்பியது அவளுக் குச் சிறிது தன்னம்பிக்கையை அளிப்பதற்குதான்.

கோமதி குழம்பினாள். என்ன நேர்ந்தாலும் வகுப்புகளைப் புறக்கணிக்காத குழந்தைதான். ஆனால், இப்போது இவளுக்கு என்ன நேர்ந்தது? சுரத்தினால் களைப்பு இருந்தால் நாளைக்குப் போக வேண்டாம், குளித்துவிட்டு அடுத்த நாள் போகலாம் என்று அவள் சொல்ல முற்பட்டாள். ஆனால், காதம்பரி மாறுவதாகத் தெரியவில்லை. சங்கரராமனோ வழக்கம்போல் ஏதோ பயணத்தில் இருந்தான். எங்கேயாவது திருவிழாக்கள் இருக்கலாம்.

கடைசியில் வேறு ஒரு வழியும் தெரியாமல் வழக்கம்போல் அடுக்களைத் திண்ணைக்குச் சென்று தூணில் சாய்ந்து அமர்ந்து கொண்டு அழத் தொடங்கினாள் கோமதி. அவளுக்குத் தெரிந்த கடைசி அஸ்திரம்.

காதம்பரி மிகவும் மிரண்டு போனாள். தாயின் இப்படிப் பட்டதொரு அழுகையை இதுவரையில் அவள் கண்டதே இல்லை. அதை நிறுத்துவது எப்படி என்று அவளுக்குத் தெரியவுமில்லை. பக்கத்து வீடுகளிலிருந்து யாரெல்லாமோ மதிலுக்கருகில் வந்து எட்டிப் பார்த்துக் கொண்டிருந்தார்கள்.

அத்துடன் காதம்பரி அடங்கிவிட்டாள். மற்ற வழிகள் அடைந்து விடும்போது அடுக்களைத் திண்ணையில் அமர்ந்து ஊரார் கேட்கும் விதத்தில் உரத்து அழுவது என்னும் தாயின் பழைய வித்தையை அவள் முதன்முதலாக அன்றுதான் காண்கிறாள்.

அன்றைய இரவில் தூக்கம் வராமல் அவள் வெகுநேரம் வரையில் உருண்டு புரண்டு படுத்திருந்தாள். தூக்கத்திற்கும் விழிப்பிற்கும் இடையிலான எல்லையோரம் வழியாக தத்தித் தத்தி நகரும்போது மனதில் என்னவெல்லாமோ குழைந்து திரும்புவதை அவள் அறிந்தாள். கூர்மையான தொப்பியணிந்த கோமாளி உருவங்கள் மிதக்கும் சில படங்கள் மேலும் கீழுமாகப் போகின்றன. அதில் ஒருவனுக்கு அந்த வேதநாயகத்தின் சாடையைப்போல் இருந்தது. சிறிது நேரம் சென்றதும் காதிற்குள் முன்னெப்போதும் கேட்காதவொரு சங்கீதம் வந்து காதுகளில் பாய்வது போலவும் இசையின் அபார பரவலின் மூலம் வடிந்து செல்வதுபோலவும் இருந்தது.

அதன்பின் விடியற்காலையில் முற்றிலும் வழக்கமில்லாத ஒரு பேய்க்கனவின் இறுதியில் அவள் தன்னுடைய பெற்ற தாயைக் கண்டாள். பரட்டைத் தலை முடியும் கிழிந்து தொங்கும் உடைகளுமாக இருந்தாள். நேரில் காணமுடியாத காயங் களிலிருந்து இரத்தம் சொட்டுவது போலும், கருணையற்ற கண்களுடனும், யானையின் பிளிறலைப் போன்றுள்ள ஆண் குரலுடனும் இருந்தாள்.

மங்கத் தொடங்கிய நினைவுகளில் எங்கேயோ எஞ்சியுள்ள சில அடையாளங்கள்.

எத்தனையோ வருடங்களுக்குப் பின் அன்று அவள் தன்னு டைய பெற்ற தாயைத் தொட்டாள். ஒருபோதும் ஒரு நிழல் சுவடாகக் கூட மனதிற்குள் வரக்கூடாது என்று வேண்டிக் கொண்டிருந்த

தாய். அவருக்காக மனதில் அழுத்தி வைக்கப்பட்டிருந்த ஏராளமான சாபச் சொற்கள். எல்லாவற்றுக்கும் இப்போது மன்னிப்புக் கோருகிறாள். இதுபோன்று எத்தனையோ அந்தி நேரங்களின் மூலம் பாவம் என் தாயும் கடந்து சென்றிருப்பார்.

பாவம் அம்மா. அவள் தாயின் கண்ணீரைத் துடைத்தாள்.

'வாங்க அம்மா' அவள் மெதுவாக அழைத்தாள்.

நம்பிக்கை வராததுபோல் அம்மா முறைத்து பார்த்தாள். அழுத்தியவாறு மகள் மீண்டும் கூப்பிட்டாள். தலையை குனிந்து கொண்டு மேலோட்டமான அடி வைத்து அம்மா நடந்தாள்.

வெயில்படாத திண்ணையில் கொஞ்சநேரம் அமர்ந்து அவர்கள் களைப்பாற்றிக் கொண்டார்கள்.

அதன்பின் ரோடோரத்தில் புளிய மரத்தின் அடியில் உள்ள பீடத்தில் அமரச்செய்து நாவிதர் வேலுவால் அந்த ஜடை பிடித்த முடியை கொஞ்சம் வெட்டி ஒதுக்கியபோது, முகத்தின் வடிவமே மாறிவிட்டதுபோல் இருந்தது. வெகுநாள் ஆனதால் முடி வளர்ந்து திருப்தியானதொரு தலை கையில் கிடைத்துவிட்டதின் மகழ்ச்சியில் வேலுவின் கத்திரி மறுபடியும் வெட்டிக் கொண்டு மேலேறியபோது அழுக்கு நிறைந்த நகங்களால் தாய் தலை முழுவதும் பிராண்டிக் கொள்ளத் தொடங்கினாள்.

அதன்பின் அவன் புளியமரத்தில் ஆணியடித்து பதித்த தீட்டுப் பட்டையில் கத்தியைத் தீட்டுவதற்குத் தொடங்கியபோது சிறியதொரு பயத்துடன் தாய் தன்னை நோக்குவதை காதம்பரி பார்த்தாள்.

எஞ்சியிருந்த ரோமங்களை வழித்து இறக்கியபோது பேன் புற்றுகள் சிதறிப் போவதின் நிம்மதியில் அம்மா பல்லிளித்தாள்.

எல்லாமும் கொஞ்சம் முடிந்தவுடன் பின்னுக்கு விலகி நின்று சாய்ந்தும் சரிந்தும் பார்த்துவிட்டு கொஞ்சம் திருப்தியான வகையில் வேலு தலையாட்டினான்.

பின்பு தன்னுடைய தோல் பையிலுள்ள வட்டமான பூதக் கண்ணாடியைப் பயன்படுத்தி அவன் தாயின் தலையெழுத்துகளை வாசித்துப் பார்த்தான்.

'அடேயப்பா... இந்த மாதிரியான ஒரு வட்டெழுத்த நான் இதுவரைக்கும் கண்டதே இல்லை. சில வரியும் குறியும் பின்னிப் பிணைந்து கிடக்கின்றன. ஒரு நாற்பத்தோரு பகல் முழுவதும்

உக்கார்ந்து வாசிப்பதற்கான கிரகம் இவரோட மண்டையில் இருக்கு... குளிப்பதும் ஜெபம் செய்வதும் விரதமுமாக அதற்கான சுத்தத்தைக் காப்பதும்தான் பெரும்பாடு.'

அப்போது முக்காலியில் அமர்ந்து வட்டம் சுற்றி, கால்களை ஆட்டி அம்மா அனுபவித்துக் கொண்டிருந்தாள். தலையிலுள்ள ஜடை போனதின் லாவகம் அவருடைய முகத்தில் தெரிந்தது.

கடைசியில் போவதற்குத் தயாராகும்போது வேலுவின் முகத்தில் கொஞ்சம் சந்தேகங்கள் இருந்தன.

'ஆமாம்மா... இவங்க எந்த வூரு?'

'எங்க ஊருதான்'

'உங்களுக்கு...'

'பெற்ற தாய்!'

வேலு ஒரு நிமிடம் திகைத்து நின்றான். பின்பு ஒன்றும் புரியவில்லை என்றாலும், ஏராளமாகப் புரிந்து கொண்டதுபோல் தலையாட்டினான். சிறிதுநேரம் அம்மா எதிரே நோக்கி கை கூப்பி நின்றான்.

'அம்மா, தாயே காப்பாத்துங்க...'

பின்பு, பனையோலைகளால் மறைத்த துணி துவைக்கும் கல்லில் அமர்த்தி அரப்பு பொடியும் இஞ்சையும் கலந்து தேய்த்து குளிப்பாட்டினாள். உடல் முழுவதும் உள்ள சொறி சிரங்கு அடையாளங்களில் இஞ்சை நாரால் உராய்ந்து, இரத்தமும் சீழும் கொட்டியபோது அம்மா கொஞ்சம் துவண்டாள். எரிச்சலைவிட அதிகமாகச் சொறிதலின் சுகம் அவள் முகத்தில். காயத் தொடங்கிய ரணங்களின் அடியிலும் வேர்கள் உள்ளதுபோல்...

துவைக்கும் கல்லைச் சுற்றிலும் சேரும் சகதியும் தளம்கட்டி நின்றிருந்தன. அழுக்கு வழுக்கி வெளியேறியதும் தாயின் உடல் முழுவதும் எண்ணெய் மினுமினுப்பு. முகம் முழுவதும் அசாதாரணமானதொரு தெளிவும் அழகும்.

தாயின் ஈரமான மார்பில் வாசனை சோப்பின் மணத்தில் முகம் புதைத்து மகள் சிறிது நேரம் அமர்ந்திருந்தாள். பின்பு, உதடுகள் முலைக்காம்பிடம் நெருங்கின. ஒரு கையால் இழுத்துப் பிடித்து கொஞ்சம் உறிஞ்சினாள். கொஞ்சம் கடித்தாள்.

அப்போது தாயின் கண்கள் மூடின. அம்மா சுரந்தாள். நினைவு தெரிந்த பின் முதன்முதலாக தன் உதடுகளில் வம்சபரம்பரைகளின் இனிப்பை காதம்பரி உணர்ந்தாள்.

எண்ணெய் தடவி முடியைக் கோதி வைக்க மிகவும் மெனக்கிட வேண்டியதிருந்தது. துர்நாற்றம் கொண்ட அணிந்த ஆடைகளை மாற்றியபோது கண்ணாடியில் கண்ட தன்னுடைய விசித்திர உருவத்தின் நேரே மிகவும் ஆவலுடன் நோக்கியவாறு தாய் சிறிதுநேரம் நின்றாள்.

பின்பு, அடுக்களை மேடையின் வெளித்திண்ணையில் சம்மணம் இட்டு அமர்ந்திருக்கும்போது தலையிலுள்ள ஜடைச் சுமை இறங்கிய நிம்மதியில், தண்ணீர் பட்டதின் குளிர்ச்சியில் அம்மா மெல்ல கோட்டுவாய் விடத் தொடங்கினாள்.

'என்னம்மா, தூக்கம் வர்றதா?' என்று கேட்டாள் மகள்.

அம்மா தலையாட்டினாள்.

'பசிக்குதா?' மகள் மீண்டும் கேட்டாள்.

அம்மா அப்போதும் தலையாட்டினாள்.

ஒரு நுனி வாழை இலை நிறைய பெரியதொரு கூம்பாரமாக சோறு பரிமாறினாள் மகள். அதன்மேல் வத்தல் குழம்பு ஊற்றினாள். ஒரு மூலையில் கோவைக்காய் பொரியலும் ஊறுகாயும் வற்றலும் பரிமாறினாள்.

காட்டுத்தனமானதொரு ஆவலுடன் தலை நிமிராமல், அசாதாரணமானதொரு சப்தத்தை ஏற்படுத்திக்கொண்டு அம்மா அந்தச் சோறு முழுவதையும் சாப்பிட்டு முடிப்பதை மகள் பார்த்துக்கொண்டு நின்றாள்.

இதுவொரு அநாதையான மகளின் பிண்டம் படைத்தல்.

'பாவம், என் அம்மா...' மகளின் கண்கள் நனைந்தன.

பின்னாலுள்ள சுவரின்மேல் சாய்ந்து அமர்ந்து ஏப்பம் விடும்போது தாயின் கண்களும் நிறைந்து கொண்டிருந்தன.

அம்மா மீண்டும் கோட்டுவாய் விடத் தொடங்கும்போது காதம்பரி மயக்கத்திலிருந்து திடுக்கிட்டு எழுந்தாள். மற்றொரு கோடைகால இரவின் கனிவற்ற தன்மைக்குள் கண்களைத் திறக்கும்போது கொஞ்சம் முன்பு கண்டதையெல்லாம் நினைவு படுத்த முயன்றுகொண்டிருந்தாள் அவள்.

'என் அம்மா, பாவம்' ஒரு பாதுகாப்பு மந்திரத்தைப்போல் தன்னுடைய உதடுகள் மீண்டும் முணுமுணுப்பதை காதம்பரி அறிந்து கொண்டாள். எனக்கு இனிமேல் என்னுடைய பெற்ற தாயின் ஆசீர்வாதம் முழுவதும் தேவைதான்.

அவளை அறியாமல் கண்கள் நிறைந்தன. தொண்டைக்குள் பெரியதொரு அழுகை தடைபட்டு நிற்பதுபோல் இருந்தது. அதைப் பார்த்துக் கொண்டுதான் கோமதி அறைக்குள் நுழைந்தாள்.

'என்னம்மா...' கோமதி, விசனத்துடன் கேட்டாள்.

'ஒன்னுமில்லம்மா.'

அவ்வாறு சொல்லித் தப்பிக்கப் பார்த்தாள் என்றாலும் மகளின் மனதிலுள்ள சிறு அசைவுகளைக் கூட புரிந்துகொள்ளப் பழக்கப்பட்ட தாய் மெல்ல அவளின் மனதைப் படித்தறிந்தாள்.

'நான் அம்மாவப் பார்த்தேன்...' காதம்பரி ஒத்துக் கொண்டாள்.

'எங்கே?' கோமதியின் குழப்பம் அதிகரித்தது.

'கனவில்...'

'ஓ...' கோமதி நிம்மதியுடன் பெருமூச்சு விட்டாள். 'அதெல்லாம் பழைய கதை. அதையெல்லாம் மறந்துடு. ஆண்டவன் கிருபையால இன்னைக்கு உனக்கு வேறொரு வாழ்க்கை கெடச்சிருக்கு. போய்விட்ட கெட்ட காலத்த மறந்துடு.'

போய்விட்ட கெட்ட காலம்! காதம்பரி மனதிற்குள் அதையே பலமுறை முணுமுணுத்தாள். என்னவோ, அப்படியொரு தோன்றல் இப்போது மனதில் இல்லை. எவ்வளவுதான் கெட்டவள் ஆனாலும் இந்தப் பிறவியைத் தந்த அம்மாவுக்கான இடம் அவருக்கு மட்டும்தான். பெற்ற தாய்க்கும் பெறாத அம்மாவுக்கும் வெவ்வேறு இடங்கள்.

காதம்பரியின் மனதில் தேவையில்லாத சில சிந்தனைகள் சுற்றித் திரிகின்றன என்னும் தோன்றல் கோமதியை மிகவும் இம்சித்தது. இவ்வளவு காலத்திற்குப்பின், இப்போது இவளுக்குச் சொல்வதற்கான ஒரு பெற்ற தாய் இருக்கிறாள். யாரும் பார்க்காத அம்மா. அவள்கூட பார்த்தால் அடையாளம் அறிவாளா என்று உறுதியற்ற அம்மா. தாங்கள் அருமையாக வளர்த்து பெரியவளாக்கிய செல்லப் பெண்ணுக்கு இப்போது பெற்ற தாயைக் கனவில் காண்பதற்குத் தொடங்கி இருக்கிறாள்.

கனவில்தான் என்றாலும், அப்படியொரு எண்ணம் அவளுடைய மனதில் மாறாமல் இருக்கக் கூடாது.

'வேண்டாம். அந்த மாதிரியெல்லாம் நினைக்கிறதே தப்பு நீ' என்று திடீரென கோமதியின் கூச்சல் மிகவும் பொங்கியது. 'என் குழந்தை. நான் பெற்ற குழந்தை. உனக்கு வேற தாய் தந்தை ஒன்னுமே கிடையாது.'

அப்போ அந்த அம்மா...

'செத்துப் போனாங்க.... அவ்வளவுதான்'

அவளின் முகம் இறுகுவதைக் கண்டதும் காதம்பரி திகைத்துப் போனாள். அம்மாவுக்கு மீண்டும் உபாதை அதிகரிக்கப் போகிறது. பின்பு, உச்சத்தில் உள்ள பேச்சுகள். யாரிடம் என்றில்லாத வசவு கள்.. கடைசியில் அடுக்களை மேடையில் அமர்ந்து மார்பில் அடித்துக்கொண்டு கூச்சலிடல்...

காதம்பரி எழுந்து தாயின் தோளில் கை வைத்து அவளைத் தன்னுடன் சேர்த்தணைத்தாள். உச்சந்தலையில் தடவினாள்.

'இவ்வளவு சந்தேகம் ஏம்மா? நான் உன்னோட பொண்ணுதான். அப்புறமா வேற எதையாவது நினைக்கறதே பாவம். அதெல்லாம் எனக்குத் தெரியாதா?'

அப்போதைக்குக் கொஞ்சம் சமாதானமடைந்தாலும் அந்த எண்ணம் அம்மாவின் மனதில் புகைந்து கொண்டிருக்கும் என்று காதம்பரிக்குப் புரிந்தது. அதனால் இப்படிப்பட்ட விஷயங்களைச் சொல்லும்போது இன்னும் கொஞ்சம் ஜாக்கிரதையாக இருக்க வேண்டுமென்று அவள் தனக்கே உறுதிச் சொல்லிக் கொண்டாள்.

இருந்தாலும், அன்றொரு பெரியதொரு தீர்மானம் தன் மனதில் ஊற்றெடுப்பதை காதம்பரி உணர்ந்தாள். படிக்க வேண்டும். அதுவும் ஏராளமாகப் படிக்க வேண்டும். படித்துப் பெரியவளாகி ஒரு வேலையை உறுதிப் படுத்திக்கொண்டுதான் தாயைக் கண்டு பிடிக்க வேண்டும். அது அவ்வளவு எளிதல்ல என்பது தெரியும். சில மங்கிய நினைவுகள்தான் உள்ளன. கனவில் கண்டதுபோல் இருக்க முடியாது. வயது அதிகமாகி இருக்க வேண்டும். இளைத்துப் போயும் இருக்க வேண்டும். என்றாலும், ஒரு மகளால் தன் தாயை அடையாளம் காணாமல் இருக்க முடியாது. இந்தப் பூலோகம் முழுவதிலும் தேடி நான் என் தாயைக் கண்டுபிடிப்பேன். இந்தப் பிரபஞ்சத்திலேயே மிகவும் பெரிய அடையாளப்படுத்தல்.

அதன்பின் தாய்க்காக ஒரு இருப்பிடம் தயார் செய்ய வேண்டும். வயதான காலத்தில் துன்பம் இல்லாமல் காலம் தள்ளுவதற்காக ஒரு சின்ன இருப்பிடம். இடையில் தானும் அங்கு சென்று சேர்ந்து இருக்க வேண்டியது இருக்கும். பெற்ற தாய்க்கும், வளர்ப்புத் தாய்க்கும் இடையில் வீதம் வைப்பதுதான் இனி மேலுள்ள நாட்கள்.

மறுநாள் குளிக்காமல், முகத்தில் ஒப்பனை இல்லாமல், முடி பின்னாமல், காய்ச்சல் களைப்புடன், சுருக்கங்கள் விழுந்த ஒரு அழுக்குத் தாவணியையும் சுற்றிக்கொண்டு பள்ளிக்கூடத்திற்குப் போகும்போது காதம்பரி ஒரு விஷயத்தில் உறுதி கொண்டிருந்தாள். இனிமேல், ஒருபோதும் அந்த வேதநாயகத்தின் முன்னால் போய் அவன் கண்களில் படக்கூடாது. அவனுக்கு மட்டுமல்ல, பள்ளிக்கூடத்திலுள்ள வேறுசில வேதநாயகன்களிடமும் இனி மேல் முகம் கொடுத்து பேசக்கூடாது இந்த காதம்பரி.

அந்தத் தீர்மானம் கொடுத்த நிம்மதியில் முன்பெப்போதோ படித்த ஒரு கீர்த்தனத்தின் வரிகளை முனகிக்கொண்டு அவள் அப்படியே கைவீசி நடந்தாள்.

ஆனால், அது சிறிது நேரத்துக்கு மட்டும்தான் இருந்தது. வகுப்பு அறையின் வராந்தாவிற்குள் காலெடுத்து வைத்தவுடன் பழைய சில நினைவுகள் அவளை இம்சிக்கத் தொடங்கின. அப்புறம், நேற்றிரவில் காதில் வந்து விழுந்த அந்த அபூர்வமான சங்கீதமும் சேர்ந்து கொண்டது.

கணக்கு வகுப்பில் அமர்ந்திருந்தபோது மனம் முற்றிலும் பாடத் தில் பதியவில்லை. அந்த வேதநாயகத்தின் முகம் எப்படியோ கலகம் மூட்டிக்கொண்டு மனதிற்குள் வந்து எட்டிப் பார்த்தது. நெற்றியின்மேல் விழுந்திருக்கும் சுருண்ட முடி இழைகளாகி, பின்பு அந்த பரந்த நெற்றியாகி, கடைசியில் புகையிலை கரை படிந்த உதடுகளாகி... எல்லாவற்றையும் கோபத்துடன் தலையை குலுக்கி விலக்கப் பார்த்தாள் காதம்பரி.

செல்வன் மாஸ்டரின் முகத்தில் இப்போது பெருத்த ஆவல். நீர்க்கோழியைப் போல் கழுத்தை நீட்டி அவன் என்னவெல்லாமோ அவளுடைய முகத்திலிருந்து வெளிக்கொணர பார்க்கிறான்.

இன்று வேதநாயகத்தின் வகுப்பு இல்லையல்லவா என்று காதம்பரி நினைத்துக் கொண்டாள். திடீரென்று அவளுக்கு

அவனை ஒருமுறை பார்க்க வேண்டுமென்று தோன்றியது. ஆமாம், வேறொன்றுமில்லை. சும்மாதான்.

முதல் பீரியட் முடிந்ததும் அவள் ஸ்டாப் ரூமின் வராண்டா வழியாக இருமுறை அங்குமிங்குமாக நடந்தாள். வேதநாயகம் வந்திருக்கவில்லை. யாரிடம் கேட்பது?

அதோடு மனதில் சிறியதொரு குழப்பமும் உண்டாயிற்று. அவனுக்கு என்ன நேர்ந்தது? விடுப்பு எடுக்கும்போது நேரிடையாக இல்லையென்றாலும், ஏதாவது குறிப்பை முன்பெல்லாம் தருவதுண்டு. இப்போது, நேற்றைய அந்த சம்பவத்திற்கு பின் திடீரென்று இப்படி...

பக்கத்தில் அமர்ந்திருக்கும் பவிழம் அவளைக் கவனித்துக் கொண்டிருந்தாள்.

'என்னம்மா, என்னாச்சு?'

'ஒன்னுமில்லம்மா, ஒடம்பு சரியில்ல.'

'வயித்து வலியா?'

ஆமாம் என்று தலையாட்டினாள் காதம்பரி.

'பரவாயில்ல. அது பீரியடோட பிராப்ளம்தான்' என்ற பவிழம் அவளுடைய முதுகில் தடவினாள்.

காதம்பரியின் இதயம் துடித்துக் கொண்டிருந்தது. மாஸ்டர் இன்று வரவில்லை. நாளையும் வரமாட்டானோ?

பதில் கிடைக்காமல் நேரும்போது மனதில் சுமை ஏறிக் கொண்டிருந்தது. கறுப்பு போர்டிலுள்ள வெள்ளை எழுத்துக்கள் சேர்ந்து குழைந்து கொண்டிருந்தன. கண்முன்னே இப்போது ஒரு மெல்லிய படலம் உண்டு.

கடைசியில் எழுந்துகொண்டு முற்றிலும் சுகமில்லை என்று சொன்னபோது செல்வன் மாஸ்டர் சிரித்தான்.

'என்ன எக்ஸாமினேஷன் ஃபீவரா, இல்ல, வேற ஏதாச்சுமா?'

எதுவும் பேசாமல் அவள் வெளியேறினாள். தானும் கூட வரட்டுமா என்று பவிழம் கேட்டபோது வேண்டாம் என்று தலையாட்டினாள். இருந்தும் கேட் வரை பவிழமும் கூடவே சென்றாள். வழக்கமில்லாமல் காதம்பரியின் முகம் மிகவும் வாடி யிருப்பதைப் பார்க்கும்போது அவளால் பொறுத்துக்கொள்ள முடியவில்லை.

'கொஞ்சம் நேரம் படுத்துத் தூங்கும்மா. எல்லாமே சரியாயிடும்.'

நெற்றியில் கையால் அழுத்திக்கொண்டு வீட்டிற்குச் சென்று நுழையும்போது கோமதி பெரும் குழப்பதுடன் ஓடி வந்தாள்.

'என்னம்மா, என்னாச்சு உனக்கு?'

'ஜுரம்மா. இன்னிக்கும் சரியாவல.'

கோமதிக்கு குற்றவுணர்வாகிவிட்டது. பள்ளிக்கூடத்திற்கு போக அவளுக்கு முற்றிலும் ஆர்வமில்லாமல் இருந்தும் தான் தானே அவளை நிர்ப்பந்தித்து அனுப்பிவைத்தோம்.

காதம்பரி கட்டிலில் ஏறி போர்த்திக்கொண்டு படுத்தபோது உச்சந்தலையில் தடவியவாறு அம்மா அருகில் அமர்ந்திருந்தாள்.

நெற்றியில் கை வைத்தபோது சூடு இல்லை. இருந்தாலும் மூச்சில் மெல்லிய சூடு உள்ளதுபோல் இருந்தது. குழந்தைக்கு நல்ல சோர்வு இருந்தது.

வழக்கமான மாத்திரைகளுடன் அம்மா வந்தபோது அவள் வேண்டாம் என்று சொன்னாள். மாத்திரைகளை அதிகம் சாப்பிடுவது தீமை என்று எங்கேயோ படித்திருக்கிறாள்.

இரவில் தானும் உடன்படுத்துக் கொள்வதாக கோமதி சொன்னபோது காதம்பரி வேண்டாம் என்று சொன்னாள். அன்று இரவில் தன்னைத் தேடி வரக்கூடிய சில வேறுபட்ட கனவுகளுக்கு அம்மா ஒரு தடையாக இருப்பாள் என்று அவளுக்குத் தோன்றியது.

8

திருவிழா முடிந்து ஆளற்ற கோயிலிலுள்ள கல் மண்டபத்தில் அவர்கள் அமர்ந்து கொண்டிருந்தார்கள். நூறாண்டுகளுக்குமேல் பழமையான மண்டபம். நான்கு பக்கங்களிலும் பூஞ்சை மூடிய, நிறமுள்ள பெரும் தூண்கள்.

இரவு இருண்டிருந்தது. யாருடனோ செட்டு சேர சென்ற சங்கரராமன் வருவதற்காகத் தாயும் மகளும் காத்துக்கொண்டு அமர்ந்திருந்தார்கள். அவர்களை அங்கு கொண்டுவந்து அமரச் செய்து இப்போது வருகிறேன் என்று சொல்லிவிட்டுப் போய் வெகுநேரமாகி விட்டது.

‘எனக்கும் போதும்போல் இருக்கிறதுடா கண்ணு.’

அம்மா சொல்வதைக் காதம்பரி கேட்டாள். முன்பும் பல சமயங்களில் கேட்டிருந்தாலும் இப்போது அவர்களின் குரலில் வழக்கமற்றதொரு தளர்ச்சியும் உறுதி இல்லாமையும் இருந்தது.

காதம்பரி என்னவென்று கேட்கவில்லை. கேட்டால் சில பழைய வாழ்க்கைகளின் மூட்டை கட்டை அவிழ்க்கத் தொடங்கி விடுவாள். அதில் அதிகமானதும் அப்பாவைப் பற்றிய புகார்களின் ஆவர்த்தனம்தான். சோம்பேறியான மனம் உள்ளுக்குள் போட்டு உருட்டி திரட்டிப் பெரிதாக்கி எடுக்கும் சில சின்னச் சின்ன காரியங்கள். வியாபாரத்தில் ஒன்றும் கவனம் செலுத்தாமல் வேலையும் திருவிழாவுமாக கோயில்கள் தோறும் அலைந்து திரிகிறான் அவன். வயது அதிகரிப்பதுடன் சோம்பேறித்தனம்

மேலும் அதிகமாகி இருக்கிறது. வீட்டில் ஒரு மகள் வளர்கிறாள் என்னும் விஷயத்தைக்கூட மறந்துபோய் இருக்கிறான்.

'அம்மா சொல்லுங்க, கேக்கறேன்' என்கிற மட்டில் காதம்பரி கால்களை ஆட்டிக்கொண்டு அமர்ந்திருந்தபோது மிகவும் மெல்லிய குரலில் கோமதி சொல்லத் தொடங்கினாள். இவற்றை யெல்லாம் சொல்லி முடிப்பதற்காக ஒரு நேரத்திற்காக அவர் காத்துக் கொண்டிருக்கிறார் என்று தோன்றியது.

'கடைசியில் இப்படியெல்லாம் ஆகிவிடுவாருன்னு எனக்கு முன்பே பயம் உண்டாகி இருந்தது கண்ணு. நான் இப்போது பூக்களைக் கண்டு பயப்படத் தொடங்கி இருக்கிறேன்,' என்றாள் கோமதி.

'பூக்கள் சபிக்கும். முன்பும் சபித்ததுண்டு, இன்னும் சபிக்கும்.'

'என்னம்மா?' என்று கேட்டு, திகைத்து நோக்குகிறாள் காதம்பரி.

'பூக்களின்சாபத்தைப்பற்றிஎப்போதாவதுநினைச்சிருக்கிறாயா நீ?'

'இல்லம்மா?'

'பூக்களுக்கு வலிக்கும்போது, பூக்கள் சபிக்கும்போது வெந்து சாம்பலாவது ஒரு குலம், ஒரு பரம்பரையாகும்.'

தூரத்திலிருந்து வருகின்ற மங்கிய நீலவெளிச்சத்தில் அம்மா வின் முகத்தை உண்மையாகவே காண முடியவில்லை. ஆனால், அந்த குரலிலுள்ள குளிர்மையும் ஆழமும்தான் அசாதாரணமாகத் தன்னை அலட்டுவதாக காதம்பரிக்குத் தோன்றியது.

மார்கழி மாதத்தின் இறுதிக் கட்டம். அசாதாரணமானதொரு பனியும் குளிர்ச்சியும் அவர்களை மூடுவதாக இருந்தது.

கோமதி தொடர்ந்தாள்.

'தோட்டக்காரன் பூக்கடைக்காரன்னு ரெண்டு பாழாப்போன பிறவிங்க கூட்டாளிங்களாக இருக்கிறாங்க. பூக்கிள்ளுவதற்காக நீண்டுவரும் பலம் பொருந்திய விரல்களை வெறுக்க மட்டுமே தோட்டக்காரனால் முடியும். அவனால் அதைத் தடுக்க முடியாது. பூக்கள் மலர்வது அவனுக்காக இல்லையே. அதே போல்தான் பூக்களின் புனிதத்தை வியாபாரம் செய்ய விதிக்கப்பட்டவன் பூக்கடைக்காரன்.'

காதம்பரி ஆவலுடன் கேட்டுக் கொண்டிருந்தாள். இப்படி யெல்லாம் அம்மா பேசுவது இது முதன்முதலாகத்தானே.

'பூக்களைச் செடிகளில்தான் பார்க்க வேண்டும் கண்ணு. அப்படி இல்லாம பூக்கடைக்காரனின் ஜாகையிலுள்ள கூடை களில்ல. பூக்களை கருணை இல்லாம கிள்ளி எடுக்கும்போது அவைகளுக்கும் உயிரு உண்டுங்கறத நாம மறந்துபோறோம். அங்கதான் நம்ம பிறவியே பாழாகுது. நாம பூக்களின் சாபத்தை ஏத்துக்கறோம்.'

கோமதி அப்போது வேறு ஏதோ உலகத்திலிருந்தாள்.

'முதலில் அந்த வீட்டுக்குச் சென்று நுழைந்தபோது என்னவோ போல தோன்றியது.' என்று சொன்ன கோமதி தொடர்ந்து பேசி னாள். 'குழந்தை காலம் முதலே தெரிந்தவர்தான் என்றாலும், நாலு மதில்களுக்கு அப்பாலுள்ள வீடுதான் என்றாலும், இந்தப் பூக்களின் நடுவிலுள்ள வாழ்க்கையைப் பற்றி ஒருபோதும் நான் இங்கே நுழைவேன் என்று நினைத்திருக்கவில்லை. உண்மையச் சொன்னால் இவ்வளவு பூக்களை ஒன்றாகக் காண்பதுவே இங்குதான் முதன்முதலாக இருந்தது. அதுவும், என்னென்னவோ வகையிலுள்ள பூக்கள்.

'ஆரம்பத்திலெல்லாம் பார்க்கவே மிகவும் பரவசமாக இருந்தது. ஆனால் எனக்கு முற்றிலும் பிடிக்காமல் இருந்தது அவற்றினுடைய அந்த அசாதாரண மணம்தான். வாடிப் போவ தற்கும் வாடப்போவதற்கும் இடையிலான அவைகளுக்கே உரிய அந்த வேறுபட்ட நெடிகள். ஒருபோதும் ஒத்துப்போகாது. சில நெடிகளின் வெறுப்பான கலவை. பல நெடிகள் கூடிக் கலக்கும்போது அது ஒன்றினுடையதாக இல்லாமல் ஆகி விடுகிறது. விடியற்காலையில் தாழ்வாரத்தில் வேலை முடிந்து அந்தப் பெண்கள் போய்விட்டாலும் வெகு நேரத்துக்கு அந்த மணம் வீடு முழுவதும் தங்கி இருக்கும்.

'ஆரம்பத்திலெல்லாம் இது மனதுக்கு ஒப்பாமல்தான் இருந்தது. உள்ளுக்குள் புரட்டுகிறது என்று சொன்னதும் தாத்தா வாய்விட்டு பெருத்த குரலில் சிரித்தார். பின்பு, உன் அப்பாவும் தாழ்ந்த குரலில் சிரித்தார்.

'எல்லாம் பழக்கமாயிடும் கோமதி. இந்த மணங்களும் நெடிகளுமெல்லாம் இனிமே உன்னுடையதும்தான் என்றார் தாத்தா. அதுவொரு பரம்பரை வழக்கம். உன் மூலமோ,

உன்னோட சந்ததி பரம்பரைகளின் மூலமோ அது அப்படியே படர்ந்து படர்ந்து பரவும்.'

என்னவோ நினைத்த கோமதி சட்டென்று நிறுத்தினாள். கண்கள் நிறைந்து வந்தன.

கொஞ்சம் புரிந்தவுடன் காதம்பரி அவளின் முதுகில் தடவினாள்.

அனந்தராமனுக்குப் பயணங்கள் செல்வது மிகவும் விருப்பமானது. ஆனால், உன்னுடைய அப்பாவைப்போல் கோயில் ஸ்தலங்களுக்குப் போகாமல் காடுகளுக்குச் செல்வதுதான் அவருடைய பயணங்களில் அதிகமாக இருந்தது. அதற்கு ஏற்றாற்போல் சில நண்பர்களும் உடன் இருந்தார்கள். முன்பு பார்க்காத மரம் செடி கொடிகளைத் தேடித்தான் அவர்களின் அநேக பயணங்களின் குறிக்கோளாக இருந்தன.

அனந்தராமன் பூக்களைத் தாராளமாகப் போற்றும் நபராக இருந்தார். ஒவ்வொரு பூவிலும் தெய்வ அம்சம் உண்டென்று அவர் நம்பியிருந்தார். அந்த பூக்களின் கூட்டத்தில் தேவலோகப் பூந்தோட்டங்களிலிருந்து சாபம் பெற்று மண்ணுக்கு இறங்கி வந்த அபூர்வமான சில பூஞ்செடிகளும் இல்லாமல் இருக்காது என்னும் உறுதி அவருக்கு உண்டு.

அதனால்தான், கூட்டத்திலிருந்து தனியாக நிற்கும் ஒவ்வொரு செடியையும் கவனிக்க வேண்டும் என்று அனந்தராமன் மகனிடம் எப்போதும் சொல்லிக்கொண்டு இருப்பார். அக்கூட்டத்தில் ஒன்றாக வேறு உலகங்களிலிருந்து வெளியேற்றப்பட்டு சாப விமோசனத்திற்காக காத்துக்கொண்டு கிடப்பதாக அது இருக்கும். அதனால்தான் இந்த உலகம் இதுவரையில் பார்த்திராத அழகும் உயிர்ப்புமுள்ள ஒரு தனிப்பட்ட பூ மலரப் போவதாக இருக்கிறது.

'சாபம் பெற்ற செடியைப் பார்த்தால் உன்னால் தெரிந்துகொள்ள முடியுமா?' ஒருநாள் அனந்தராமன் மகனிடம் கேட்டார்.

'அது எப்படி' என்பதுபோல் சங்கரராமன் புருவத்தைச் சுருக்கினான்.

'இலைகளும் கிளைகளும் ஏதோ போலிருக்கும். சாபத்தின் சுமையால் தொங்கும் கிளைகளால் தலை நிமிர்ந்து நிற்க முடியாது. சாபப் பொடிகள் படிந்த இலைகளும் தலை குனிந்துதான் நிற்கும். பின்பு முறக்கள், சாபத்தின் புண்களாகி தண்டைச் சுற்றிலும்

முறற்கள்... இவையெல்லாம் சில லட்சணங்கள் மட்டுமே. நேரில் பார்க்கும்போது இன்னும் சில மாற்றங்களைக் கண்டு பிடிக்கலாம்.'

சங்கரராமன் குழம்பிப்போய் நின்று கொண்டிருந்தான். அப்பா சொல்வது எதுவும் தனக்கானது இல்லை என்பதுபோல் அவன் அப்படியே பவ்வியமாக நின்றான்.

அனந்தராமனின் பயணங்கள் தொடர்ந்து கொண்டிருந்தன. வெளியூர்களுக்கான தன் பயணங்களில் அவர் என்னவெல்லாமோ தேடிக் கொண்டிருந்தார். மகனும் தேடுவது உண்டென்று தாத்தா நம்பினார்.

காதம்பரி பெரும் ஆர்வத்துடன் கேட்டுக்கொண்டு அமர்ந் திருந்தாள்.

'அப்போ அப்பாவால் கண்டுபிடிக்க முடிந்ததா?' அவள் ஆவேசத்துடன் கேட்டாள்.

கோமதி சிரித்தாள்.

சங்கரராமனுக்கு அப்படிப்பட்ட கிறுக்குகள் எவற்றிலும் முற்றிலும் ஆர்வம் ஏற்பட்டிருக்கவில்லை. ஆனால், தாத்தா கூட அதை ஒரு கட்டளையாகத்தான் கண்டிருக்க வேண்டும். அப்படிப்பட்டதொரு பூச்செடிக்கு சாபமோட்சம் கொடுப் பதற்கான புண்ணியம் தனக்குத்தான் என்பது வரையில் தாத்தா நம்பிக் கொண்டிருந்தார் என்று தோன்றுகிறது. வெகுநாள் வரையில் அதையேதான் மனதில் போட்டுத் திரிந்திருக்க வேண்டும். கடைசியில் என்னவாயிற்றோ, தாத்தா அப்படிபட்ட கதையைச் சொல்லத் தொடங்கினார்.

ஒரு நிமிடம் கண்களை மூடி அமர்ந்திருந்த கோமதி அக்கதையைச் சொல்லத் தொடங்கினாள்.

வேறுபாடான ஒரு செடியையும் அதில் மலர்ந்த அழகான பூவினுடையதுமான கதை அது.

கிழக்கு மலைகளின் ஓரமாகச் செங்குத்தான ஒரு மலைச்சரிவு. சுற்றிலும் பெரும் பெரும் மரங்களும், செடிப் புதர்களும் நிறைந்த காடு. யாராலும் எளிதில் கடந்து செல்ல முடியாத மலைப்பிரதேசம். அனந்தராமனின் சில பயணங்களில்தான் மலை இடுக்கில் ஒடிந்து தொங்கிய கைபோல் துருத்தி நின்றதொரு பாறையின் சரிவில் சூரியோதயத்தை நோக்கிக் கொண்டு நின்றிருந்த அந்தத்

தனிப்பட்ட செடி கண்களில் பட்டது. அடிவாரத்திலிருந்து கூட பார்க்கும்படியான விதத்தில்தான் அந்தப் பாறையின் நிற்றலும்.

பாறையின் முனையில் ஒரேயொரு செடி மட்டும். ஒருவேளை அதனால்தானோ என்னவோ அதுவரையில் யாரும் கவனிக்காமல் நின்ற அந்தச் செடி அனந்தராமனின் கண்களில் திடீரென்று பட்டிருக்க வேண்டும். நல்ல வடிவமும் மலர்ச்சியுமுள்ள செடி. தொங்கிக் கொண்டிருக்கும் கரும்பச்சை நிறமுள்ள நீண்ட இலைகள். உருண்ட தண்டுகளைச் சுற்றிலும் முற்கள். முற்களுக்கிடையில் மந்தி குரங்கினுடையது போன்றுள்ள நிறைந்த முடிகள்.

காடுகளில்ஏராளமானகாலம்பணியாற்றிஒருமாதிரியாககாட்டு மரங்களையும் செடிகளையும் தொட்டு அடையாளம் அறிந்து கொள்ளக்கூடிய ஒரு நண்பர் தாத்தாவுக்கு இருந்தார். ஆனால், அவர்கூட கையை விரித்துவிட்டார். இப்படிப்பட்டதொரு செடியை எங்கும் கண்டதே இல்லையென்று. அதுமட்டுமல்ல, இதுவரையில் தனித்துக்கிடந்த பாறை இடுக்கில் இவ்வளவு விரைவில் இப்படியொரு புஷ்டியும் வளர்ச்சியும் உள்ள செடி மேலெழும்பி வந்தது எப்படி?

முடிந்த மட்டில் அதன் அருகில் வரை செல்ல வேண்டும் என்ற எண்ணம் அனந்தராமனுக்கு இருந்தது. ஏன் என்று கேட்டபோது துல்லியமான பதில் இல்லை. பார்க்க வேண்டும். கொஞ்சம் நெருங்கிச் சென்று காணவேண்டும்... என்று அவர் தட்டுத்தடுமாறி சொன்னார். அது அசாத்தியம் என்று நண்பர் சொன்னார். காட்டில் பிறந்து வளர்ந்த பணியர்கள்கூட சாதிக்காத காரியம் அது.

அதன்பின் அச்செடியில் பூ மலர்ந்தபோது அவரால் காத்துக் கொண்டிருக்க முடியவில்லை. சூரியனை நோக்கி முகம் திரும்பி நிற்கும் கடும் சிவப்பு நிறத்தில், சாதாரணத்தைவிட அதிகமான பெரியதானதொரு பூ.

அருகில் செல்ல முடியாது என்பது உறுதியானவுடன் ஒரு தொலைநோக்கியை வரவழைத்து சரிவிலுள்ள மற்றொரு பாறையில் முழங்காலிட்டு அமர்ந்து அவர் அந்தச் செடியையும் பூவையும் பார்த்தார். முன்பெப்போதும் பார்த்திராத சிகப்பு நிறம். அடர்த்தியான இலைகள். மேலேயுள்ள சில இதழ்களில் சாபத்தின் பொடிகள் தூவப்பட்டதுபோன்று சில கறுப்பு புள்ளிகள் அம்மலரை கூர்ந்து பார்த்தபோது தெரிந்தன.

அக்காட்சியில் மனம் நிறைந்து வீட்டிற்கு வந்தாலும் அன்று இரவில் எப்போதோ ஒரு கெட்ட கனவு கண்டுவிட்டு தாத்தா திடுக்கிட்டு விழித்தார். தலைக்குள் அசாதாரணமானதொரு புடைப்பு. ஜுரத்தினால் தொண்டை வறண்டு இருக்கிறது. தண்ணீர் எவ்வளவு குடித்தாலும் தாகம் அடங்கவில்லை. நெற்றிக்குள் சிகப்புப் புழுக்கள் ஊர்வது போல் இருந்தன.

மறுநாள் உடல் முழுவதும் கொப்புளங்கள் எழும்பின. கண்களைச் சுற்றி சிகப்பு கொப்புளங்களின் வளையங்கள்.

பதினைந்தாம் நாள்தான் தண்ணீர் விட்டது. அதற்குள் முகமெங்கும் குண்டும் குழியுமாக இருந்தன. கண்களைச் சுற்றியுள்ள வளையங்களுக்கு அசாதாரணமானதொரு கறுப்பும் ஆழமும் இருந்தன.

மிக உக்கிரமான வியாதிதான் என்று வயதானவர்கள் சொன்னார்கள். அதனுடைய அடையாளங்களோ தாத்தாவின் உடம்பில் வெகுகாலம் வரையில் மறையாமல் இருந்தன. விலக்கப்பட்ட காட்சிகளைக் கண்ட கண்களில் பார்வை குறைந்தபோது கண் கண்ணாடியின் கனமும் கூடின.

நம்ப முடியாத காதம்பரி வெறுமனே தலையாட்டினாள். அதன்பின் தாத்தா அந்த வழிக்கே போனதில்லை. கோமதி ஒரு சின்னச் சிரிப்புடன் அவ்வளவையும் சொல்லி முடித்தாள்.

அதன்பின்தான் தன் சொந்த தோட்டத்திலேயே அவர் கவனம் சென்றது. அந்தச் சிறிய முற்றத்தில் முடிந்தமட்டில் பூஞ் செடிகளைநட்டுவளர்க்கமுயன்றுகொண்டிருந்தார்அனந்தராமன். ஒவ்வொரு பயணத்தின் போதும், வெளிநாடுகளிலிருந்து கொண்டுவந்த வெவ்வேறு விதமான செடிகள்தான் அவற்றில் ஏராளமானவைகள்.

காலை நேரங்களில் புதியதாக மலர்ந்த மலர்களின் கண்களுக் குள்ளே உற்று நோக்கியவாறு அவர் அப்படிச் சுற்றித் திரிவதை பார்க்கும்போது, 'இந்தக் கூட்டத்திலும் தேவலோகத்திலிருந்து சாபம் பெற்று வந்த ஏதாவது செடிகளைக் கண்டுபிடித்திருப்பார் என்று சங்கரராமன் கிண்டலடிப்பான்.

'இந்தப் பிறவியில் இப்படியாவது பூக்களுடனான ஒரு நெருக்கம் சாத்தியம் ஆகிவிட்டதல்லவா. இனிமேல் வரும் பிறவியில் ஒரு தோட்டக்காரன் ஆவதற்கும் யோகம் இருக்கும்.' தாத்தா சிரித்துக்கொண்டே மகனின் தோளில் கை வைப்பார்.

‘பெரியதொரு பூந்தோட்டத்தை பராமரிப்பவனின் பிறவியில் உள்ள சுத்தத்தைப் பற்றி கொஞ்சம் நினைத்துப் பாரு. விடியற் காலையில் முதல் சூரியக் கதிர்களில் தயக்கத்துடன் கண்களைத் திறக்கும் மலர்களைக் காண்பதைவிட பெரும் புண்ணியம் இந்த வாழ்க்கையில் என்ன இருக்கு. அக்காட்சியின் மூலம்தான் ஒரு நாள் தொடங்க வேண்டும். பனி விழுந்து நனைந்த மலர்களை தொட்டுத் தடவியவாறு அப்படியே தோட்டத்தின் வழியாக நடந்து பார் தெரியும்.’

‘மலரும் மலர்களின் மழலைக் கண்களுக்குள் நீ எப்போதாவது பார்த்ததுண்டா? ஒரு பெரும் ஆச்சரியத்தைப்போல் இந்தப் பிரபஞ்சம் முழுவதையும் அவை நோக்கிக் காண்கின்றன’ என்று தாத்தா சங்கரராமனிடம் சொல்வார்.

தாத்தா சொல்வது முழுவதும் புரியவில்லை என்றாலும் சங்கரராமன் வெறுமனே தலையாட்டுவான்.

ஒருவகையில் பூக்கடைக்காரனைவிட எவ்வளவோ அதிர்ஷ்டம்தான் ஒரு தோட்டக்காரனின் வாழ்க்கை. எதுவும் இல்லையென்றாலும் உயிர்ப்புள்ள மலர்களை அவையவைகளுக் கேயுரிய உண்மையான சூழல்களில் கொஞ்ச நேரத்திற்காவது அவனால் காணமுடிகிறதல்லவா.

இப்போது கோமதியால் அவற்றினோடு ஒத்துப்போக முடியவில்லை.

‘நான் இப்போ பூக்களைக் கண்டு பயப்படத் தொடங்கி யிருக்கேன், கண்ணு’ என்ற கோமதி, ‘பூக்கள் சபிக்கும். முன்னே யும் சபித்ததுண்டு. இனிமேலும் சபிக்கும்’, என்று மீண்டும் சொன்னவள், ‘பூக்கள் சபிக்கும்போது வெந்து சாம்பலாவது ஒரு குலம் முழுவதும், ஒரு பரம்பரை முழுவதும்’ என்று புலம்பினாள்.

இவ்வாறு பேசிப்பேசி எங்கே எல்லாமோ போய்ச்சேர்ந்தாள் கோமதி. காதம்பரியால் கற்பனை செய்யக்கூட முடியாத சில காலி இடங்கள்.

விஷயத்தை திசைதிருப்ப காதம்பரி முயலும்போதெல்லாம் ஒரு இடைவேளைக்குப் பின் கோமதி அதற்குள்ளேயே திரும்பி சென்று சேருகிறாள்.

‘எதுவொன்றையும் அதற்கேயுரிய இயல்பான சூழல்களி லிருந்து வேறுபடுத்தி விலக்க நமக்கு உரிமையில்லையல்லவா, காதம்பரி. குன்றின் பள்ளத்தாக்குகளில், வயல்வரப்புகளில்,

வேலியோரங்களில் மலருகின்ற மலர்களைக் கிள்ளிச் சேர்த்து கூடைகளில் நிரப்பி, ஊர் விட்டு ஊருக்குத் தூக்கிச் சென்று, புகை வண்டியிலேற்றி, இங்கே வந்து சேரும்போது அவை எவ்வளவோ சங்கடப்பட்டுக் கொண்டிருக்கும். பின்பு அவைகளின் மார்பின் மேல் கருணையில்லாமல் நாறுகளையும் நூல்களையும் கோத்து கோத்து...'

பாவம், மகா பாவம்.

மீண்டும் முணுமுணுக்கும்போது அவளையறியாமலேயே தன்னுடைய வறண்ட அடிவயிற்றுக்குள் ஒருமுறை நோக்கி விட்டாள் கோமதி.

'மூன்றுமுறை உள்ளுக்குள் தெரிந்த சிறிய அசைவுகள். அதன் வலிகள்.'

சங்கரராமன் அவள் அடிவயிற்றில் காதைச் சேர்த்து வைத்து உயிரின் தெளிந்த துடிப்புகளைக் கேட்டான்.

'மலர்களின் சாபம். அவற்றுக்கும் உயிரின் துடிப்புகள் உண்டு. அதைக் கேட்பதற்கான காதுகள்தான் நமக்கு இல்லாமல் போய்விட்டன.'

கோமதி பெருமூச்செறிந்தாள்.

காதம்பரி தாயின் தோளில் கை போட்டு அணைத்துப் பிடித்தாள். மெல்ல பின்கழுத்தில் உதடுகளைப் பதித்தாள்.

அப்போது கோமதியால் அழுகையை அடக்க முடியவில்லை.

'யாரு வேணும்னாலும் சபித்துவிட்டு போவட்டும். எனக்குத் தான் நீ கிடைச்சுட்டியே. அது போதும்டா, கண்ணு' என்ற கோமதியின் தொண்டை அடைத்தது.

கொஞ்சம் கழிந்து அன்றைய அலைச்சல் எல்லாவற்றையும் முடித்து சங்கரராமன் திரும்பிவந்து சேர்ந்தபோது என்னென்னவோ செய்து முடித்த நிம்மதியுடன் சிரிக்கப் பார்த்தாள் கோமதி. என்னவென்று சங்கரராமன் விசாரித்தபோது கண்களை இறுக்கி காட்டியவாறு காதம்பரி சொன்னாள்.

'நமக்கு அந்த பூக்கடையே வேண்டாம்' என்றாள் தாய்.

சங்கரராமனுக்கு பெருத்த ஆச்சரியம். தான் அந்த வழியில் ஆலோசிக்கத் தொடங்கிய போதெல்லாம் எதிர்த்து நின்றவள் கோமதியாகத்தானே இருந்தாள். அப்போது பரம்பரையைப் பற்றி சொன்னாள். அனந்தராமன் குடும்பத்தின் செய்தியைப் பற்றி சொன்னாள்.

'என்ன, இப்போது இந்த திடீர் மனமாற்றம்?' என்று விசாரித் தான் சங்கரராமன்.

'பூக்கள் சபிக்கும்' என்றாள் காதம்பரி.

சங்கரராமன் திகைத்து நோக்கினான்.

'ஆமாம், பூக்கள் சபிக்கும். முன்னும் சபித்திருக்கின்றன. இனிமேலும் சபிக்கும்,' என்று ஆவேசத்துடன் சொன்ன கோமதி, 'பூக்களுக்கு வலிக்கும்போது சபிக்கும். அவை சபிக்கும்போது வெந்து சாம்பலாவது ஒரு குலம் முழுவதும், ஒரு பரம்பரை முழுவதும் ஆகும்' என்று மீண்டும் கூறினாள்.

இப்போது சங்கரராமன் சிரித்துக் கொண்டிருந்தான். நாட்கள் செல்லச் செல்ல வயது ஏற ஏற கோமதியைப் புரிந்துகொள்ள முடியாமல் போகிறது. காற்றையும் மழையையும்போல், வெயிலையும் பனியையும்போல் அவள் எவ்வளவோ சட்டென்று மாறிப்போகிறாள். அதுவும், அவளுக்கே ஒரு வடிவமில்லாத வேகத்தில்...

'நாம் போவலாம். அங்கே பூக்கள் வேறு காத்திருக்கும், இன்னிய சாபங்களுக்காக'... என்று சங்கரராமன் மெல்ல கூறினான்.

அவ்வாறு தமாஷாகச் சொல்லும்போது அவனுடைய முகத்தில் முற்றிலும் மகிழ்ச்சி இல்லை என்பதை காதம்பரி கவனித்தாள். அப்பாவின் மனம் பிடி தளர்ந்து எங்கெல்லாமோ அலைந்து திரிகிறது. அருகில் அமர்ந்திருக்கும் போதும் வெகு தொலைவில் உள்ளதுபோல் தெரிகிறது. மனதின் போக்கில் சென்ற பயணங்களால் பெறக்கூடிய வேதனைகள் அம்முகத்தில் தெளிவாகத் தெரிந்தன. மனதின் பிடியில் அடங்காமல் ஒதுங்கி விலகப் பார்க்கும் போதெல்லாம் அவனுக்கொரு கோமாளியின் உருவம் கிடைப்பதுபோல் இருக்கிறது.

ஒன்றும் பேசாமல் தலைகுனிந்து பஸ் ஸ்டாண்டுக்கு நடக்கும் போது கோமதி பூக்களின் சாபத்தைப் பற்றி நினைத்துக் கொண்டி ருக்கவில்லை. அடுத்த பிறவியிலாவது ஒரு தோட்டக்காரனாக பிறக்க வேண்டுமே என்னும் அனந்தராமனின் வேண்டுதலைப் பற்றிதான் நினைத்திருந்தாள். சாபங்களின் சங்கிலி அவ்வாறு பிறவிகள் தோறும் சிறியதொரு துக்கத்துடன் நீண்டு போய்க் கொண்டிருக்கிறது.

பன்னிரண்டாம் வகுப்புத் தேர்வு முடிவு வந்த அன்று பூக்கடைக்காரன் சங்கரராமனின் வீட்டில் வெகுநேரம் வரையில் இருள் சூழ்ந்திருந்தது.

அன்று முதன்முதலாக அவன் தன் வீட்டிற்குள் பூ மணம் அறியவில்லை. ஏராளமான பூக்கூடைகளை இறக்கி வைக்கப் படும் முன் வராண்டாவிலும், ஐந்து பெண்பிள்ளைகள் வேலை செய்யும் சாரத்திலுமெல்லாம் அன்று கொஞ்சம் கெட்ட வாடை. பூக்கள் அழுகும் வாடை. நேரம் தவறிய பூக்கள் அழுகத் தொடங்கு வதுபோல்...

அதன் உண்மையை விளங்கிக்கொள்ள முடியாமல் சங்கர ராமனும் கோமதியும் குழம்பினார்கள்.

எதிர்பார்த்ததுபோல் தான் தோற்றுவிட்டதாகவும், காதம்பரி தேர்வு பெற்றாலும் முதல் வகுப்புதான் கிடைத்ததே தவிர, சிஸ்டர்கள் எதிர்பார்த்திருந்த ராங்க் ஒன்றும் கிடைக்காமையால் கொதித்துப்போய் நிற்கிறார்கள் என்றும் பவிழம்தான் வந்து சொன்னாள்.

காதம்பரி அசையவே இல்லை. முதல் வகுப்பில் தேர்வாகி விட்டோம். அந்த அளவுக்கு நல்லது. இந்த முதல் வகுப்பு என்று சொல்வதுகூட அந்த அளவுக்கு காதம்பரி போன்றவர்களுக்கு சின்ன விஷயமில்லையே.

‘பரவாயில்ல, கண்ணு. மார்க் வரட்டும். எந்தெந்த பாடத்துல மார்க் குறைந்து போயிட்டுதுன்னு அப்போ தெரிஞ்சிக்கலாம். சில சமயம் மார்க் கூட்டினபோது தவறு நேர்ந்திருக்கலாம். நாம இப்போ பேப்பர வாங்கிப் பார்க்க முயலலாம். தோற்ற பிள்ளைங்களுக்கு பின்னால முதல் வகுப்பே கிடைச்ச கதைங்களயெல்லாம் நீ கேட்டிருக்கேல்லே?’

பவிழம் அவளைச் சமாதானப்படுத்த பார்த்தாள்.

காதம்பரிக்குச் சிரிப்பு வந்தது. பவிழத்திற்குள்ள கஷ்டம் தான் தோற்றதற்கு அல்ல, காதம்பரிக்கு ராங்க் கிடைக்காததில் தானாம். என்ன ராங்க்? எதுக்கு ராங்க்? தேர்வானதிற்கான நிம்மதி எனக்கு மட்டுமே. தேர்வு முடிந்த அன்று எங்கேயோ தூக்கியெறிந்துவிட்ட அந்த பழைய புத்தகங்களை மீண்டும் தேடி எடுத்து, வெறுப்பேற்றும் அதே விஷயங்களை மீண்டும் படிக்காமல் இருக்க முடிந்ததல்லவா...

‘மார்க் வரட்டும்’, என்று மீண்டும் சொன்ன பவிழத்தைத் தொடர்ந்து, ‘மார்க் வரட்டும்’ என்று நெஞ்சு எரிச்சலுடன் கோமதியும் தலையாட்டினாள்.

மார்க் வந்தது. காதம்பரிக்கு ஸ்கூலிலேயே மூன்றாம் இடம்தான் கிடைத்தது. முதலிடமும் இரண்டாம் இடமும் பெற்றவர்கள் மிகவும் பின்னாலுள்ள பெஞ்சில் அமர்ந்திருந்த, வகுப்பு டீச்சருக்கும்கூட முகம் நினைவில்லாத இரண்டு பிள்ளைகள்.

ஆசிரியர்களெல்லாம் திகைத்து நிற்கிறார்கள். சென்ற ஆண்டு வரையில் எப்போதும் மற்றவர்களைவிட எவ்வளவோ முன்னாலிருந்த பிள்ளைக்கு இந்த கடைசி ஆண்டில் என்ன நேர்ந்தது?

ஏதோ முக்கியமான குழப்பம் ஏற்பட்டிருக்கிறது. ஒன்று விடை பேப்பர்களைத் திருத்துவதில். இல்லையென்றால் மார்க்குகள் கூட்டுவதில் ஏற்பட்டிருக்கலாம். இருந்தாலும் இவ்வளவு வித்தியாசமா...?

சிஸ்டர்கள் பள்ளிக்கூடத்துக்கு அழைத்தபோது சங்கரராமன் ஒரு குற்றவாளியைப் போல்தான் தலை குனிந்துகொண்டு வாயிற்படி கல்லில் ஏறினான். ஆனால், காதம்பரியின் முகமோ அமைதியாக இருந்தது.

எல்லோரும் தலைமை ஆசிரியை அறையில் குழுமி இருந்தார்கள். பேசிப் பேசி சிஸ்டர்களின் சங்கடம் தீரவில்லை. அவளுடன் மிக நெருக்கமாக இருந்த வகுப்பு ஆசிரியைவிட

அதிகமான சங்கடம் தலைமை ஆசிரியைக்குத்தான் இருந்தது. 'வரலாற்றில் முதன்முதலாக நம்முடைய ஸ்கூல் ஒரு ராங்கிற்கு மிக அருகில் வந்தும் கடைசியில் நீ கொண்டுபோய் குடத்தை உடைச்சிட்டியே, குழந்தை.'

மதர் சுப்பீரியரின் குரல் தடுமாறியது. அருகிலுள்ள இளைய சிஸ்டரால்கூட பேச முடியவில்லை.

'பிள்ளைகளுக்கும் வீட்டுக்காரர்களுக்கும் அதீத ஆர்வக் குறைவுதான் இதற்குக் காரணம்' என்று வகுப்பு ஆசிரியை இணைத்துச் சேர்த்தாள்.

செல்வன் மாஸ்டர் செல்வி டீச்சர் ஆகியோரின் முகத்திலும் பெரும் சங்கடம்.

சங்கரராமன் தலைகுனிந்து நின்றிருந்தான். அதைக் கண்ட வுடன் தலைமை ஆசிரியையின் குரல் அதிகரித்தது.

'ஓட்டப் பந்தயங்களில் கடைசியாகவுள்ள சில அடிகள்தான் மிக முக்கியமானதென்று பலமுறை நான் சொல்லிக் கொடுத்ததுண்டு. அந்த கடைசித் தாவல் தேவைக்கு ஏற்றதுபோல் இல்லையென்றால் பின்னால் வந்தவர்களெல்லாம் தட்டிவிட்டு தாண்டிப் போய்விடுவார்கள் என்பது இயல்பு. அதை நினைவுப் படுத்தத்தான் நான் அன்று செல்வன் மாஸ்டரையும் செல்வி டீச்சரையும் பிரத்யேகமாகச் சொல்லி அனுப்பினேன். இந்த ஸ்கூலில் அப்படிப்பட்டதொரு வழக்கம் இல்லை என்று உங்களுக்கு நல்லாவே தெரியுமில்ல.'

தலைமை ஆசிரியைக்குச் சொல்லிச் சொல்லித் திருப்தி ஏற்படவில்லை.

சங்கரராமன் தலை நிமிரவில்லை. எல்லாம் தன்னுடைய தவறுதான் என்று அவனுக்கு உறுதியாயிற்று.

ஆனால், காதம்பரிக்கு எல்லாவற்றுக்கும் பதில் இருந்தது.

'ஆரம்பத்து பாய்ச்சல் இந்தளவுக்குத் தேவையில்லையென்று புரிந்து கொள்வதற்குள் நேரமாகிவிட்டது, மதர்! முடிவைப் பற்றி இவ்வளவு ஆசைகளை எல்லாருக்கும் கொடுத்தது அந்தத் தொடக்கமாகத்தான் இருக்கும்.'

அவ்வாறு பலவற்றையும் சொல்ல நினைத்தாலும் ஒரு எழுத்தைக்கூடப் பேசாமல் வெறுமனே தலைகுனிந்து பெரிய

தொரு தவறை இழைத்தவளைப்போல் அவள் கேட்டுக்கொண்டு நின்றாள்.

இப்போது சிஸ்டர்களின் முகங்களில் சங்கடத்தைவிட அதிகமாக நுரைத்துப் பொங்கும் கோபம்தான் இருந்தது. இந்த சின்னப் பெண்ணுக்கு ஒரு ரேங்கின் விலை என்னவென்று தெரியவில்லை. அதனால், ஏற்படக்கூடிய அளவற்ற புகழ். அது அவளுக்கும் குடும்பத்திற்கும் மட்டுமல்ல, இந்தப் பள்ளிக்கும், இந்தப் பிரதேசம் முழுவதற்குமான புகழ். அது, முதல் ரேங்கானாலும் ஐம்பதாம் ரேங்கானாலும் ரேங்க் ரேங்குதான்.

ஒன்னும் வேண்டாம், இந்த மாவட்ட மட்டிலான ரேங்காவது...

கனத்த முகத்துடன் சிஸ்டர்கள் திரும்பி நடந்தபோது உள்ளுக்குள் சிரிப்பை மறைத்து காதம்பரி தந்தையுடன் படியில் இறங்கினாள்.

அந்த வரலாற்றுப் பாடம் நடத்தும் ஆசிரியர் அறிஞர் வேதநாயகம் இந்தச்சுற்றுப்புரத்தில் எங்கேயாவது இருக்கிறானோ இல்லையோ? காதம்பரி சுற்றுமுற்றும் நோக்கினாள்.

எங்கேயாவது பார்த்தால், 'அன்புள்ள வேதநாயகம் சார், நன்றி. இது தங்களுக்குடையதுதான். வரலாறு சொல்லிக் கொடுத்த குருவிற்கு வரலாறே இல்லாத ஒரு பாவப்பட்ட சிஷ்யையின் எளிய குரு காணிக்கை' என்று சொல்ல வேண்டும் போலிருந்தது காதம்பரிக்கு.

அப்போது அவனுடைய கருமையான கண்களிலுள்ள துக்கத் திற்கு இன்னும் கொஞ்சம் ஆழம் அதிகரிக்கும். பெரும் பெரும் விஷயங்களைச் சொல்லக்கூடிய அந்த அறிஞருக்கு இந்தச் சின்ன விஷயம் புரியுமோ என்னவோ?

சங்கரராமன் எதுவும் புரியாமல் நடந்துகொண்டிருந்தான். ஓட்டப்பந்தயத்தின் இறுதிக்கட்ட வேகம். தலைமை ஆசிரியை யும் மற்ற சிஸ்டர்களும் பெரும் சங்கடத்துடன் சொன்ன பல விஷயங்கள். அவனுக்கும் எதுவும் புரியவில்லை.

கறுப்பு மையினால் குறித்திருந்த அந்த எண்களின் வழியாக பலமுறை கண்கள் போயின. இடமிருந்து வலப்புறமும், மேலிருந்து கீழும் பார்வை ஓடின. பல விஷயங்கள், பலவகை எண்கள், அடையாளமிடல்கள்.

என்னென்ன விஷயங்களில்தான் அவள் முற்றிலும் மோசமாக உள்ளாள்?

காதம்பரியோ அப்போதும் மனதிற்குள் சிரித்துக்கொண்டுதான் இருந்தாள். அவர்களுடைய பெரிய ரேங்க்! ஊரும் பேரும் இல்லாத இந்த காதம்பரிகளுக்கு இவ்வளவே போதும்.

மிகவும் குறைந்த மதிப்பெண் வரலாற்றில்தான் என்பதை பின்பு அவள் குரூரமான ரசனையோடு பார்த்துக் கொண்டிருந்தாள். வேறு ஏதோ பள்ளியிலுள்ள வேறு ஏதோ பெரிய அறிஞர் வேதநாயகம் போட்ட மதிப்பெண் அது. துளைத்து துழாவும் கண்களும், சென்டின் நெடியும், புகையிலைக் கறை படிந்த தடித்த உதடுகளுமெல்லாம் அவனுக்கும் தெரியும். பாவம் காதம்பரிக்கு இந்தளவுக்குதான் வரலாறு உள்ளனவென்று அவனுக்கும் தெரிந்திருக்கும். இது அந்த வரலாற்று பாடத்தின் உண்மையான மதிப்பெண்.

பத்திரிகைப் பேப்பரில் பத்திரமாகக் கட்டிய புத்தகத்துடன் சங்கரராமன் அய்யா சாஸ்திரிகளின் மடத்தை நோக்கி நடந்தான். இந்தக் கறுகறுத்த எண்களின் பொருளை கருத்தக் கண்களும் பலத்த பார்வையுமுள்ள அய்யா சாஸ்திரிகளைத் தவிர வேறு யாராலும் அறிய முடியாது.

போர்டிகோவில் சாய்வு நாற்காலியில் கையில் ஒரு விலாமிச்சி வேர் விசிறியுடன் ஓய்வெடுத்துக் கொண்டிருந்தார் அய்யா சாஸ்திரிகள். மெல்லிய வெள்ளை வாயிலில் அரைக்கை சட்டை. காதில் வைரக்கல் பதித்த கடுக்கன். விரல்களில் புஷ்டியான பவுன் மோதிரங்கள். கழுத்திலுள்ள பொன்னால் கட்டிய ருத்ராட்ச மாலை விலகி இருப்பதைச் சங்கரராமன் கவனித்தான். ருத்ராட்சத்தின் அளவுக்கு இடையிலுள்ள தங்கச் சங்கிலியின் கனமும் இருக்கும்.

சங்கரராமனைக் கண்டதும் சாய்வு நாற்காலியில் சாய்ந்திருந்த அய்யா சாஸ்திரிகள் முன்பக்கமாக நிமிர்ந்து அமர்ந்தார். இரண்டு விரல்களை உதட்டோடு சேர்த்து வாயிலுள்ள வெற்றிலை குதப்பலை வாசலில் வேகமாகத் துப்பியவாறு சிரித்தார்.

சங்கரராமன் சட்டென்று விலகினாலும் இரண்டு மூன்று சிகப்பு அடையாளங்கள் அவனுடைய சட்டையில் விழுந்தன. அதைக் கண்டு கொள்ளாததுபோல் அய்யா சாஸ்திரிகள் கேட்டார்:

தமிழில்: குறிஞ்சிவேலன் 125

‘என்னப்பா, கே.இ.எம். ரொம்ப நாளா உன்னப் பாக்கவே முடியலே, இந்த வழியையே மறந்துட்டியா?’

சங்கரராமன் பவ்வியமாகச் சிரித்தான்.

‘உன்னோட வேலை, திருவிழால்லாம் ஜோரா நடக்குதா?..’

திருவிழா விஷயங்களைக் கேட்க அய்யா சாஸ்திரிகளுக்கு பெருத்த ஆர்வம். பெருத்த திருவிழாவைக் காண ஆர்வமுள்ளவ ரென்றாலும் மக்கள் திரளின்மேல் பயமுள்ளதால் உற்சவங் களுக்குப் போவதில்லை. யாராவது அது பற்றிச் சொல்ல கேட்பதில்தான் அவருக்கு ஆர்வம். அதிலும் சின்னச் சின்ன விசேஷங்களுடன் கேட்பதில் மிகுந்த ஆசை. எதையும் விட்டு வைக்காமல் எல்லாவற்றையும் தெரிந்து கொள்ள வேண்டும். அவற்றையெல்லாம் கேட்டுக் கொண்டிருக்கும்போது ஒரு சின்னக் குழந்தையின் ஆவல் அவருடைய முகத்தில் இருக்கும்.

அப்படியெல்லாம் விலாவாரியாகச் சொல்ல சங்கரராமனுக் கும் விருப்பமிருந்தாலும் இப்போது அவனுடைய மனம் எதிலும் ஒன்றுவதாக இல்லை. அதனால், அதிகம் எதுவும் சொல்ல நிற்காமல், வெறுமனே தலையை ஆட்டிவிட்டு, பேப்பர் கட்டிலிருந்து மிகவும் கவனத்துடன் மதிப்பெண் ஷீட்டை அய்யா சாஸ்திரிகளிடம் நீட்டினான்.

பக்கங்களின் வழியாகத் தாண்டிச் செல்லும்போது சாஸ்திரி களின் முகம் சுருங்குவது தெரிந்தது. அங்கே கொஞ்சம் கிண்டல் கலந்த உதாசீனத்தன்மை. இயல்பாகவே கோணலான முகம் மேலும் கொஞ்சம் கோணலாகியது.

‘இது டாக்டருக்குப் படிக்கப் போகும் குழந்தையினுடையது அல்லவோ, சங்கரராமா’ என்று சொன்ன அய்யா சாஸ்திரிகள், ‘இங்கே மடத்திலுள்ள பிள்ளைகள் கணக்கிலும் சயின்ஸிலும் நூற்றுக்கு நூறாக எடுத்து இருந்தார்கள். செல்வன் மாஸ்டருக்கும் செல்வி டிச்சருக்கும் பிரியமான மாணவர்கள் அவர்கள். இடையிடையே அவர்கள் இங்கே வந்து அசல் ஃபில்டர்காபியைக் கேட்டு வாங்கிக் குடிப்பார்கள்’ என்று கூறி முடித்தார்.

அவ்வாறு சொல்லும்போது அய்யா சாஸ்திரிகளின் கண்களில் ஒரு அமர்த்தலான கள்ளச்சிரிப்பு உண்டாகி இருந்தது.

முழுவதும் புரியவில்லை என்றாலும் தேவையான இடங்களில் மிகுந்த அடக்கத்துடன் தலையாட்ட சங்கரராமனுக்குத் தெரியும்.

போர்டிகோ தூணில் சாய்ந்தமர்ந்து எவர்சில்வர் டபராவில் ஃபில்டர் காபியை ஆற்றி அவன் குடித்துக் கொண்டிருந்தான்.

அய்யா சாஸ்திரிகளின் இளைய மகள் - குழந்தைகள் நல மருத்துவர் யசோதரா டாக்டரும் அந்த பேப்பர்களிலுள்ள ஒவ்வொரு பக்கங்களையும் அடையாளங்களையும் மிகுந்த ஆர்வத்துடன் திருப்பியும் புரட்டியும் பார்த்துக் கொண்டிருந்தாள். அடிக்கடி தலையை ஆட்டியும், தோளை வெட்டியும் எல்லாம் செய்யும்போது அதனுடைய பொருளை சங்கரராமனால் எளிதில் படித்துப் புரிந்துகொள்ள முடிந்தது. பூக்கடைக்காரனுக்கு பூக்கடைக்காரனின் ஆசைகள் போதும். நூற்றுக்கு நூறு சொல்லி யிருப்பது மடத்திலுள்ளவர்களுக்கு மட்டுமே.

பல வருடங்களுக்கு முன்பு கோமதியை திருப்பியும் படுக்க வைத்தும், குலுக்கித் தட்டியும் தடவியும், ஸ்டெதாஸ்கோப்பை வைத்துமெல்லாம் நோக்கியபோது அந்த வெள்ளை கொக்கு வசுந்தரா டாக்டரின் முகத்தில் தெளிந்து காணப்பட்ட அதே பாவனையின் மற்றொரு வகை.

கடைசியில் குறிப்பாக ஒன்றும் சொல்லாமல் மார்க் ஷீட்டை திரும்பக் கொடுக்கும்போது யசோதராவின் முகத்தில் சிறியதொரு நிம்மதி மின்னி மறைவதுபோல் சங்கரராமனுக்குத் தோன்றியது. இந்த ஊரில் இனியொரு டாக்டரம்மா வேண்டாம். அதுவும் ஒரு பூக்கடைக்காரனுடைய மகளின் உருவத்தில்..

உச்சிக் குடுமியை அவிழ்த்து உதறிவிட்டு, மீண்டும் சேர்த்துக் கட்டும்போது அய்யா சாஸ்திரிகள் முகத்திலும் பெரும் நிம்மதி யாக இருந்தது.

காலம் தவறி வந்த மழையிலும் காற்றிலும் ஒரு பூப்பந்தல் முழுவதும் இடிந்து விழுந்த முடிவுடன் நிற்கும் சங்கரராமனை அய்யா சாஸ்திரிகள் மிகவும் பரிதாபத்துடன் பார்த்தார்.

'கலங்காதே சங்கரராமா,' என்ற அய்யா சாஸ்திரிகள், அவனை சமாதானப்படுத்த எண்ணி, 'ஒவ்வொருத்தருக்கும் ஒவ்வொன்று ஏற்கெனவே சொல்லி வைச்சிருக்கு. அதற்கு அப்பாலுள்ள ஆசை கள் ஆசைகளாகவே நிற்பது என்பது எல்லாமும் வித்தியாச மானதுதான். அதில் தவறொன்றுமில்லை. மனிதப் பிறவிதானே. மோகங்களின் மாயாவளையமில்லியே. ஆனால், நினைச்சது நடக்கவில்லையே என்று வருத்தப்படாதே. எல்லாம் கடவுள் நிச்சயித்ததுதான்னு நினைச்சுக்க' என்றெல்லாம் கூறினார்.

மறுபேச்சொன்றும் பேசாமல் தலைகுனிந்து நிற்கும்போது அய்யா சாஸ்திரிகளின் குரல் மீண்டும் கேட்டது.

'ஊரு, பேரு, குலம், கோத்திரம் இவைகளுக்கெல்லாம் நாம் நினைப்பதைவிட எத்தனையோ அதிகமான அர்த்தங்கள் உள்ளன. அவைகளின் முழு பொருளையும் கண்டவர்கள் இந்த உலகத்தில் யார் உண்டு? ஆனால், மூதாதையர்கள் சொல்லி வைத்த குலப் பெருமை என்னும் சங்கல்பத்தை ஒழித்து தொலைக்க நானும் நீயும் சேர்ந்தாலும் சேர முடியாதுதானே, சங்கரராமா. முளைப்பையும் விளைச்சலையும் பார்த்தாலே தெரியும் மண்ணோட வளம் என்று ஆச்சாரியர்கள் சொல்லியிருக்கிறார்கள். நல்ல குளத்தில் பிறந்தவர்கள் எப்பாடுபட்டாவது அதனுடைய மரியாதையை காட்டாமல் இருக்க மாட்டார்கள். சத்தியம், நீதி, வணக்கம் என்பவை வார்த்தையிலும், பார்வையிலும், நடவடிக்கையிலும் எல்லாம் அவர்களின் லட்சணங்கள் புலப்படும். அவர்கள் நல்ல காலத்திலும் கெட்ட காலத்திலும் ஒரே மரியாதையைக் காப்பதற்கு உதவுபவர்கள். ஆனால், ஒன்றை மட்டும் நினைத்துக் கொள்ள வேண்டும். அப்படிப்பட்ட குலப்பெருமையைப் பேணிக் காத்தவர்கள் யாராவது உண்டென்றால் அது நிலவிலுள்ள கறுப்பு புள்ளிகளைப்போல் மக்களால் தெளிந்து காணமுடியும்தானே!'

அய்யா சாஸ்திரிகள் வெள்ளிச் செல்லத்தைத் திறந்து கொஞ்சம் திருப்தியாக வெற்றிலைப் போட்டார். விசாலமாக ஏப்பம் விட்டார்.

'இதப் பாரு சங்கரராமா. நீ பாவம்டா, பஞ்ச பாவம். உனக்கு உன்னோட அப்பா அனந்தராமனோட சாமர்த்தியம் கிடையாது' என்று தொடர்ந்து கூறினார்.

அதன்பின், மிகவும் தாழ்ந்த குரலில் உபதேசித்தார்.

'நீ அவள நகரத்துலவுள்ள பெரிய காலேஜில சேர்க்கப் போறேன்னு கேள்விப்பட்டேன். எதுக்கு? படிச்சி, கூரைமேலே ஏறினாலும் பொட்டைக் கோழி கூவப்போறதில்ல. பொம்பளப் புள்ளைங்க பெரிய ஜில்லா கலெக்டர் மாதிரி ஆவணும்னு எந்த சாஸ்திரத்துல சொல்லியிருக்கு? அவர்களுக்கு சாஸ்திர சம்பரதாயங்களில் சொல்லி வைச்சிருக்கிற தர்மம் என்ன? ஒரு நல்ல மனைவியாகி, ஒரு நல்ல தாயாகி, குடும்பத்தின் அஸ்திவார கல்லாகணும். சந்ததி பரம்பரைகளை அதிகரிக்கணும். கட்டிய கணவனையும், குடும்பத்திலவுள்ள மற்ற பெரியவங்களையும் மனம் கோணாம பாதுகாக்கணும்னுதானே சொல்லியிருக்கு? தன்

கணவனை தெய்வத்தைவிட ஆராதிப்பவளின் கட்டளைகளை ஆகாயத்தில் மிதக்கும் மேகங்கள்கூட கேட்கின்றன. அவளுக் காகத்தான் மழை பெய்யுதுன்னு சொல்லு.'

சாஸ்திரம் அறியக்கூடிய சாஸ்திரிகளின் வாக்கியங்களை சங்கரராமன் மிகுந்த மரியாதையுடன் கேட்டுக் கொண்டிருந் தான்.

'அதனால, அவள் பிள்ளை பெறட்டும். பெற்றுபெற்று உன்னோட குடும்பம் குழந்தைகளால் நிறையட்டும். வம்சத்தை தழைக்கச் செய்யக்கூடிய நல்ல உடல்வாகு ஊட்ட முள்ள ஒருத்தனை கண்டுபிடி. உனக்கோ, சந்ததிகளில்ல. ஆனால், ஆண்டவனின் கிருபையால எங்கிருந்தோ இவள் வந்துவிட்டாள். குலமும் கோத்திரமும் இல்லாத ஏதோவொரு தப்பு விதை. என்றாலும், காட்டு முல்லை அதனுடைய அழகையும் மணத்தையும் காட்டாமலிருக்காது. அவள் படரட்டும். படர்ந்து பந்தலாகட்டும். உன் அப்பா கஷ்டப்பட்டு சேர்த்து வைச்சுட்டுதானே போயிருக்காரு. நீ அதை அதிகரிக்கச் செய்யலேன்னாலும் வீணாக்காம எல்லாத்தையும் பார்த்துக் கிட்டேல்ல. அதுவே பெரும் புண்ணியம்.'

சிறிது நேரம் என்னவோ ஆலோசித்துவிட்டு அய்யா சாஸ்திரிகள் தொடர்ந்தார்:

'அப்புறம் இவ மூலமா உன்னோட வம்சப் பரம்பரையின் சுத்தத்தைப் பற்றி சாத்தியமாகும். ஒரு வகையில் அனந்தராமனின் வம்சம் அறுந்து போவதைவிட அது எவ்வளவோ வித்தியாச மானது. சாஸ்திரங்களில் அதற்கும் ஏதாவது நியாயங்கள் காணாமல் போகாது.'

அப்போது ஒரு விஷயத்தை மட்டும் அய்யா சாஸ்திரிகளிடம் கேட்பதற்கு சங்கரராமன் மறந்துவிட்டான்.

சாஸ்திரங்களில் சொன்னதெல்லாம் சரி. அப்போ அய்யா சாஸ்திரிகளின் பெண் மக்களின் விஷயம் மட்டும் எப்படி? வசுந்தரா அம்மாவும் யசோதரம்மாவும் பெத்து பெத்து வம்சத் தைப் பெருக்க வைக்காமல் மற்றவர்களின் பேறுகளையும் அதிலிருந்து உண்டாகின்ற முளைகளையும் பேணிகாப்பது ஏன்?

அதற்கும் இவருடைய சாஸ்திரங்களில் ஏதாவது நியாயங்கள் காணாமல் இருக்காது. அவன் தன்னையே நம்பப் பார்த்தான்.

சிறிதுநேரம் கழித்து தொங்கிய மனதுடன் அங்கிருந்து வெளியேறத் தொடங்கும்போது வசுந்தராம்மா கைகாட்டி அவனை அழைத்தாள்.

தாழ்வாரத்தின் கொஞ்சம் ஓரமாக, கொஞ்சம் உயரத்திலேயே வசுந்தரம்மா நின்றாள். தாழ்வாரத்தோடு சேர்ந்து கீழ்புறமாக சங்கரராமனும் நின்றான்.

'இத பாரு கே.இ.எம்.,' என்ற வசுந்தராம்மா, 'நான் சொல்லறத தப்பா நெனச்சிடாதே. ஒன்னோட பொண்ணு அந்த காதம்பரிய நான் பார்த்திருக்கேன். அழகான பொண்ணு. கலர் கொஞ்சம் கம்மின்னாலும் பரவாயில்லை. அவளப் பார்த்துக் கொண்டிருக்கறதுக்கே ரொம்ப சந்தோஷம்.'

அதன்பின் சிலவற்றையெல்லாம் மென்மையாகச் சொல்லி சாதிக்கப் பார்த்தாள் டாக்டரம்மா.

பள்ளிக் கூடத்தில் நடந்த விழாவுக்கு முக்கிய விருந்தினராக அவர் போயிருக்கிறார். அன்று கடவுள் வணக்கம் பாடுவதற்கு காதம்பரிதான் வந்தாளாம். உண்மையாகவே அவள் நன்றாகவே பாடினாள்.

நல்லசாரீரமும்நல்லஉச்சரிப்பும்சபாநடுக்கம்ஒன்றுமில்லாமல் ஒரு பெரிய பாகவதர் மாதிரியான நிற்கும் தோரணை. யாரென்று விசாரித்தபோதுதான் நம்ம பூக்கடைக்காரன் சங்கரராமனின் மகளென்று தெரிந்தது. சங்கரராமனுக்கு மகள் இல்லையே என்று ஒரு நிமிஷம் நினைத்தபோதுதான் அருகில் நின்றிருந்த ஒரு டீச்சர் கண்களைச் சிமிட்டிக் கொண்டு, 'அதான் அவ, அந்தக் காதம்பரி!' என்றாள். உண்மையைச் சொல்லட்டுமா சங்கரராமா, அப்போ அந்த டீச்சரின் பேச்சு என்னவோபோல் இருந்தது. நான் அப்படியே அசந்தே போயிட்டேன்.

'ஆனாலும் சங்கரராமா..' என்றவள் கொஞ்சம் நிறுத்திவிட்டு நாலாபுறமும் நோக்கிவிட்டு குரலைத் தாழ்த்திக் கூறினாள்:

'பொம்பளங்களுக்கு இவ்வளவு அழகா! கொஞ்சம் ஜாக்கிரதையா இருந்தா பரவாயில்ல. அப்புறம், நான் சொல்லறத தப்பா நினைச்சிடாதே. அந்தப் பொண்ணோட பார்வை என்னவோ போல... பெரிய நாலு செல் டார்ச்லைட் மாதிரி. அன்னிக்கு அவ கிட்ட வந்தபோது, நிஜமாவே நான் பயந்துட்டேன்... குழந்தைங்களோட இன்னொஸென்ஸே அந்த முகத்தில் கிடையாது. அவள் நெருப்பாக்கும். ஏதோ பெரிய அக்னி. இந்தக்

காட்டுக்குள்ளே இருக்கும் வொய்ல்டு ஃபயர் மாதிரி... நான் சொல்லறத தப்பா நெனச்சிடாதே... நீ பாவம், உன்னோட சம்சாரம் அதவிட பாவம்...'

சங்கரராமன் வெறுமனெ கேட்டுக்கொண்டு நின்றான். டாக்டரம்மா சொல்வது முழுவதும் புரியவில்லை என்றாலும், அதில் என்னவெல்லாமோ பெரிய விஷயங்கள் மறைந்து கிடப்பது போல்...

கடைசியில் அவர் சொல்லி முடித்தது அவனுடைய மனதில் பதிந்தது. 'அப்பா சொல்லத் தயங்கியதை நான் சொல்கிறேன் என்று நினைத்துக் கொண்டால் போதும். உனக்கு அவள் செல்லப்பிள்ளைன்னு எனக்கு நல்லாவே தெரியும். ஆனாலும், சொல்லவேண்டியதுஎன்னோடபொறுப்பு..எப்படிப்பார்த்தாலும் அவள்வேறுயாருடையோதானஇரத்தம்தான். யாரென்றுதெரியாத யாருடையோதாவான இரத்தம். அது சுத்தமில்லாதுதான் என்கிறத மறக்காதே. இனிமேல் அதைச் சுத்தப்படுத்தறது என்கிறதும் அசாத்தியம்தான். எதுவாக இருந்தாலும் ஒரு விஷயத்தில் சந்தேகம் வேண்டாம். தக்க நேரம் வரும்போது அந்த இரத்தத் துளிகள் அவற்றின் உண்மையான குணத்தைக் காட்டாமல் இருக்காது... அன்று நீங்க அந்தக் குழந்தைய வீட்டுக்குள் அழைத்து வந்து சேர்த்துக் கொண்டபோது ஊர் ஜனங்க எதிர்க்காமல் இருந்தது, உங்க அப்பா அனந்தராமனிடம் இருந்த மரியாதையினால்தான். ஆனால், அந்தப் பெரிய மனிதனின் பேரு கெட்டுப் போகாமல் காக்க வேண்டிய பொறுப்பு உங்களுக்கெல்லாம்தான்...'

அவையெல்லாம் சங்கரராமனுக்கு நல்லாவே தெரியும். ஊரில் எல்லோருக்கும் வேண்டப்பட்டவராகத்தான் அப்பா அனந்தராமன் இருந்தார். அப்படிப்பட்டதொரு புகழ் ஒருபோதும் தன்னைத் தேடிவரும் என்னும் ஆசை சங்கரராமனுக்கு இல்லை. வேலை வேலையென உற்சவம் நடக்கும் இடங்கள் தோறும் அலைந்து திரியும் சுகவாசி. அப்பா தொடங்கி வைத்த நல்லதொரு வியாபாரத்தை தேவையான அளவுக்குக் கொண்டுசெல்ல தெம்பில்லாதவன். திருப்தியான உணவும் மதிய நேர உறக்கமும் ஏப்பமும் கழிந்தால்தான் மற்ற சிந்தனைகளே வரும்.

'நீ பாவம் கே.இ.எம்.' என்று அனுதாபத்துடன் மீண்டும் சொன்னாள் வசுந்தராம்மா.

அதை முற்றிலும் விரும்பமில்லை என்றாலும் வழக்கம்போல் அனுசரணையாகவே தலையாட்டினான் சங்கரராமன்.

இன்னும் பலவற்றையும் சொல்வதற்கு இருந்தாலும் தான் இத்துடன் நிறுத்திக்கொள்கிறேன் என்பதுபோல் ஒரு அழுத்தமான சிரிப்புடன் வசுந்தராம்மா பின்வாங்கினாள்.

வீட்டிற்குத் திரும்பும்போது வழக்கமில்லாத வழக்கமாகத் தன் மனம் மிகவும் கலங்கிப்போய் இருப்பதை சங்கரராமன் அறிந்தான். பெரும் குசும்பு பிடித்தவள்தானென்றாலும் அந்த டாக்டரம்மா சொன்னதிலும் ஏதாவது விஷயம் இல்லாமல் இருக்க முடியாது. அப்புறம், அந்த அய்யா சாஸ்திரிகளின் தரப்பாக கொஞ்சம் சாஸ்திர வாக்கியங்களும, யாருக்கும் பயனில்லாத சில பழமொழிகளும் இருந்தன.

தலை குனிந்து வரும் சங்கரராமனை கண்டதும் கோமதிக்கு பெரும் அதிசயமாயிற்று. அய்யா சாஸ்திரிகளின் வீட்டுக்குக் கொஞ்சம் உற்சாகத்துடன்தானே போனான்.

'இதென்ன?'

சட்டையிலுள்ள சிகப்பு புள்ளிகளின்மேல் நோக்கியவாறு கோமதி கேட்டாள்.

'தாம்பூலம்...'

வெறுப்போடு அதைக் கழட்டி வாங்கியவள் குளியலறை யிலுள்ள பைப்பிற்கு அடியில் போட்டாள்.

'சாஸ்திரியானாலும், வேறு யாரானாலும் தாம்பூல எச்சில் எச்சில்தான்.'

அய்யா சாஸ்திரிகள் என்ன சொன்னார் என்று அறிவதற்காக காத்து நின்றாள் கோமதி. ஆனால், சங்கரராமன் சொல்லத் தொடங்கியது வசுந்தரம்மா தலையும் வாலும் இல்லாமல் சொன்ன சில விஷயங்களைத்தான்.

'அந்த அய்யா என்ன சொன்னார்?'

மீண்டும் எங்கும் தொடாமல் சில புதிய சாஸ்திர வாக்கியங்கள், பழம் பொருள்கள். கோமதிக்குச் சிரிப்பு வந்தது. பூக்கடைக்காரன் கே.இ.எம். சங்கரராமன் வேத சாஸ்திரங்களை முணுமுணுத்தான்.

'நல்ல பலமானதொரு ஏப்பம் விடுவதற்கு ஏற்ற சந்தர்ப்பம்' சிறியதொரு குறும்புடன் கோமதி நினைத்தாள்.

கடைசியில்தான் கொஞ்சம் தயக்கத்துடன் அவன் சொல்லத் தொடங்கினான். அய்யா சாஸ்திரிகள் சொன்னவை, வசுந்தரம்மா சொன்னவை, இனிமேல் பலரும் சொல்ல இருப்பவை என அனைத்தையும் பேசினான்.

பாதியைக் கேட்கும்போதே கோமதிக்குப் பிரகாசிக்கத் தொடங்கியது.

'எல்லாருக்கும் பொறாமைதான், குறிப்பா அந்த ரெண்டு வெள்ளைக் கொக்குகளுக்கு' என்ற கோமதியின் குரல் எழும்பியது. 'நீ அங்க போக வேண்டாம்னு எனக்கு அப்போதே தோணிச்சு. பூக்கடைக்காரனின் மகள் பூக்கடைக்காரியானால் எல்லாருக்கும் திருப்தியாயிடும். இந்த டாக்டருக்கு படிப்பதெல்லாம் சாஸ்திரியுடைய பிள்ளைங்களுக்கு மட்டும் போதுமாமா? சொல்லப்போனால் நம்ம குலமும் அவ்வளவுக்கு தாழ்ந்து போகலியே. இல்லேன்னா, என் மகளின் சுத்தத்தைப் பற்றி இல்லாததையும் பொல்லாததையும் சொல்றதுக்கான அதிகாரத்த இந்த சாஸ்திரம் சுமக்கற சாஸ்திரிகளுக்கு யாரு கொடுத்தாங்க? இவ்வளவு நாள் நம்மகூட, அதுவும் இங்குள்ள பூக்கள் கூட்டத்தில் வாழ்ந்தும் சுத்தமாகாதது சுத்தமாக்குவதற்கான வழி இந்தக் குங்குமம் சுமக்கிறவரின் கிரந்தங்களில் காண முடியுமா?

'மூத்தவளைவிட படு குசும்பிதான் அந்த இளையவள் யசோதரம்மா. பார்த்தீங்கள்லே வயசாயி நரைச்சி போயும் இருக்கிறாள்? கடுமையான செவ்வாய் தோஷமாம். எவ்வளவோ பெரிய இடங்களெல்லாம் வந்தது. ஒன்னாவது நெருங்க வேண்டுமே? எடைக்கு எடை பவுனு போட சாஸ்திரிகள் தயார்தானாம். ஆனால், தாலிபாக்கியம் இல்லேன்னா பெரிய டாக்டரா இருந்து மட்டும் என்ன புண்ணியம்? கூட்டத்தில் வேறொன்றைகூட கேள்விப்படறதுண்டு. இந்த மூத்தவளோட புருஷனுக்கு இவகிட்டத்தான் அதிகப் பிரியமாம். இருக்குமோ என்னமோ, யாருக்குத் தெரியும்?'

பேசப் பேச கோமதியின் கோபம் அடங்கவில்லை.

ஆனால், ஒரு விஷயம் மட்டும் அவளுக்கு உறுதியாக இருந்தது. சங்கரராமன் முழுவதையும் சொல்லவில்லை என்பது. சொன்னதைவிட அதிகமாகச் சொல்ல மிச்சம் இருப்பதுபோல். வழக்கமில்லாமல் இருண்டுபோய் கனத்த முகம் பலவற்றையும் சொல்லி முடிக்க அவசரப்படுகிறான் என்று தெரிகிறது.

கோமதி அதற்காக காத்து நிற்கும்போது சட்டென சங்கரராமன் பின்வாங்கினான்.

சிறிது நேரத்துக்கு அவளுடைய முகத்தையே கூர்ந்து நோக்கி நின்றவன் ஒரு வார்த்தைகூட பேசாமல், மதிய உணவுகூட உண்ணாமல், வழக்கமான மதிய உறக்கத்திற்கும் காத்திருக்காமல் கடைக்கு நடக்கும்போது சங்கரராமனின் காதில் கோமதியின் வார்த்தைகள்தான் இருந்தன.

சாஸ்திரம் படித்தவர்களுக்கும் சாஸ்திரத்தைச் சுமக்கின்றவர்களுக்கும் இடையிலான வித்தியாசம். அவள் தன்னைவிடப் படித்தவள். தன்னைவிட எவ்வளவோ அறிவுள்ளவள். அய்யா சாஸ்திரிகளும் வசுந்தராம்மாவும் சொன்னதின் உட்பொருட்களை தன்னைவிட நன்றாக அவள் புரிந்து கொள்வாள் அல்லவா.

அய்யா சாஸ்திரிகளிடமும் அவருடைய மகளுக்கு முன்னாலும் பெரும் மரியாதையுடன் தலையை ஆட்டிக்கொண்டு நின்றதைப் பற்றி நினைத்தபோது அவன் கொஞ்சம் குறுகிப் போனான். கோமதி சொன்னது உண்மையானால், மூத்தவளின் கணவனுக்கு இளையவளிடம்தான் அதிக விருப்பம் என்றால் இவர்கள் சொல்லும் பெரிய சாஸ்திரங்களுக்கெல்லாம் என்ன அர்த்தம்? கோமதியின் முன்னால் தான் மேலும் ஒருமுறை குறுகிப்போனது போல் இருந்தது.

ஒருவேளை இதை அறிந்தால் காதம்பரியும் அப்படி எல்லாம் தான் கருதுவாள். இந்த பாவப்பட்ட அப்பாவை கிண்டலடிப்பது மிகவும் எளிதானதுதான். அந்த வெள்ளை கொக்குகளும், அவர்களின் தந்தை கொக்கும் சொன்னவையெல்லாவற்றையும் அதே மாதிரியல்லவா நம்பி திரும்பி வந்திருக்கிறான்.

அவ்வாறு பதில் கிடைக்காமல் ஏராளமான கேள்விகளையும் மனதில் போட்டுக்கொண்டு அந்த பகல் முழுவதும் சங்கரராமன் எங்கெங்கெல்லாமோ அலைந்து திரிந்தான்.

10

தந்தை சொன்னதில் சிலவற்றையெல்லாம் கதவுக்குப் பின்னால் மறைந்து நின்று காதம்பரி கேட்டுக் கொண்டிருந்தாள். அய்யா சாஸ்திரிகளின் அப்பெரும் வாக்கியங்களைப் பலமுறை உள்ளுக்குள் போட்டு அடித்து பதமாக்கி இழை பிரித்துப் பார்க்க முயலும்போது காதம்பரிக்குப் புகையத் தொடங்கியது.

அவனுடைய அந்த சாஸ்திரமும், புராணமும், இந்த குலப் பெருமையும் கோத்திரப் பெருமையுமெல்லாம் இன்றைய காலத்தில் யாருக்கு வேண்டும். உலகம் மாறிக்கொண்டிருப்பதை அறியாமல் இப்படி மண்ணுக்குள் தலையை நுழைத்துக் கொண்டு நிற்கும் சில சாஸ்திரிகள் நமக்கு இடையில் இன்னும் இருக்கிறார்களே. மாறிய உலகின் மாற்றங்களைப் பற்றி அந்த பவிழம் ஒவ்வொன்றையும் சொல்லக் கேட்க வேண்டும்.

காதம்பரிக்கு ஒன்று மட்டும்தான் புரியாமலிருந்தது.

தான் பிள்ளைப் பெற்றால் சங்கரராமனின் வம்சம் எப்படிப் பெருகும்? தன் சந்ததிகளின் மூலம் பெருகப்போவது உண்மையில் யாருடைய வம்சமாக இருக்கும்? சபிக்கப்பட்ட ஒரு நிமிடத்தில் யாரோ தூக்கியெறிந்த விதைதானே தான்?

இவர்களெல்லாம் சொல்கிற, யாரென்று தெரியாத யாருடைய தோவான இரத்தம்.

இந்த ஆண்களின் உலகத்தில் வம்ச விருட்சங்கள் பரவுவது ஆணின் பரம்பரைகளின் மூலம் மட்டுமே. விதை தூவுபவனின்

மேற்பார்வையில் முளைகள் எழும்புவதற்கான விளைநிலமாக மட்டுமே பெண்ணின் உலகம் சுருங்கிவிடுகிறது.

அதைப்பற்றி சந்தேகம் கேட்கச் சென்றபோது கோமதிக்குக் கோபம் வந்தது.

'நீ போம்மா. போயி ஏதாச்சம் வேலய பாரு, உசிர வாங்காதே'

இருந்தாலும், ஒரு விஷயம் மட்டும் காதம்பரிக்குத் தெரிய வேண்டியதாக இருந்தது.

எனக்குக் கல்யாணம் வேண்டாம் என்றாலோ, பிள்ளைப் பெறப் போவதில்லை என்றாலோ, கழுத்தில் தாலி இல்லை யென்றாலோ, குழந்தைகள் இல்லையென்றாலோ பெண் பெண்ணாக இல்லாமலாகிவிடுவாளா?

'அதெல்லாம் விட்டுடும்மா. அவாளுக்குச் சாஸ்திரமும் தெரியாது, ஒன்னும் தெரியாது. இதெல்லாம் அந்த வெள்ளைக் கொக்கோட வேலை...'

அந்த இரண்டு வெள்ளைக் கொக்குகளைப் பற்றிச் சொல்லும் போது கோமதிக்கு வெறி ஏறிவிடும். டாக்டர் அம்மாக்களாம். பொறாமைக்காரிகள். அழுக்குப் புரண்ட மனம். ஆற்றங் கரையோரத்தில் சலவைக்காரிகளுடையதைவிட மோசமான பேச்சுக்கள்.

அம்மா பதில் சொல்லாமல் நழுவிப் போகிறாள் என்று காதம்பரிக்குப் புரிந்தது.

சிறிதுநேரம் கழித்து, 'இதெல்லாம் நீ நினைக்கற மாதிரி வெறும் பேச்சில்ல. நீ சாஸ்திரத்த விட்டுடு... ஆனாலும், குடும்பம் பரம்பரையெல்லாம் முக்கியம். யாரு என்ன சொன்னாலும் நீ என்னோட பொண்ணு... எனக்கொரு பேரப்பிள்ளை வேணும். அதுமூலமா ஒரு நெக்ஸ்ட் ஜெனரேஷன்...' என்றாள் கோமதி.

பின்பு கோமதி, 'சந்ததிகளில்லாதவர்களின் உலகைப் பற்றி நினைத்துப் பார்த்திருக்கிறாயா நீ? அவர்கள் முற்பிறவி பாவங்களின் சுமையைச் சுமப்பவர்கள். குழந்தை விரல்களை விட்டுகலக்கியஉணவு,தாய்க்கு அமிர்தத்தைவிட இனிமையானது என்று வள்ளுவர் சொல்லியிருக்கிறார். ஒரு சத்புத்திரனைவிட பெருத்த அந்தஸ்து தாய் தந்தையருக்கு வேறு என்ன இருக்கிறது. அவர்கள் தந்தைகளின் தவத்திலிருந்து உயிர்த்தெழுபவர்கள். அவர்களின் அமைதியான பிரார்த்தனைகளிலிருந்து பலம்

பெறுபவர்கள் பித்ருக்களின் ஆசீர்வாதமுள்ளவர்கள்' என்று மெல்லச் சொல்லத் தொடங்கினாள்.

காதம்பரி கண்களைச் சிமிட்டி கோட்டுவாய் விட்டுக் கொண்டிருந்தாள். அதைக் கேட்காததைப்போல் கோமதி தொடர்ந்தாள்:

'பலி கர்மங்கள் நடத்துவதற்காக ஒரு மகன் இல்லாதவர்களின் சங்கடம் பிறவிப் பரம்பரைகளின் முட்டாள்தனமாகிறது. பித்ருக்களுக்காக இரண்டு பருக்கையை கரைப்பவன் பதிலுக்கு எதிர்பார்ப்பது முன்பே போய்விட்டவர்களின் எத்தனையோ புதிர்களைத்தான். அது மரியாதைதான். வாழ்ந்து கொண்டிருக்கும் தந்தைகளும், முன்பே போய்விட்ட பித்ருக்களும் ஒரே மாதிரியானவர்கள். பித்ருக்களின் ஆசீர்வாதம் கிடைக்காதவர்கள், அவர்கள் எந்த உலகத்துக்குப் போனாலும் தப்பிக்கப் போவதில்லை.'

கடைசியில் சிறியதொரு பெருமூச்சுடன், 'இதயெல்லாம் கேட்டு நீ கஷ்டப்பட வேணாம். புத்ரன்னு' சொல்லும்போது அதில் புத்ரியும் சேர்ந்து விடுகிறாள். இன்றைய பெண் ஆணை விட திறமையும் வீரியமும் உள்ளவள். அதனால், பிதாக்களிடமும் பித்ருக்களிடமுமான எல்லாக் கடமைகளையும் கையாள வேண்டியதற்கு இப்போது நீ ஒரு நல்ல மகனைப் பெறுவது உன்னுடைய பொறுப்பாகிறது' என்று மேலும் சேர்த்துக் கூறினாள்.

ஒரு சத்புத்திரன்! அந்த வார்த்தைகளை மனதிற்குள் போட்டு காதம்பரி பலமுறை மெல்லக் கூறிக் கொண்டாள். ஒரு தாயின் அளவை அறியாமல் வாத்சல்யத்தின் மூலம் தன் பிறவிக்குக்கூட பரிசுத்தம் கிடைத்திருக்கிறது.

அதற்குமேல் எதையும் கேட்பதற்கு நிற்காமல் அங்கிருந்து விலகிச் செல்லும்போது, அப்படித்தான் கடைசியில் நான் இவர்களுக்கு ஒரு மகனாக மாறுகிறேன் என்று காதம்பரி நினைத்துக் கொண்டிருக்கிறாள். மூதாதையர்களுக்கான கடமைகளை நிறைவேற்றுவதற்காக ஒரு புத்திரன்...

அதைக் கேட்டதும் பவிழம் தலையில் கையை வைத்துக் கொண்டு சிரித்தாள். பவிழத்தின் வீட்டிலுள்ள போர்டிகோவில் அவர்கள் அமர்ந்திருந்தார்கள்.

ஒரு நிமிடம் விடியலில் உறங்கி எழுந்திருக்கும்போது என் காதம்பரி ஒரு ஆணாகிவிட வேண்டும். ஆணின் எல்லா

உறுப்புகளும் அது கொடுக்கக்கூடிய வீரியத்துடனான ஒருவகை காதம்பரி.

அதை நினைத்து நினைத்து சிரித்தாள் பவிழம்.

முருகா, பழனியாண்டவா, காப்பாத்துப்பா...

சிரித்துச் சிரித்து அவள் துவண்டு விழுந்துவிடுவாள் என்று தோன்றுகிறது. முன் வாயில் கலாட்டாவைக் கேட்டுவிட்டுதான் பவிழத்தின் தாய் வாயிற்படிக்கு வந்து எட்டிப்பார்த்திருக்க வேண்டும்.

'ஒன்னுமில்லம்மா' என்று பவிழம் சிரிப்பை நிறுத்தாமலேயே சொன்னாள். இதுவொரு சின்ன ஜோக். 'இந்த காதம்பரி ஒரு நாளைக்கு என்னோட புருஷனா வந்துடக்கூடாது. அவ்வளவு தான்!'

காதம்பரிக்கு அந்த ஜோக் முற்றிலும் பிடிக்கவில்லை. தான் ஒரு விஷயத்தை மரியாதையுடன் சொல்லும்போதுதானா இந்த விளையாட்டு வேண்டும்.

'நீ பொண்ணா இருக்கிறதுதான் எனக்கு விருப்பம். நீ ஆணாயிட்டா உன்னப் பிடிக்கறதுக்கு எனக்கு வெகுவாக மெனக் கெட வேண்டியதாயிடும். இப்படிப்பட்டதொரு சொங்கி பையனுக்காக சில முட்டாள் பொண்ணுங்கள் ஒத்தக்காலில் தவம் செய்ய வேண்டியதாகிவிடும்.'

காதம்பரியின் முகத்தில் தெரிந்த வெறுப்பை கண்டுவிட்டு தான் பவிழம் நிறுத்தியிருக்க வேண்டும். திடீரென அவளுடைய முகத்தில் மரியாதை பரவுவது தெரிந்தது. என்னவெல்லாமோ நினைத்து கைவிரல்களைப் பிணைத்து பவிழம் நெரித்துக் கொண்டிருந்தாள்.

அண்ணனுக்குப் பின் தாராளமாக வேண்டிக்கொண்டு, காலந்தாழ்ந்து பிறந்த குழந்தை பெண்ணாக இருக்க வேண்டும் என்பதுதான் எல்லாருடைய பிரார்த்தனையாகவும் இருந்தது. ஆணாக இல்லையே என்ற துக்கம் எனக்கு மட்டும் இருந்தது. இந்தப் பெண்ணின் உடல், அது உற்சாகப்படுத்துகின்ற விஷமத் தனமான கவர்ச்சியின் கதிர்கள். அவையெல்லாம் என்னை மிகவும் தயங்கச் செய்கிறது காதம்பரி. இந்த தேவையற்ற சில உறுப்புகள் எனக்கொரு சுமையைப் போன்றுள்ளன. பெண்ணின் புரோட்டோ டைப்பை முழுமைப்படுத்திய நேரத்தில் அதற்கு இறுதிக்கட்ட மென்மைப்படுத்தும் வேலைகளைக் கொடுத்துக்

கொண்டிருக்கும்போது குறும்புக்காரனான பிரம்மா மனதிற்குள் சிரித்திருப்பார். நினைத்துப் பார், ஜோடியை வசீகரித்து வீழ்த்துவதற்குத் தேவையான ஒவ்வொன்றையும் பொருத்தமாகச் சேர்த்து... ஏன் அந்த போதையுண்டாக்கும் நெடியையும்கூட... பிராணிகளாலும், ஜந்துக்களாலும், ஏன் மகா முனிவர்களாலும்கூட அதை எதிர்க்க முடியாது.'

சிறிது நேரம் கழித்து, 'அதனால் இந்த பொண்ணுன்னு சொல்றவ அதனுடைய ஜோடிக்காக தயாரிக்கப்பட்ட ஒரு உடல் மட்டுமாகிறாள்' என்று மேலும் சேர்த்தாள்.

காதம்பரிக்கு முற்றிலும் விருப்பம் இல்லையென்று புரிந்தும் பவிழம் தொடர்ந்து கொண்டிருந்தாள்.

'முன்பே உன் அம்மா சொன்னதுபோல சந்ததியில்லாத குடும்பத்தின் பயனற்றத் தன்மையைப் பற்றி தாய்மார்கள் சங்கடப் படுவதை நான் ஏராளமாகவே பார்த்திருக்கிறேன். அதெல்லாம் சும்மா நான்சான்ஸ்! அதன் மூலம் பெண் அநாவசியமானதொரு பொறுப்புத் தன்மையையும், அதன் மூலம் அதிகாரத்தையும் ஏற்றுக் கொள்கிறாள்.

சிறிது நேரம் கழித்து என்னவோ பவிழம் நினைத்திருக்க வேண்டும். அவள் கண்கள் சட்டென்று ஒளி வீசின.

'நீ கொஞ்சமாவது ஆணாக மாற முடியுமானால் உன்னை யாருக்கும் நான் விட்டுக் கொடுக்க மாட்டேன். எனக்கு நீ வேணும். உன்னோட அழகை வைச்சி நான் சொல்றேன்னு நீ கருத வேணாம். அதுக்கெல்லாம் அப்புறமா நட்புதான் எனக்கு முக்கியம்.'

'நட்பு!' காதம்பரிக்கு அது புரியவில்லை. 'இப்போதும் நாம நல்ல சிநேகிதிங்கதானே, பவிழம்!'

பவிழம் அடக்கிச் சிரித்தாள்.

'இது அதற்கெல்லாம் அப்பாலுள்ள நட்பு. இதுவரை யாரும் தெரிஞ்சுக்காத வகையில் ஒரு தீவிரமான ராகம். பங்கு பெறுவதும் இணைந்து போவதுமானது.'

அதற்குமேல் எதுவும் கேட்க வேண்டுமென்று காதம்பரிக்குத் தோன்றவில்லை. சில சமயம் அவள் அப்படித்தான் புத்தியும் கட்டுப்பாடும் இல்லாத வகையில் குறிப்பாக யாரிடம் என்றில் லாமல் அவள் அப்படித்தான் பேசிக்கொண்டு போவாள்.

காதம்பரி விஷயத்தை மாற்றப் பார்த்தாள். அய்யா சாஸ்திரி கள் சொன்ன விஷயங்களைப் பற்றிதான் அவளுக்குத் தெரிய வேண்டியது இருந்தது.

பவிழம் உரக்கச் சிரித்தாள்.

இன்னும் கொஞ்சம் அருகில் நகர்ந்து அமர்ந்து, தோளில் கையை வைத்து அழுத்தியவாறு பவிழம் சொன்னாள்:

'இத பாரு கண்ணு, இந்த சாஸ்திரி கீஸ்திரி எல்லாமே பொய், பெரிய ஃபிராடு, அவங்க சொல்றதிலயெல்லாம் நம்பிக்கை வேணாம்.'

எல்லா விஷயங்களிலும் அவளுக்கு அண்ணனிடம் மட்டும் தான் நம்பிக்கை.

எதையும் தன் புத்தியையும் அறிவையும் சேர்த்து வைத்து கவனிக்க மட்டுமே அவன் பார்க்கிறான். இந்த வயதானவர்கள் சொல்வதையெல்லாம் அதேமாதிரி நம்பக்கூடாது என்பதுதான் அவனுடைய தெளிவு. முன் தலைமுறைகளின் அழுக்கு மூட்டையைச் சுமக்கும் சில சாஸ்திரிகளும் வாத்தியார்களும் வயிற்றுப் பிழைப்புக்காகவும் ஆதாரத்திற்காகவும் வேத சாஸ்திரங்களை அடிப்படையாக்கி அவர்கள் தாங்களாக ஆச்சாரியர்களாகிறார்கள். அவர்கள் ஏற்படுத்தும் அர்த்தம் தெரியாத பயமுறுத்தல்களின் மூலம் புரோகிதம் பலம் அடைகிறது! அதனால் இந்த ஆச்சாரியா வேடம் தரித்து வருபவர்களை முதலில் ஒதுக்கிவிட வேண்டும். கேள்விகள் கேட்பதற்கான தன்னம்பிக்கையை ஏற்படுத்திக் கொள்ளவும் பதிலில்லாத கேள்விகளைக் கேட்பதற்கு இனிமையான வக்கணை வார்த்தைகளால் எதிர்கொள்ள பார்ப்பவர்களை விலக்கி நிறுத்திடவும் வேண்டும்.

பல சமயங்களிலும் அண்ணன் பயன்படுத்தும் மிகவும் கடுமையான வார்த்தைகள்தான். யாருக்கு என்ன தோன்றினாலும் குழப்பமில்லை. பல வருடங்களுக்கு முன் பூணூலைக் கழட்டி எறிந்த இளைஞனுக்கு அவற்றையெல்லாம் உரத்துச் சொல்வதற்கான தன்னம்பிக்கையுமுண்டு.

அண்ணன் என்ன சொன்னாலும் அது கடைசியில் அறிவியலில்தான் சென்று முடியும். அறிவியலால் விளக்க முடியாத ஏதொன்றிலும் தனக்கு நம்பிக்கை இல்லையென்று முரண்டு பிடிக்கும்போது பாலு அண்ணனும் மற்றொரு சாஸ்திரியாவான் என்று சில சமயங்களிலெல்லாம் தோன்றுவதுண்டு.

பவிழம் மீண்டும் மற்றொரு நீண்ட பேச்சுக்குத் தயாராகிறாள் என்று தோன்றியது. இல்லேன்னாலும், தன் அண்ணனின் விஷயத்தைப் பற்றிச் சொல்லத் தொடங்கினால் கொஞ்சம்

நிறுத்திக் கொள்வது என்பது பெரும்பாடுதான். சந்தமாமா கதை களைவிட நிறப்பகட்டுள்ள வட்டங்கள் பல சொற்களுக்கும் இருக்கும்.

மிகவும் பவ்வியமாகக் கேட்டுக்கொண்டு இருந்தாலும் அண்ணன் சொல்வதையெல்லாம் முழுமையாக நம்புவதற்குத் தயாரில்லை என்று பவிழம் பல சமயங்களிலும் சொல்வாள். முக்கியமாக இந்த அறிவியலைப் பற்றியதான வீரியத்தை முற்றிலும் அவள் நம்புவதில்லை.

'நானோ அவனுக்கு நேர் எதிர்ப்புள்ளவள். நான் எவற்றையும் நம்புவதற்குத் தயாரானவள்,' என்று ஒருமுறை சொன்ன பவிழம், மேலும், 'அதாவது எந்த மிராக்கிள்களிலும், வித்தியாசமான எந்த கனவுகளிலும் ஈடுபாடுள்ளவள். அப்படிப்பட்ட ஏராளமான கட்டுக் கதைகளும் நம்பிக்கைகளும் இல்லையென்றால் நம் வாழ்க்கை முழுவதும் மிகவும் போராகிவிடாதா, காதம்பரி?

ஒருநாள் பிள்ளையார் கோவிலுக்கு மேலாகவுள்ள ஆகாயம் வழியாக நீ சிறகு விரித்து பறந்து போவதைப் பார்த்தேனென்று யாராவது வந்து சொன்னால் நான் அதையும் நம்புவேன். காரணம், என் காதம்பரி பறப்பதற்கு திறமையுள்ளவள். ஒரு நாளைக்குப் பறந்து போகக்கூடியவள்தான். இப்படிப்பட்ட முட்டாள்தனமான கனவுகளின் மூலம் தாண்டிச் செல்லாத குழந்தைப் பருவமும் இளமைக் காலமும் வெறும் வேஸ்ட்.'

'இதோ பாரு கண்ணு' என்றழைத்த பவிழம் அவளுக்கு அறிவுரைச் சொல்லப் பார்த்தாள். 'அந்த மொடா முழுங்கி தீயவன் சாஸ்திரிகளிடமும் அவனுடைய இரண்டு வெள்ளைக் கொக்கு களிடமும் போய் அவர்களின் வேலையைப் பார்க்கச் சொல். அவனுடைய அடுத்த அறிவுரையைக் கேட்கப் போன உன்னுடைய அப்பாதான் பாவம். பூ வியாபாரம் செய்து அவரோட மனசும் பூப்போலாகிவிட்டது தெரிகிறது. இல்லேன்னா இப்படிப்பட்ட அறிவுரைகளுக்கான அதிகாரத்தை இந்த சாஸ்திரிகளுக்கு யார் கொடுத்தார்கள்? யாருக்கும் எதுக்கும் இந்தக் காலத்துல கடைசி வார்த்தைன்னு இல்ல. இந்த ஸைபர் ஸ்பேஸூம் வெர்ச்சுவல் வேல்ஸூமெல்லாம் உள்ள காலத்தில் யாருக்கு வேணும் இந்த உச்சிக் குடுமிங்களின் அறிவுரைகள்? தலையில் ஏரியல் உண் டென்று சொல்லிக்கிட்டு ரிஸப்ஷன் நன்றாக ஆகணும்கறது இல்லையல்லவா?'

சிறிது நேரம் கழித்து பவிழம் தொடர்ந்தாள்:

'நாம் ஸ்கூல் பிள்ளைங்களப்போல பேசவில்லை என்று சில சமயங்களிலெல்லாம் எனக்குத் தோன்றதுண்டு. நமக்குப் பிடித்த எத்தனையோ சுவையான விஷயங்கள் இருந்தும், பெரிய பெரிய விஷயங்களச் சொல்லி அண்ணனைப் போல் நேரத்தைப் போக்குகிறேன்.'

அண்ணனைப் பற்றிச் சொல்லத் தொடங்கியதும் பவிழம் சட்டென்று மௌனமானாள். சில நினைவுகள் அவளை மிரட்டுகின்றன என்று தோன்றியது.

'என்னம்மா பவிழம், என்னாச்சு?' காதம்பரி அவளுடைய முதுகில் தட்டினாள்.

பவிழத்தின் கண்கள் தன் முகத்தில்கூட ஊர்ந்து திரிவதை காதம்பரி கண்டாள். முன்பு எப்போதும் காணாததுபோல் ஏராளமான சந்தேகங்கள் நிறைந்த பார்வை.

'என்னம்மா, சொல்லு' என்று மீண்டும் கேட்டாள் காதம்பரி.

மிகவும் தயங்கித் தயங்கித்தான் பவிழம் சொல்லத் தொடங்கினாள்.

'அண்ணன் மும்பைக்குப் போன அன்னிக்கு நான் ரொம்பவும் அழுதேன்னு அன்னிக்கு ஒரு நாள் நான் சொன்னது நினைவு இருக்குதுல்லே... அன்னிக்கு அண்ணன், இந்த அழுகையை பாதுகாத்து வெச்சிரு. நீ மாப்பிள வீட்டுக்குப் போகிற தினத்துக் காகன்னு சொல்லியிருந்தான். ஆனால், பின்னால எனக்குத் தோணுச்சு...'

சிறிது நிறுத்திவிட்டு தலை குனிந்து பவிழம் முணுமுணுப்பது காதம்பரியின் காதில் விழுந்தது.

'அப்புறம்தான் எனக்கு, அதைப் பாதுகாத்து வைக்க வேண்டியது நான் மாப்பிள்ளை வீட்டுக்குப் போகிற தினத்துக்கு இல்லேன்னு தோணுச்சி. அது இன்னொரு சபிக்கப்பட்ட தினத்துக்குன்னு... இந்த பிரபஞ்சத்திலுள்ள எல்லாப் பேய் பிசாசுகளும் பூமிக்கு வந்து அலைந்து திரியும் ஒரு தினத்துக்குன்னு...'

காதம்பரி கேள்விக் கேட்கும் பாவனையில் பார்த்தாள்.

'குரலை மிகவும் குறைத்துக்கொண்டு, நடுங்கும் குரலில் பவிழம் சொல்வது கேட்டது. அண்ணனுக்கு ஒரு பொண்டாட்டி வந்து சேரும் நாள். அதைப் பற்றி என்னால நினைக்கவே முடியல.'

பவிழம் மீண்டும் பழைய நினைவுகளுக்குள் வழுக்கிச் செல்வதுபோல் இருந்தது.

'இல்ல, கண்ணு,' என்ற பவிழம் சிறிதுநேரம் கழித்து கனத்த சப்தத்தில் தொடர்ந்தாள். 'நான் அதுக்கு ஒத்துக்கப் போவதில்லை. என் அண்ணனை நான் யாருக்கும், ஏன், ரொம்ப அழகானவளான உனக்குக்கூட விட்டுக்கொடுக்க மாட்டேன். அண்ணன் எனக்கு மட்டும்தான். உனக்கு அண்ணன் நல்லாவே பொருந்துவாங்கிறது தெரியாதவ இல்ல, நான். ஆனால், அப்படிப்பட்ட ஆசைங்க யெல்லாம் முன்னாடியே விட்டுட்டேன். அண்ணன் எப்போதும் எனக்கு மட்டும்தான்.'

காதம்பரி உச்சநிலையில் திகைத்துப் போனாள். பவிழத்தின் முகம் முழுவதும் இறுகி வந்து நின்றது. அவளுடைய பார்வையிலும் முன்பெப்போதும் காணாத வகையிலுள்ள பகைத் தன்மையின் நிழல் தெரிந்தது.

இவள் என்ன முட்டாள்தனமாகச் சொல்கிறாள்?

அவளுடைய தங்கமான அண்ணனைப் பற்றி நான் ஒன்றும் சொல்லவில்லையே. ஒருமுறை விடுறையில் வந்தபோது பார்த்த அறிமுகம் மட்டும் உண்டு. அதிகம் ஒன்றும் பேசாத பாலு அண்ணன். பெரிய சோடாபுட்டி கண்ணாடி. சிவந்த தடித்த முகத்திற்கு பொருந்தாத கீழ்நோக்கி தொங்கிய மீசை. ஆக மொத்தத்தில் ஒரு அறிஞனின் நினைப்பை போன்றுள்ள தோரணை.

முதல் பார்வையிலேயே உன் அண்ணன் என்னைக் கொஞ்சம்கூட கவரவில்லையே என்பதை எப்படி இந்தப் பாதை தவறிய பெண்ணிடம் சொல்வேன்?

'இதப் பாரு, பவிழம். உன்னோட அண்ணன் எனக்கும் அண்ணன் தான். அதுக்குமேல ஏதாச்சும் நினைக்கறதே பாவம்,' என்று அமைதியான குரலில் காதம்பரி சொன்னாள்.

அந்தப் பதில் அவளைச் சிறிதாவது திருப்திபடுத்தியதா என்பது தெரியவில்லை. அவளுடைய குழப்பம் நிறைந்த முகம் அப்போதும் இறுகிப்போயே இருந்தது. அவளுடைய அண்ணனைத்தட்டிக்கொண்டு செல்ல காத்துக்கொண்டிருப்பவர்களின் மத்தியில் தானும் ஒருவளாக அவள் கண்ணில் படுகிறோம்.

சிறிது நேரம் கழிந்ததும் பவிழம் கொஞ்சம் அச்சிந்தனையிலிருந்து விலகியதாகத் தோன்றியது. காலங்கடந்து வந்த மறுசிந்தனை என்பதுபோல் அவள் சொல்வது கேட்டது.

'இல்லேன்னாலும் எனக்குத் தெரியும், பாலுவைப் போன்றுள்ள ஒரு பையனைச் சுற்றி பெண் பிள்ளைகள் சேருவது இயல்புதான் என்று. அதுவும் எவ்வளவோ தூரமுள்ள எத்தனையோ பெரிய தொரு சிட்டியாக இருந்துவிட்டால் பிரத்யேகமாகவே கூடி விடுவார்கள். அலுவலகத்திலும் சுற்று வட்டத்திலுமாக எத்தனையோ நாகரிக யுவதிகள். எந்த ஊர்க்காரியோ, எந்த ஜாதிக் காரியோ யாருக்குத் தெரியும். அதில் ஒருத்தியை திடீரென்று ஒரு நாள் அண்ணன் கைகோர்த்து அழைத்து வந்தால் நான் என்ன செய்யப் போகிறேன் என்று நீ இப்போது ஆலோசித்துக்கொண்டு இருக்கிறாய், இல்லையா?'

திடீரென்று அவளுடைய குரல் பொங்கி எழும்பியது.

'நான் அவளை கொன்னுடுவேன். அவள் எந்தவொரு கொடி கட்டிய பெண்ணாகத்தான் இருக்கட்டுமே. என் அண்ணனை நான் யாருக்கும் விட்டுக்கொடுக்க மாட்டேன்.'

அந்த நேரத்தில் பவிழத்தின் கண்களில் எரிந்து நின்ற காட்டுத் தீயின் உஷ்ணத்தில் தன் முகம் முழுவதும் சுட்டெரிவதாக காதம்பரிக்குத் தோன்றியது.

சிறிது நேரம் கழிந்து, எதுவும் பேசாமல் பவிழத்திடம் விடைகூட பெறாமல் எழுந்து நடக்கும்போதும் காதம்பரியின் மனதில் பவிழத்தின் எரிந்து கொண்டிருக்கும் முகம்தான் இருந்தது. அந்த நேரத்தில் அவளுடைய முகத்தில் காணக்கூடிய வெறுப்பிற்கு வெளியே காணக்கூடியதைவிட ஆழமாக வேர்கள் உண்டென்று காதம்பரிக்குத் தோன்றியது. அந்த முரட்டுக் குரலில் முன்பெப்போதும் தோன்றாத அவ்வளவு இடைவெளியும் இருந்தது.

அண்ணன் தனக்குரியவனாக இல்லாமல் மாறும் தினத்தை அவள்பயத்துடன்பார்க்கிறாள். தன் அண்ணனைப்பங்குபோட்டுக் கொள்வதற்காக தூரத்திலுள்ள ஏதோ ஒரு நகரத்திலிருந்து வந்து சேரக்கூடிய அந்த நாகரிகப் பெண் பிள்ளையையும் அப்படியே எதிர்பார்க்கிறாள்.

சில சமயங்களிலெல்லாம் இந்த பவிழத்தை முற்றிலும் புரிந்து கொள்ள தன்னால் முடியவில்லையே என்பதை நினைத்துக் கொண்டிருந்தாள் காதம்பரி. மற்ற பலரையும் போல் இங்கே பவிழத்திற்கும் பல சமயங்களில் பல முகங்களாக உள்ளன.

144 .... ஆறாவது பெண்

11

அன்று சங்கரராமனுக்கும் அசாதாரணமான ஒரு சூழ்நிலை யாகத்தான் இருந்தது. கடைக்குப் போய் அமர்ந்து அவனால் ஒன்றும் செய்யத் தோன்றவில்லை. ஆக மொத்தத்தில் பிடிப்போ பிடிமானமோ கிடைக்கவில்லை. மனம் முழுவதும் கலங்கி சிவந்துபோய் கிடக்கிறது.

அதன்பின் ஒரு ஆசுவாசத்திற்காக அவன் வெறுமனே ஏப்பம் விடத் தொடங்கினான். காலியாக உள்ள வயிற்றின் ஏப்பங்களால் நெஞ்சு எரிந்தபோது சிறிது நேரம் கண்களை மூடி அமர்ந்திருந்தான்.

உள்ளுக்குள் எங்கேயோ அய்யா சாஸ்திரிகளின் வார்த்தைகள் கரிக்கோலங்களாக அசைந்தாடின. பின்பு, தேவையற்ற சில தீய காட்சிகளாக அந்த வசுந்தரா அம்மாளும் வந்தாள். அதை அப்போதே தடுத்திருக்க வேண்டும். வழக்கம்போல் சிறிது நேரங்கழித்துதான் அறிவு தோன்றியது.

முதலில் உள்ளுக்குள் ஒதுக்கிவிட பார்த்தான் என்றாலும் சிறிது நேரம் கழிந்தபோது எல்லாமே குழம்பிவிட்டன. அந்த வசுந்தரா அம்மாவின் குரலில் இருந்த அசாதாரணமான முழக்கம் இப்போதும் காதில் ஒலிக்கிறது. அவள் பெரிய அறிவாளி. உலக அறிமுகம்உள்ளவள்.அவளுடையவார்த்தைகளின்இசையிலேயே சொன்னதைவிட அதிகமாக வேறு பலவும் சொல்லாமல் மறைந்து கிடப்பதுபோல் இருந்தன. இதில் கோமதி சொல்லக்கூடிய வெறும் பொறாமைக்கும் அப்பால் வேறு என்னவெல்லாமோ

இருந்தன. ஒருவேளை ஒரு பெண்ணை தேவையான விதத்தில் புரிந்துகொள்ள மற்றொரு பெண்ணால்தான் முடியுமாம். தன்னால் யூகிக்கக்கூட முடியாத ஒரு வடிவத்தில் காதம்பரி வசுந்தராவின் மனதில் இடம் பிடித்துள்ளதுபோல் தெரிந்தது.

சங்கரராமனின் தலை கனத்துக் கொண்டிருந்தது. யோசிக்க யோசிக்க எங்கும் சென்று சேரவில்லை. காதம்பரியைப் பற்றி இவ்வளவு பெரிய ஆலோசனைகள் ஒருபோதும் தேவைப் பட்டிருக்கவில்லை. அவள் இப்போதும் சாதாரணமான குழந்தை தான். பல வருஷங்களுக்கு முன்னால் கருமாரியம்மன் கோயிலில் ஊர்ந்து வந்து தன் காலைப் பிடித்த அதே நான்கு வயது குழந்தை.

பாவாடை தாவணி வயதிலும் பின்பு சேலை உடுத்திய காலத்திலும் அந்த நான்கு வயது பெண் தன் மனதில் வளர்வதற்கு ஒத்துழைக்காமல் அப்படியே நிலை கொண்டிருந்தாள்.

அருகில் வரும்போதெல்லாம் அவளைச் சேர்த்தணைத்து உச்சியிலும் கன்னத்திலும் தடவுவதைக் காணும்போது கோமதி கேலி செய்வதுண்டு.

'அப்பப்பா, இன்னும் அப்பாவோட செல்லப்பிள்ளைதான் போ... பெரிய காலேஜ் பொண்ணாயிட்டாளே...'

இது தான் வளர்த்து பெரியவளான பெண்பிள்ளையினுடைய சாதாரண அன்பு. இல்லை, அதற்கெல்லாம் அப்பால் ஏதோவொரு பாசம்.

நான்கு வயதில் பார்த்த அதே தெளிவும், களங்கம் காணாத கண்களும் இன்னும் அவள் முகத்தில் அப்படியே உள்ளன.

அவளைப் பற்றிதான், 'அவள் பெரிய தீஜ்ஜ்வாலையாக்கும். பெரும் அக்னி குண்டம்' என்றெல்லாம் வசுந்தரா சொன்னாள்.

கேட்டுப் பழக்கமில்லாத வாக்குகளின் சில புதிய முழக்கங்கள். அவற்றுக்கு தங்கள் வசதிக்கேற்ப கொடுக்கக்கூடிய எத்தனையோ அர்த்தங்கள்.

மிக அருகிலேயே வெளவால் கூட்டம் ஒன்று உரத்து சிறகடித்து பறந்து போவதுபோல் தோன்றியது. அதே பழைய வெளவால்கள். இந்தப் பட்டப்பகலிலும் காதுகளை அடைக்கும்படியான சிறகடிப்பு ஓசைகள்.

சங்கரராமன் தன்னையறியாமல் காதுகளை மூடிக் கொண்டான். சிறிதுநேரம் அதேபோல் அமர்ந்திருந்தான். அதற்குள் அந்தப் பறவைக் கூட்டம் விலகிப் போயிருந்தது.

ஏதோவொரு சடங்குக்காக பொக்கேக்கள் வாங்க வந்த பழையதொரு வாடிக்கையாளன் உலக விஷயங்களைச் சொல்ல முயன்றபோது அவன் அதில் பெரிய ஆர்வம் காட்டவில்லை.

'இந்த வருஷத்துல என்ன, இப்படியொரு வெயிலா இருக்கு.'

'ஓ...'

'மழைக்கான அறிகுறியே இல்ல. மானம் அப்படியே எரிஞ்சுக் கிட்டிருக்கு, எங்கும் மேகங்களோட ஒரு துண்டு துணுக்கைக்கூட காண முடியல. இல்லேன்னாலும் எப்படி மழை பெய்யும்? இங்கதான் அந்தளவுக்கு மனுஷங்களோட மனசு கெட்டுப்போய் கெடக்குதே. ஆசாரங்களில்லை, சம்பிரதாயங்களில்லை, பக்தி மரியாதைகள் இல்லை...'

'ஓ...'

'இப்போ மழை பெய்ய வைக்கறதுக்காக யாகம் செய்யப் போறாங்களாம். விமானம் மூலமா மழை வித்துக்களை மேகங்களுக்கிடையே தூவப் போறாங்கன்னும் கேள்விப் பட்டேன். அதுக்கு மேகங்கள் இருக்கணுமில்லையா? அதே மாதிரி பரிசுத்தமான கைகளும் விதைகளைத் தூவுவதற்கு வேணுமில்லியா?

'ஆ...'

'உன்னோட மவளுக்கு முதல் வகுப்பு கெடைச்சுட்டுதுதானே?'

'ஆ...' சங்கரராமன் மீண்டும் முனகினான்.

'இந்தத் தடவை நம்ம ஸ்கூல்ல மொத்தமும் மூணே மூணு வகுப்புதான் உள்ளனவாம். ரிஸல்ட் பொதுவாவே மோசம். இல்லேன்னாலும் என்ன, இப்பத்திய பிள்ளைங்களுக்குப் படிக்கற திலியும் ஆர்வமில்லியே...'

'உம்...'

'உம் மக வகுப்புல முதலிடமாக இருப்பால்லியா?'

'இருக்கலாம். விசாரிக்கல...'

இறங்கிப் போகும்போது அவன் மீண்டும் உலகச் செய்திகளைச் சொன்னான்.

'இனிமே படிக்க வைக்கணும்கறதுல்லியே? டிரெய்னிங் முடிச்ச டீச்சருங்களுக்கு இப்ப நல்ல கிராக்கியாம்.'

அதன்பின் இரவில் வீட்டுக்குத் திரும்பி வந்தபோது அவனுடைய வார்த்தைகளையும் அய்யா சாஸ்திரிகள் சொன்ன வைகளையும் இணைத்து வைத்து மனதில் போட்டு கூட்டிப் பெருக்கத் தொடங்கினான் சங்கரராமன். டிரெய்னிங் முடித்த டீச்சருங்களுக்கு இப்போ பெரிய கிராக்கியாம்...

சங்கரராமனின் மனம் வெந்தது.

இவளை அந்த மாதிரி ஒரு டீச்சராக்குவதற்காக வளர்க்க வில்லையே. இந்த ஊரில் அந்த மாதிரி எத்தனையோ டீச்சருங்க, கருப்பாகவும் வெளுப்பாகவும் தடிமனாகவும் மெலிசாவும் இருக்கிறார்கள். இன்னொரு செல்வி டீச்சராவதற்காகவா என் மகள்...

கையில் ஒரு கதைப் புத்தகத்துடன் காதம்பரி அவனுக்கு முன்னே கடந்து சென்றபோது சங்கரராமன் சாய்வு நாற்காலியில் நிமிர்ந்து அமர்ந்தான். மகளின் முகத்தை ஒருமுறை கூர்ந்து நோக்கினான்.

பின்பு அப்படியே அவளை நோக்கியவாறு சிறிதுநேரம் அமர்ந்து விட்டான்.

தனக்கு மிக அருகில் ஒரு பெரும் அற்புதத்தைப்போல் என் மகள். அவள் இப்போது வேறு யாரையோ போல். திடீரென என் மகள் வளர்ந்து பெரிதாகி இருக்கிறாள். சிகப்பு பட்டுச் சேலை உடுத்தி, சிகப்புக்கல் மூக்குத்தி அணிந்து, கண்களில் மை தீட்டி, நெற்றியில் செந்தூர பொட்டு வைத்து, உதடுகளை வெற்றிலைப் போட்டு சிகப்பாக்கிக் கொண்டு, ஆக மொத்தத்தில் பூத்துக் குலுங்கி அவ்விடம் முழுவதும் நிறைந்திருந்தாள்...

சங்கரராமன் நிலை குலைந்துவிட்டான்.

அக்காட்சியின் பரவல் மூலம் அலைந்து திரிந்தபோது எங்கேயோ எல்லாம் வழி தவறிவிட்டது. ஒன்று சேரும் பாதை களின் சந்திப்பில் அவன் கொஞ்சம் நேரம் திகைத்து நின்றான். மீண்டும் சில கேள்விகள் சேர்ந்து முளைப்பு தட்டின. அவை, ஒருபோதும் பதில் கிடைக்கும் என்னும் நம்பிக்கை இல்லாத கேள்விகள்.

அக்காட்சியின் நட்டநடுவில் காதம்பரி. சிகப்பு பட்டுடுத்தி, சிகப்பு மூக்குத்தியணிந்து, கண்களில் மையெழுதி...

மனதிற்குள் என்னவோ துளைத்து நுழைவதை சங்கரராமன் உணர்ந்தான். கண்கள் வலித்தன. காலின் பெருவிரலிலிருந்து ஒரு

மெல்லிய நடுக்கம் மேல்நோக்கி ஏறி வருவதுபோல். இப்போது அவளுடைய முகத்தைப் பார்க்கும்போது முன்பு அறிந்திராத அந்நியத்தன்மை.

'என்ன மாமா?'

வெண்பற்களைக் காட்டிச் சிரிக்கப் பார்த்தாள் காதம்பரி. அப்பாவின் முகத்திலுள்ள இந்த தோற்ற மாற்றத்தைப்பற்றி அவளால் முற்றிலும் புரிந்துகொள்ள முடியவில்லை.

சிவந்து தடித்த முகத்தை மிக அருகில் கண்டபோது சங்கரராமன் சிறிது நடுங்கினான். அவள் இப்போது பற்றியெரியும் தீக்கொழுந்தைப் போலிருந்தாள். அதன்மேல் உஷ்ணத்தில் கண் புருவங்கள் கருகின. முகத்தின் வழியாக உஷ்ணத்தின் அலைகள் நகர்ந்து போய்க்கொண்டிருந்தன.

காதம்பரியின் முகத்திலோ இப்போது அசாதாரணமானதொரு சிரிப்பு. அதனின் நிஜத்தைப் புரிந்துகொள்ள முடியாமல் சங்கரராமன் குழம்பினான். எத்தனையோ வருஷங்களுக்கு முன்னே தாவணிபோடும் வயதில், முதன்முதலாகச் சேலை உடுத்தி நிலைக்கண்ணாடியின் முன்னால் ஒரு சிறு தீக்கொழுந்தாக நின்ற அந்தப் பெண்தான் இவள். தான் பட்டணத்திலிருந்து வாங்கி வந்த குஷ்பு உடுத்திய சிகப்பு பட்டுச் சேலை அது.

அவள் இப்போது யாராவோபோல் இருந்தாள்.

தன் தலை மிகவும் கனப்பதுபோல் சங்கரராமனுக்குத் தெரிந்தது.

அவன் தன் முகத்திலிருந்து கண்களை விலக்காமல் அதே நிலையில் உட்கார்ந்திருக்கிறான் என்பதைக் கண்டபோது காதம்பரியின் முகம் வாடியது.

'என்ன மாமா, ஒடம்பு சரியில்லையா? அமிர்தாஞ்சன் போடட்டுமா?'

காதம்பரி குனிந்து நின்று மெல்ல அவனுடைய நெற்றியில் கையை அழுத்தினாள். அதோடு சங்கரராமன் கொஞ்சம் பதறினான். சுட்டெரிக்கும் விரல்கள் ஒரு நாகத்தைப்போல் நெற்றியின் மூலம் உணர்ந்து திரிவது போலிருந்தது. அந்த இடமெல்லாம் சூடேற்று சாம்பலாயிற்று. உடல் முழுவதும் உடைந்து சிதறுகிறது. மொத்தத்தில் வியர்வையில் நனைந்து இருக்கிறது.

நாற்காலியின் கையைப் பிடித்துக்கொண்டு அவள் மீண்டும் கேள்வி கேட்டாள்.

'என்ன மாமா? உடம்பு சரியில்லையா?'

அந்தக் குரலை மீண்டும் ஒருமுறை அருகில் கேட்டதும் அவன் கொஞ்சம் நடுங்கினான். இது என் பிள்ளையின் இனிமையான அந்தப் பழைய குரல் இல்லையே. இதுவொரு வயதான பெண்மணியின் நடுங்கும் குரல். அவள் மூலம் பெயர் தெரியாத ஏதேதோ பரம்பரைகளிலுள்ள அநேக பெண் குரல்கள் என்னத்தையோ ஒன்றிணைந்து சொல்ல முயற்சிப்பதுபோல் இருந்தது.

சங்கரராமன் பயத்துடன் துள்ளி எழுந்தான். இரண்டடிகள் பின்னோக்கி வைத்தான்.

என்ன நடக்கிறது என்று அறியாமல் காதம்பரி குழம்பிப்போய் நிற்கும்போது, சங்கரராமன் முதலில் படுக்கை அறைக்கும் பின்பு அடுக்களைக்குமாக கோமதியைத் தேடி ஓடினான்.

'என்ன அத்தான், என்னாச்சு?' கோமதியும் திடுக்கிட்டு கேட்டாள்.

'நம்ம காதம்பரி பெரிய பொம்பளையாயிட்டாளே... அந்தச் சிகப்பு புடவை, சிகப்புக்கல் மூக்குத்தி, செந்தூரப் பொட்டு, வாயில் வெற்றிலை தாம்பூலம்... எனக்கு ஒன்னுமே புரியலையே...'

கோமதிக்கு அப்படியே வெலவெலத்துப் போய்விட்டது. எந்த சிகப்புச் சேலை? அவள் போட்டிருப்பது நீலநிற சுடிதார்தானே? தான்கூட மூக்குத்தி அணிவது அவளுக்கு முன்பே பிடிக்காதே. அப்புறம் அந்த செந்தூரப் பொட்டு, தாம்பூலம்... இந்த அத்தான் என்னென்னவோ சொல்றாரே!

அடுக்களைச் சுவரில் சாய்ந்து நின்று, சிறியதொரு பதைப்புடன் அந்தக் காட்சிகளை மீண்டும் கண்முன்னே கொண்டுவர முயன்று கொண்டிருந்தான் சங்கரராமன்.

'அத்தா.... இதென்ன பைத்தியக்காரத்தனம்? என்னாச்சு உங்களுக்கு?' கோமதி அவனுடைய தோளைப் பிடித்து குலுக்கினாள்.

அவனாலோ ஒன்றும் பேச முடியவில்லை. தொண்டை முழுவதும் வறண்டிருந்தது. தலைக்குள் முழங்கிய பெரும்பறை இப்போதும் அடங்கவில்லை.

ஆறாவது பெண்

காதம்பரி அடுக்களை வாயிலோரம் வந்து எட்டிப்பார்த்தாள். அவள் ஆக மொத்தத்தில் மிகவும் குழம்பிப் போயிருந்தாள்.

காதம்பரியைக் கண்டதும் அவள் முகத்தைக்கூட பார்க்காமல் அறையிலிருந்து சட்டென்று வேகமாக வெளியேறினான் சங்கரராமன். பின்பு உடை மாற்றி மீண்டும் வீட்டிலிருந்து வெளியேறினான்.

காதம்பரி பெருத்த அழுகையின் பக்கத்தில் இருந்தாள்.

'என்னம்மா, என்ன நடந்தது?' என்று கேட்டாள் கோமதி.

'அப்பா... அப்பா..'

'என்னாச்சு, சொல்லும்மா...'

'அப்பாவுக்கு ஒடம்பு சரியில்ல. என்னமோ மாதிரி பாக்கறார்...'

அவளுடைய குரல் அடைத்தது. குரலில், சங்கடத்தைவிட அதிகமாக முடியாத தன்மை.

'அப்பாவுக்கு என்மேல ஒரே கோபம். நான் ஏதாச்சும் தப்பு பண்ணிட்டேனாம்மா?'

கோமதி அவள் தோளின்மேல் கையை வைத்து சேர்த்தணைத் தாள். மெதுவாக முதுகில் தட்டினாள்.

கோமதிக்கும் எதுவும் புரியவில்லை. அந்த அய்யா சாஸ்திரி களின் வீட்டிலிருந்து திரும்பி வந்த பின்பு அவனுடைய முகம் வேதனை சூழ்ந்துள்ளதுபோல் இருந்தது. என்னத்தையோ அந்த சாஸ்திரிகளும் மகள்களும் சேர்ந்து அவன் தலையில் அடித்து ஏற்றியிருக்கிறார்கள்? சாஸ்திரம் தெரியாத சாஸ்திரிகள். அவன் ஒரு அசுரப் பிறவிதான்.

சங்கரராமன் தன்னிடம் சிலவற்றையெல்லாம் விட்டு விட்டுதான் சொன்னான். அவன் சொன்னதைவிட சொல்ல மிச்சம் வைத்திருக்கிறான் என்று அப்போதே தோன்றியது.

காதம்பரி அழுகையை அடக்குவதற்கு முயன்றுகொண்டி ருந்தாள். அவளைச் சமாதானப்படுத்துவது எளிதல்ல என்று கோமதிக்குத் தோன்றியது. அது அவளை மிகவும் பயப்படச் செய்தது.

அன்றைய தினம் அப்படி கழிந்தது என்றாலும் அன்று முதல் காதம்பரியின் குழப்பங்களும் அதிகரித்தன.

திடீரென அப்பா மொத்தமாக மாறிவிட்டதாக அவளுக்குத் தோன்றியது. அதன்பின் வந்த நாட்களில், ஒவ்வொரு விடியலின் போதும் ஏராளமான காரணமற்ற பயப்பீதியோடுதான் எழுந்தாள்.

அதன் பின்னாலான காட்சிகளும் அவளை மிகவும் இம்சிக்கத் தொடங்கின.

தூணுக்குப் பின்னால் நின்று சங்கரராமன் மறைந்து பார்த்தான். படுக்கையறையின் கதவுக்குப் பின்னால் சில சமயம் புதியதொரு நிழல், பழக்கப்படாத காலடியோசை. புத்தகம் வாசித்துக் கொண்டு முற்றத்தின் வழியாக நடக்கும்போது, உடை மாற்றும்போது, மேற்கத்திய தாழ்வாரத்தில் சிநேகிதிகளுடன் சேர்ந்து விளையாட்டு விளையாடும்போது, சந்தியா வந்தனத்துக்கு அமர்ந்திருக்கும்போது என்றெல்லாம் தன்னைச் சுற்றிலும் ஏராளமான கண்கள் உள்ளதுபோல் இருந்தன.

காதம்பரிக்கு முற்றிலும் புரியவில்லை. அவளுடைய உள்ளம் விஷயமில்லாமல் துடித்துக் கொண்டிருந்தது.

அப்பா என்னவோ தன்னிடமிருந்து மறைக்கப் பார்ப்பதுபோல் இருந்தது. அப்பாவை என்னதான் துன்புறுத்துகிறது? எப்போதும் நல்லதொரு நண்பராக இருப்பதற்கு முயன்று கொண்டிருந்த என் அப்பா அவர்.

நேரிடையாகக் கேட்க தயங்கியதுடன் அவள் முடிந்தமட்டில் அவனுடைய பார்வையில் படாமலிருக்க முயற்சிக்கத் தொடங்கினாள். அதிக நேரமும் புத்தகங்களுடன் தன்னுடைய படிப்பறையிலுள்ள நாற்காலியிலேயே அமர்ந்திருந்தாள்.

அதைப் புரிந்து கொண்டதாலோ என்னவோ, ஒரு நாள் இரவு உணவின்போது சாப்பாட்டு மேசைக்கருகில் அமர்ந்திருக்கும் போது சங்கரராமன் அவளுடைய முகத்தை கூர்ந்து பார்த்துவிட்டு, 'என்னம்மா காதம்பரி, என்னாச்சு உனக்கு? பார்க்கவே முடியலியே' என்று கேட்டான்.

'ஒன்னுமே இல்லப்பா. ஆனா, உங்களுக்கு என்னாச்சு? மொதல்ல அதச் சொல்லுங்க?'

அது உண்மைதான் என்பதுபோல் கோமதியும் தலையை ஆட்டியபோது சங்கரராமனுக்குப் பேச்சு தடைபட்டது. முகம் இருண்டது. இவ்வளவு காலம் ஆகியும் இப்போதுதான் முதன் முதலாக அப்பாவென்று அழைக்கிறாள். மாமாவிலிருந்து நான் இப்போது அப்பாவாகி இருக்கிறேன்.

ஒரு நிமிஷம் தந்தையும் மகளும் நேருக்கு நேராக முகம் நோக்கி அமர்ந்திருந்தார்கள். அந்த அமர்வில் அவள் அவனுக்கு மீண்டும் அந்தப் பழைய நான்கு வயதுக்காரியாகிவிட்டாள். கோயில் வெளியில் விரிக்கப்பட்ட ஜமுக்காளத்தின் மூலம் ஊர்ந்து வந்து தன் காலைப் பிடித்த அந்த ஏழைப் பெண்பிள்ளையாக இருந்தாள்.

காதம்பரியின் நினைவுகளும் பின்னோக்கிப் போய்க் கொண்டிருந்தன. முதன்முதலாக முன்வராண்டாவில் விழுந்த சேறு புரண்ட கால் சுவடுகள், முதன்முதலாக கிடைத்த புத்தாடை, முதல் வெள்ளிக் கொலுசு...

முதன்முதல், முதன்முதல் என எத்தனையோ முதன்முதல்....

காதம்பரியின் முகம் இருள்வதைக் கண்டதும் சங்கர ராமனுக்கும் முடியாமல் போய்விட்டது.

'நான் ஏதாச்சும் தப்பு செஞ்சிருந்தா மன்னிச்சுடுங்க அப்பா. நீங்க எனக்கு அப்பா இல்ல, ஆண்டவன்.'

காதம்பரியின் தொண்டை அடைத்தது. தொண்டையில் ஒரு அழுகை முட்டி மோதி நிற்கிறது.

என்ன சொல்வது என்று தெரியாமல் சங்கரராமன் குழம்பினான். இந்தக் குழந்தை தவறேதும் செய்யவில்லையே. இங்கே யாரும் தவறு செய்தவர்களில்லையே. இருந்தும் யாருடையது என்றில்லாத சில பழைய தவறுகளின் நிழல்கள் சூழ்ந்துவந்து மூடுவதுபோல் இருந்தன.

சட்டென்று ஒன்றும் சொல்லாமல், உணவு போதும் என்று சொல்லிவிட்டு அவன் எழுந்து கொண்டான். கை கழுவுவதற்காக அடுக்களைத் திண்ணையிலுள்ள மெல்லிய இருளுக்குள் இறங்கும்போது, தூரத்தில் எங்கிருந்தோ கொஞ்சம் குளிர்ந்த காற்று வீசிக் கொண்டிருந்தது. வழக்கமில்லாமல் வழக்கமாக, எங்கேயோ காலம் தவறி மழை பெய்யத் தொடங்கியிருந்தது. மழை குறைந்த பிரதேசத்தில் காத்திருக்காததொரு மழை.

அவன் கொஞ்ச நேரம் அந்த ஈரக்காற்றில் முகத்தை நீட்டிக் கொண்டு நின்றான்.

மீண்டும் டைனிங் ஹாலுக்குத் திரும்பி வந்தபோது கோமதி பாத்திரங்களை எடுத்துக் கொண்டிருந்தாள். பாதி பிசைந்த சோறு அதே மாதிரி அவருடைய ஸ்டீல் தட்டிலேயே இருந்தது.

குற்றம் சுமத்துவதுபோல் கோமதி முறைத்து பார்த்தபோது அதை காணாததுபோல் சங்கரராமன் முன்பக்கமாக நடந்தான்.

அதற்குள் தூரத்திலிருந்த சாரல் மழை முற்றம் வரை வந்திருந்தது. மழையை நோக்கியவாறு முன்பக்கத் திண்ணைத் தூணில் சாய்ந்து நிற்கும்போது படியருகில் ஏதோ நிழலாடுவது தெரிந்தது. கோபத்துடன் எரியும் பல்பின் குறைந்த ஒளிவட்டத் திற்கு அப்பால் முன்னிருளில் ஏதோ அசைகிறது.

மழை கனக்கத் தொடங்கியது.

சங்கரராமன் உள்ளுக்கு ஓடிச்சென்று டார்ச் லைட்டுடன் வந்தான். டார்ச்சின் வெளிச்சத்தில் முற்றத்தின் ஒரு மூலையில் யாரோ மழையில் நனைந்து கொண்டு நிற்பது தெரிந்தது.

கூர்ந்து நோக்கியபோது... காதம்பரிதான்.

என்னென்னவெல்லமோ உரத்துக் கூவி பேசிக்கொண்டே கோமதி மழையை நோக்கி ஓடினாள். சங்கரராமன் மட்டும் அதேபோல் அசையாமல் நின்றான்.

அதன்பின் தாயின் தோளில் தொங்கிக்கொண்டு, குனிந்த தலையுடன் தாழ்வாரத்திற்கு ஏறி வரும்போது காதம்பரி மொத்த மாகவே நனைந்து போயிருந்தாள். அவளுடைய அவிழ்ந்த தலைமுடியிலிருந்து நீர் சொட்டிக்கொண்டிருந்தது.

கோமதி வாய்விட்டு பெரும் குரலில் அழுதுகொண்டிருந்தாள். அவளோடு சேர்ந்து காதம்பரியும் அழுதாள்.

என்ன செய்வது என்று தெரியாமல் திகைத்து நின்று கொண்டி ருந்தான் சங்கரராமன்.

12

சில நாட்களாகவே கோமதியும் சங்கரராமனிடம் ஏற்பட்டுள்ள மாற்றத்தைக் கவனித்துக் கொண்டுதான் இருந்தாள்.

கேட்கும்போதெல்லாம் ஒரே பதில்தான்.

'ஒன்னுமில்லேம்மா...'

அவன் அவசரமாகச் சொல்லிவிட்டு நழுவப் பார்த்தாலும் கோமதி விடாமல் பின்தொடர்ந்தாள். சிறிதுநேரம் கழித்து அவன் சட்டென, 'நம்ம பொண்ணோட ஊரு எது?' என்று கேட்டான்.

கோமதியும் திகைத்துப்போய், 'இதென்ன, இப்படியொரு கேள்வி?' என்று கேட்க நினைத்தவள், 'நம்ம ஊருதான். இல்லாம வேற என்ன?' என்று கேட்டாள்.

'குலம்?'

'நம்ம குலம்தான்.'

'அப்பா, அம்மா...?'

கோமதியின் கண்கள் நிறைந்தன. ஒன்றும் தெரியாதது போன்றுள்ள இக்கேள்விகளை அவளால் முற்றிலும் புரிந்து கொள்ள முடியவில்லை. இருந்தாலும், இந்த வார்த்தைகள் என் அத்தாவினுடையது அல்லவே.

சங்கரராமன் பதிலுக்காகக் காத்திருந்தான். சிறிது நேரம் கழிந்த தும் அவன், 'நீ அந்தப் பொண்ணுகிட்ட கேட்டுப் பாரு' என்று முணுமுணுத்தான்.

தமிழில்: குறிஞ்சிவேலன் 155

கோமதி நடுங்கினாள். இதைப்போய் காதம்பரியிடம் கேட்பதா? இவ்வளவு காலமும் கேட்காமல் பார்த்துக் கொண்ட, அவளுக்கே தெரியாத விஷயங்கள் அவை. நான்கு வயதுக்கு முன்னாலுள்ள நினைவுகளை விழிப்படையச் செய்யப் பார்ப்பது கொடூரமானதுமாகும். என்றோ மறந்துவிட்ட நான்கு வயதுக்குள் அவளை அழைத்துக் கொண்டு போனால் பின்பு திரும்ப அழைத்து வருவது அசாத்தியமாகிவிடும்.

'என்ன அத்தா, ஏன் இப்படியெல்லாம்...?'

பதிலில்லாமல் ஆகும்போது ஒன்று காதில் விழாததுபோல் கண்களை மூடி இருப்பான். இல்லையென்றால் ஒன்றும் பேசாமல் சட்டென்று வெளியே போய்விடுவான். கோமதியும் எங்கே போகிறீர்கள் என்று கேட்பதில்லை. சில சமயம் அவனுக்கும்கூட எங்கே போகிறோம் என்பதில் எவ்வித உறுதிபாடும் இருக்காது. அதன்பின், இரவில் கடையை அடைத்துவிட்டு கடைப் பையனுடன் சேர்ந்துதான் வீட்டுக்குள் நுழைவான்.

பொதுவாகவே, சங்கரராமனுக்கு இரவு உறக்கம் குறைவுதான். அது பல வருஷங்களான பழக்கம். இப்போது அது இன்னும் கொஞ்சம் மோசமாகி இருக்கிறது. இரவில் வழக்கம்போல் நேரத்தோடவே படுத்துவிடுவான் என்றாலும் மன அமைதியில்லாமல் திரும்பியும் புரண்டுமான படுத்திருப்பதில் அந்தப் பழைய இரும்பு கட்டில் மிகவும் கிறீச்சிடும்போது கோமதியாலும் தூங்க முடியாது. இடையிடையே சிறுநீர் கழிப்பதற்காக அவன் பாத்ரூமுக்குப் போகும்போது அவளுடைய தூக்கம் கலைந்துவிடும். பின்பு பெருத்த ஓசையுடன் நின்றபடி சிறுநீர்கழித்துவிட்டு, ஆசுவாசத்துடன் கோட்டுவாய் விட்டுக்கொண்டு அவன் திரும்பி வருவதற்குள் கொஞ்சம் தூக்கம் வந்தால்தான் உண்டு. அதுவும் கொஞ்ச நேரத்துக்கு மட்டும். அதற்குள் விழித்தெழுவதற்கான நேரம் வந்துவிடும். பின்பு, அடுப்பிலுள்ள சாம்பலை வாரிவிட்டு, நெருப்பு மூட்டத் தொடங்கும்போது உள்ளிலிருந்து உரத்த சப்தத்தில் குறட்டை ஒலியை கேட்கலாம்.

நாட்கள் கடந்தன. முதன்முதலாக, நிறமும் மணமுமில்லாத ஒரு பூக்காலம் தங்களின் முன்னாலேயே கடந்து செல்வதை கோமதி சங்கடத்துடன் பார்த்துக்கொண்டு நின்றாள்.

அவளால் இந்த மாற்றத்தை முற்றிலும் புரிந்துகொள்ள முடியவில்லை. அவனுடைய அந்த ஒளிபொருந்திய முகம் என்றோ மறைந்து விட்டிருந்தது. ஆக மொத்தத்தில் ஏறக்குறைய

அதிக நேரமும் மூடு இல்லாதவனாகத்தான் இருந்தான். கடை விஷயத்திலும் முற்றிலும் கவனம் இல்லாமல்தான் இருக்கிறான். எல்லாவற்றையும் வேலையாட்களிடம் ஒப்படைத்திருக்கிறான். கடையைத் திறக்க நேரமாவதால் விடியற்காலையில் நடக்கும் முக்கிய வியாபாரமும் கை நழுவிப் போயின.

காலையில் கடைக்குச் சென்று பார்த்துக்கொள்ள காதம்பரி தயாராக இருந்தாலும் கோமதி சம்மதிக்கவில்லை. இது கெட்ட காலம். அந்த அளவுக்கு பூக்காரன் அனந்தராமனின் குடும்பம் இன்னும் கதிகெட்டுப் போகவில்லை.

அவ்வாறு இருக்கும்போது ஒரு மத்தியான வேளையில் கோமதியின் தம்பி, திருப்பூரில் துணி வியாபாரம் செய்யும் சுந்தரம் சங்கரராமனைப் பார்ப்பதற்கு வந்தான். அவன் தங்கியிருப்பது தூரத்திலுள்ள திருப்பூரில்தான் என்றாலும் எப்போதாவதுதான் இங்கே வருவான் என்றாலும், இங்கு நடக்கும் விஷயங்களில் சிலதெல்லாம் அவனும் அறிந்தே இருந்தான்.

சங்கரராமனின் முகத்திலுள்ள அந்த சோர்வு நிலையைப் பார்த்த அவன் தோளைக் குலுக்கிக் கொண்டான்.

பலவற்றையும் சொல்வதற்காக தயார் நிலையில் வந்திருந் தாலும், எங்கே எப்படித் தொடங்குவது என்று தெரியாமல் கொஞ்சம் பயத்துடன் சிறிது நேரம் அங்குமிங்கும் பார்த்துக் கொண்டிருந்துவிட்டு மின்னிக் கொண்டிருக்கும் நீல முழுக்கைச் சட்டையின் கையை மேல்நோக்கி மடக்கியவாறு சுந்தரம் தாழ்ந்த குரலில் சொல்லத் தொடங்கினான்.

‘உங்க வியாபாரமெல்லாம் எப்படி, மாமா?’

‘நல்லாப் போவுது.’

‘இந்தப் பூ வியாபாரத்தில் மார்ஜின் கொஞ்சம் கம்மியாதானே இருக்கும்?’

அதைப் பற்றி ஆலோசிக்கவே இல்லையென்று சங்கரராமன் சொன்னான். ஆகமொத்தத்தில் இந்த வியாபாரம் தெரிந்த தொழில். அதுவும் அப்பா கற்றுத் தந்தது. அதனால், மற்ற வியாபாரங்களில் எந்தளவுக்கு லாபம் கிடைக்கும் என்பதைப் பற்றி விசாரிக்கவும் இதுவரை தோன்றியதில்லை.

அப்பா கற்றுத் தந்தது... சிறியதொரு சிரிப்புடன் அதை இரண்டு தடவை முணுமுணுத்துக் கொண்டு சுந்தரம் மீண்டும் தோளை குலுக்கினான்.

அப்பா கற்றுத்தந்த வியாபாரத் தந்திரங்களெல்லாம் எப்போதோ பழையதாகி இருக்கும் என்று சொல்ல முயன்றாலும், சங்கரராமனின் முகத்தில் ஆர்வக் குறைவு இருப்பதைப் பார்த்துவிட்டு ஒன்றும் சொல்லாமல் மடியில் இருந்த பொடி டப்பியிலிருந்து ஒரு சிட்டிகைப் பட்டணம் பொடியை எடுத்து மூக்கில் வேகமாக இழுத்து விட்டு அலறித் தும்பினான் அவன். கைக்குட்டையால் முகத்தை அழுத்தித் துடைத்தபோது மூக்கு மிகவும் சிவந்துவிட்டது.

கோமதியின் பார்வை தன் முகத்தில்தான் என்பதைக் கண்டதும் சொல்ல நினைத்து வந்தவையெல்லாம் தன் மனதில் கிடந்து கலகம் மூட்டுவதை சுந்தரம் அறிந்தான்.

பின்பு மெல்லிய குரலில் அவன் சொல்லத் தொடங்கினான்.

'இதப் பாருங்க மாமா! இந்த யாபாரம்கறதெல்லாம் அதுவொரு ஃபுல்டைம் வேலை. அத இந்த மாதிரி ஈஸியா எடுத்துக்க கூடாது. ஜாக்கிரதையா இருந்தாலே பொழைக்கறது ரொம்ப ரொம்பக் கஷ்டம்...அந்த வேலைக்கார பசங்களயெல் லாம் நம்பி நீங்க வீட்டுக்குள்ளேயே உட்கார்ந்துட்டா ஒரு நாளைக்கு இந்த யாபாரமெல்லாம் கோயிந்தா, கோயிந்தாதான்...

அது ரொம்பவும் சரிதான் என்பதுபோல் கோமதியும் தலை யாட்டினாள்.

சங்கரராமனுக்கோ, சுந்தரத்தின் திடீரென்ற அந்த உள் நுழைதல் சுத்தமாகப் பிடிக்கவில்லை. மதியநேர தூக்கம் போனதாலுள்ள வெறுப்பால் மட்டுமல்ல, பொதுவாக அவனுடைய அந்த மட்டிலான மரியாதையையும் சங்கரராமன் சுத்தமாக விரும்ப வில்லை. ஸ்ட்ராங்கான அந்தக்கால சில்க் சட்டைகள். சரிகை வேட்டி. ஒவ்வொரு கையிலும் மும்மூன்று கொழுத்த மோதிரங்கள். சட்டைப் பையில் வெளிநாட்டு சிகரெட் பாக்கெட் வெளியே தெரியக்கூடிய விதத்தில் துருத்திக் கொண்டிருப்பது. வந்து நுழையும் போதெல்லாம் தூரத்திலிருந்தே வீசத்தொடங்கும் சென்டின் கடுமையான நெடி. அருகில் வரும்போது சிகரெட்டின் நாற்றம்.

இல்லேன்னாலும், வியாபாரத்தில் எனக்கு உபதேசிக்க இவன் யார் என்று சங்கரராமன் ஆலோசித்துக் கொண்டிருந்தான். இவன் என்னைவிட எத்தனையோ வயது குறைந்தவன். கல்லூரியில் படித்துப் பட்டம் பெற்றதால் அகங்காரம் கொண்டவன். மிகச் சிறு வயதிலேயே திருப்பூருக்குச் சென்றுவிட்டதால், அங்குள்ளயாரோ

ஒரு செட்டியாரைக் கசக்கிப் பிழிந்து கொஞ்சம் காசு பார்த்துக் கொண்டவன் என்பதும் உண்மைதான். பெரியவர்களின்மேல் ஏறி அமர்ந்து உபதேசிப்பதற்கான அதிகாரத்தை இவனுக்கு யார் கொடுத்தார்கள்?

இது பல வருஷங்களுக்கு முன்பே சாட்சாத் பூக்காரன் அனந்தராமன் தொடங்கி வைத்த வியாபாரம். அனந்தராமனின் பாரம்பரியத்தையும் பெருமையையும் எப்படிக் கொண்டுபோக வேண்டும் என்பதை யாரும் எனக்குச் சொல்லித் தர வேண்டாம். இந்தப் பொடிப் பையனின் மந்திரத் தந்திரங்கள் எதுவும் எனக்குத் தேவையில்லை.

'இதோ பாரு சுந்தரம், எங்க யாபாரமெல்லாம் கடவுள் கிருபையால நல்லாவே நடக்குது. அப்புறம் ஏதாவது பிராப்ளம் இருந்தால் அதையெல்லாம் எப்படி சரி பண்றதுன்னு எங்களுக்கு நல்லாவே தெரியும்' என்று சிறியதொரு தூக்கக் கலக்கத்தோடு சங்கரராமன் சொன்னான்.

சுந்தரம் கோமதியைப் பொருள் பொதிந்து நோக்குவதைக் கண்டதும் சங்கரராமனுக்குச் சந்தேகமாகிவிட்டது. ஒருவேளை இவள் சொல்லித்தான் இவன் இந்த உச்சிவேளை தூதுவனாக இங்கு வந்திருப்பானோ?

கொஞ்சமாக சுருண்டுபோனாலும் கௌரவத்தை விடாமல் அதன்பின்பும் விவரிக்கப் பார்த்தான் சுந்தரம்.

'உங்க கடை நல்லா நடக்குதுங்கிறது நல்ல விஷயம்தான் மாமா. ஆனா, எத்தனையோ வருஷங்களுக்கு முன்னால பெரிய தாத்தா தொடங்கிய அந்த பூக்கடைய கொஞ்சம்கூட பெரிதாக்காமல் அதே மாதிரியே இருக்கிறது என்பதை மறந்துடறீங்க. நீங்களெல்லாம் யாபாரம் பண்ணத் தெரிஞ்சவங்க. இவ்வளவு காலத்திற்குள்ளே இங்கேயும் வெளியூருங்களிலுமாக குறைந்தபட்சம் நாலைஞ்சு கடைங்களையாவது தொடங்க வேண்டிய காலம் எப்போதோ முடிஞ்சு விட்டிருக்கு. பழைய பெருமை பெரியதொரு சக்தியாக இருந்தாலும் அதை தேவையான விதத்தில் பயன்படுத்தினாதான் நல்லதா முடியும். பழைய பிரதாபத்தையும் புகழையும் சொல்லிக் கொண்டிருக்காம காலத்திற்கு ஏற்ற மாதிரி ஒரு யாபாரிக்கு மாறத் தெறிஞ்சிருக்கணும். சிலசமயம் தன்னுடைய யாபாரத்தின் முறையையே மொத்தமாக மாற்றி திருப்பிவிட வேண்டியதாகவும் வரலாம். யாபாரம்ன்னு சொல்றது தினத்துக்குமான விற்பதும் வாங்கறதும் மட்டுமல்ல. அதற்கெல்லாம் அப்பால ஒரு முயற்சியும் ஒரு பிறவிப் பாசமும் வேணும்.'

சுந்தரத்தின் பேச்சு அவ்வாறு நீண்டுகொண்டு போனபோது சங்கரராமன் பொறுமையில்லாமல் எழுந்துகொண்டான்.

'இத பாரு சுந்தரம், நீ சொல்றதெல்லாம் உன்னோட துணி வியாபாரத்துல சரியாக இருக்கலாம். ஆனால், இது பூ வியாபாரம் பூஜைக்கான பூக்களை கையாளும்போது அதில் நேர்மையும் முறையையும் காக்காமல் இருக்க முடியாது. நாங்கள் பூக்களை விற்பது இல்லை. வேறொருத்தனை நம்பி ஒப்படைக்கிறோம். குழந்தையிலிருந்தே பூக்களோட ஒவ்வொரு தோற்ற மாற்றங்களும் நல்லாவே தெரியும். பூக்கள் ஒருபோதும் அனந்தராமனின் குடும்பத்தை வஞ்சிக்காது. பூக்களை அந்த அளவுக்குப் பார்த்து நேசித்துதான் நாங்கள் வளர்ந்தோம்...' என்று சங்கரராமன் பதிலளித்தான்.

'இருந்தாலும் மாமா...' என்று இடை மறித்துச் சொல்லிப் பார்த்தான் சுந்தரம். 'இந்த லைனில் லாபம் குறைவுன்னா வேற ஏதாவது லைனை பார்க்கக் கூடாதா? ராத்திரியில தூக்கமில்லாம ஒரு குடும்பம் முழுவதும் முயன்றும் அதுக்கேத்த வருமானம் கிடைக்கலேன்னா... அக்காளுக்கும் அப்படியொரு எண்ணம் இங்க இருக்கறமாதிரி...'

எரியும் கண்களுடன் மனைவியை ஒருமுறை பார்த்துவிட்டு சங்கரராமன் சுந்தரம் பக்கம் திரும்பினான்.

'வருமானம் இல்லேன்னு யாரு சொன்னாங்க? நியாயமான வருமானம் கிடைக்கிறது. அதனாலதான் நீ பாக்கறதயெல்லாம் உண்டாக்கியிருக்கேன்... அப்புறம் இந்த லைன்னு சொல்றது நம்ம மொழியில கோடாக்கும். இந்தக் கோடு எப்போதும் வளையாம நேராதான் போகணும். யாபாரம் நேர்மையும் முறைமையுமில்லாத போர் என்று கேள்விப்பட்டிருக்கேன். கடைத் தெருவில் எல்லாமும் நேர்மையாக மட்டுமே உள்ளதென்னும் புதிய சொற்களும் உண்டு. ஆனால், அப்படிப்பட்ட தொரு நிலையில் அனந்தராமன் குடும்பம் இருக்கவில்லையே. வெகுவாகக் கஷ்டப்பட்டுதான் இந்த நிலைக்கு வந்திருக்கேன். இன்னும் கஷ்டப்படவும் எனக்குத் தெரியும். அப்புறம் நானும் உன்னப்போல திருப்பூர்லவுள்ள துணி மில்களில உற்பத்தி செய்யற ஸ்ட்ராங் கலருள்ளதுணிவகைங்களை யாபாரம் செஞ்சு சாப்பாட்டுக்கு வகை உண்டாக்கிக்கணும், இல்லியா? ஒவ்வொருத்தருக்கும் ஒவ்வொன்னு தெரிஞ்சிருக்கும். எனக்குத் துணியைப் பத்தி தெரியாதது மாதிரி உனக்கு பூக்களைப்

பத்தியும் தெரியாதுதானே? அவனவனுக்குத் தெரிஞ்ச வேலைய செஞ்சு பிழைக்கணும்கறதுதான் இயற்கையின் விதி. அதனால, நான் உன்னுடைய துணிகளை விட்டுவிடுவது போல, நீ என்னோட பூக்களையும் விட்டுடு. துணி வியாபாரிக்குப் பூக்களின் உலகம் சொல்லப்படவில்லை. அதற்குக் கொஞ்சம் நேர்மையான மனம் வேணும்.'

எல்லாவற்றையும் சொல்லி முடித்த பின்தான் அவ்வளவும் சொல்லியிருக்க வேண்டாமோ என்று சங்கரராமனுக்குத் தோன்றியது. சுந்தரத்தின் முகம் அசாதாரணமாகிறதை கோமதியும் கவனித்தாள்.

'மாமா, நீங்க தவறா புரிஞ்சிக்கிட்டிருக்கீங்க. நான் ஒன்னும் அப்படி நினைச்சி சொல்ல வரல...' சுந்தரம் அவசரமாக விவரிக்கப் பார்த்தான்.

'இல்ல. உன்னை நானும் ஒருபோதும் குற்றம் சொல்லல சுந்தரம். அதெல்லாம், நீ வாழற காலத்தின், உன் வயதின் எச்சங்கள். இதுவொன்னும் எனக்குத் தெரியாதது இல்ல. கொஞ்சம் முயற்சி, அதிக லாபம். அதாவது தவறும் உண்மையும் பார்க்காத வியாபாரம். இனிமே, சங்கரராமனின் வாழ்க்கையில் அதுவும் வேண்டுமா?'

'மாமா, நீங்க...?'

'வானவில்லிலுள்ள நிறங்கள்தான் என் பூக்களுக்கும் உன் சேலைகளுக்கும். ஆனால், என்னுடையது இயற்கை கனிவுடன் கொடுக்கும் களங்கமில்லாத உண்மையான நிறம். உயிர்ப்புள்ள நிறம். உன்னுடையதுக்குச் சாயத்தில் முக்கி பகட்டையும் பொலிவையும் ஏற்படுத்துவது.'

அப்போதுதான் சங்கரராமன், இதுவொன்றும் என்னுடைய வார்த்தைகளில்லையே என்று நினைத்துக்கொண்டான். அப்பா அனந்தராமன் பலசமயங்களில் தன் தலைக்குள் அடித்து நுழைக்க முயன்று கொண்டிருந்த சில பெரிய விஷயங்கள்.

சிறிது நேரம் கழித்து கனத்த குரலில் அவன் தொடர்ந்தான்.

'வேணாம் சுந்தரம், அப்புறம் நீ சொல்லிக்கிட்டிருந்த அந்த யாபாரத்துலவுள்ள வளர்ச்சி இருக்குதில்லே. அதுவொன்னும் எனக்குத் தெரியாததும் இல்ல. ஆனால், அப்படிப்பட்ட வளர்ச்சி யொன்னும் வேணாமே. நாங்களெல்லாம் இருக்கறத வெச்சி திருப்திபடறவங்கதான்.'

இந்த ஆள்கிட்ட சொல்லிப் புண்ணியமில்லை என்பதுபோல் சுந்தரம் ஒரு சிறு சிரிப்புடன் தலையை ஆட்டிக் கொண்டான்.

'ஆனாலும் அத்தா...' என்று கோமதி இடையில் புகுந்து எதுவோ சொல்லத் தொடங்கியதும் சங்கரராமன் கையை உயர்த்தி தடுத்தான்.

'வேணாம், நீ இதுல நுழைய வேணாம் கோமதி. இதெல்லாம் உனக்குப் புரியாத வியாபார விஷயங்கள்' என்று சங்கரராமனின் சப்தம் ரொம்பவே பொங்கியது.

பின்பு அவன் சுந்தரத்திடமே தொடர்ந்தான்.

'உங்களோட பார்வையில இந்த சங்கரராமன்னு சொல்ற ஆளு வெறும் யூஸ்லெஸ்தான் இல்லியா? இந்த உலகத்தோடெல்லாம் ஒத்தோட முடியாதவன். அந்த கே.இ.எம். என்று அழைக்கும் பேரை முதலிலெல்லாம் நான் பொருட்படுத்துவது இல்லை. பின்புதான், அதற்கு நான் நினைச்சதைவிட எவ்வளவோ அதிகமான அர்த்தங்கள் உண்டென்று புரிந்தது.'

கொஞ்சம் நேரம் கேட்டுக் கொண்டிருந்துவிட்டு மெல்ல எழுந்து கொண்டான் சுந்தரம். வெளியே நடக்கும்போது அவன் மெல்லிய குரலில் கோமதியிடம், 'இந்த மாமா என்னமோ மாதிரி பேசறாரு. எனக்கு ஒன்னுமே புரியலியே' என்று கூறினான்.

'எனக்கும்தான்' என்றாள் கோமதி.

'ஏதாவது மெடிக்கல் ப்ராப்ளம்?'

'தெரியாது கண்ணா...' கோமதியின் கண்கள் நிறைந்தன. குரல் இடறியது.

அப்புறம் கூப்பிடுகிறேன் என்று சொல்லி அவன் அவசரமாக படி தாண்டிப் போவதை கோமதி பார்த்துக்கொண்டு நின்றாள்.

கண்ணைத் துடைத்துக்கொண்டு உள்ளே செல்லும்போது வீட்டு முகப்பிலிருந்து சங்கரராமனின் உரத்த குறட்டையொலி கேட்டது. சாய்வு நாற்காலியில் மல்லாந்து படுத்து தன்னிலை மறந்து தூங்கிக் கொண்டிருந்தான். முகம் முழுவதும் வியர்வையில் நனைந்திருக்கிறது. கோமதி மேலேயுள்ள விசிறியின் வேகத்தை அதிகரித்தாள். அத்துடன் குறட்டையொலியின் சப்தமும் இன்னும் கொஞ்சம் உச்சத்தில் ஆயிற்று.

பல வருடங்களாகக் கற்று வந்த அவனுடைய எல்லா முறைகளும் தவறிப்போயிருக்கின்றன. ஆனால், மதிய உணவு

162 .... ஆறாவது பெண்

முடிந்ததும் இந்த ஒரு மணி நேர தூக்கம் மட்டும் தவறுவதில்லை. எங்கே போனாலும் எவ்வளவு அவசரமானாலும் அதை மட்டும் அவனால் முடக்கி வைக்க முடிவதில்லை. அதைப்பற்றி யாராவது கேலி செய்து சொல்லும்போது சங்கரராமன் பெரும் மரியாதையுடன் பேசுவதை கேட்கலாம்.

'ராத்திரி தூங்காதவரின் உலகைப் பற்றி உங்களுக்கொன்னும் தெரியாததுதானே, நண்பரே. இந்த பகல் தூக்கம் உறக்கமில்லாத இரவுகளிலுள்ள சந்தேகங்களை அடக்கிவிடும்.' இப்போது எல்லாமும் தாளம் தவறி இருக்கிறது. தூக்கமும் விழிப்பு மெல்லாம் முற்றிலும் துல்லியத்தன்மை இல்லாத ஏதோ சில நேர ஒழுங்குமுறைகளையொட்டிதான் நடக்கின்றன. அவனுக் குக் கூட திட்டமில்லாத நேர ஒழுங்குமுறைகள். அதோடு அந்த சந்தேகங்களும் தானாகவே பெருகிக்கொண்டிருந்தன.

விடியற்காலையில் நேரம் கழித்து எழுந்து தயாராகி வரு வதற்குள் தாழ்வாரத்திலுள்ள வேலைகள் ஏறக்குறைய முடிந்து விட்டிருக்கும்.

இல்லேன்னாலும் அவன் இப்போது அந்த பெண்பிள்ளைகளை பழைய செல்லப் பெயர்களால் அழைத்து கொஞ்சுவதில்லை.

ரோஜா, செந்தாமரை, கனகாம்பரம், மல்லிகை, செண்பகம்...

தானே ஒருமுறை வைத்த அந்த அருமையான பெயர்களை யெல்லாம் மறந்துபோனதுபோல் தோன்றுகிறது.

பெண் பிள்ளைகளுக்கோ, அவனுடைய முகத்தை அந்த விசித்திரமான அந்த அறிமுகமற்ற தன்மையை சுத்தமாகப் புரிந்து கொள்ளவும் முடியவில்லை. ஏராளமான சந்தேகங்கள் நிறைந்த அந்த கூர்மையான பார்வைகளை எதிர்கொள்ள முடியாமல் பொறுமையற்று முகத்தைத் திரும்பிக் கொள்கிறார்கள் அவர்கள்.

ஒருநாள் விடியலில் வழக்கம்போல் நேரங்கழித்து எழுந் தவன் தினசரி காலைக்கடன்களில் எதையும் கவனிக்காமல் தாழ்வாரத்தின் கதவில் சாய்ந்து நின்று கொண்டிருந்தான் சங்கரராமன். அவனுடைய துளைக்கும் பார்வை தங்களுக் கிடையே ஒரு ஊர்ந்து செல்லும் ஜந்துவைப்போல் ஊர்ந்து திரியத் தொடங்கியபோது, சிறியதொரு கோபத்துடன் அவனுக்கு முகம் காட்டாமல் இருப்பதற்காகப் பெண்பிள்ளைகள் கடினமாக முயன்று கொண்டிருந்தார்கள்.

சிறிது நேரம் கழிந்து அடுக்களைக்குள் நுழையும்போது அவனு டைய முகம் அசாதாரணமாக இருண்டு போயிருந்தது. அவை யெல்லாம் சந்தேகங்களாக இருக்கலாம் என்று கோமதி நினைத் தாள். ஆமாம், அவனுடைய முடிவுக்கு வராத சந்தேகங்கள்தான் அவை.

'ஆமாம்டி, இந்த பசங்களெல்லாம் எந்த ஊரு?'

காலையில் பிள்ளைகளுக்குக் கொடுப்பதற்காக இட்லி தயார் செய்யும் அவசரத்தில் இருந்தாள் கோமதி. பனி விழுந்து நனைந்த விறகு சுத்தமாக எரியவில்லை. இரும்பு குழாய் மூலம் ஊதியூதி எரிய வைக்கப் பார்க்கும்போது புகை பரவி கண்கள் எரிந்தன.

கோமதிக்கு வெறி ஏறியது. கண்களில் எரிச்சல் அதிகரிக்கும் போது விசாரிக்கப் பார்த்த விஷயமா இது?

'அவங்களோட அப்பா, அம்மா யாரு? குலம், கோத்திரம் என்ன?' என்று சங்கரராமன் மீண்டும் கேட்டான்.

ஒரு நிமிஷம் அவனுடைய முகத்தையே முறைத்து நோக்கிய கோமதி சேலைத் தலைப்பால் வாயைப் பொத்தி அழுகையை அடக்கப் பார்த்தாள்.

'சத்தியமாகப் பூக்கள் வளர்வது காட்டிலில்லை அத்தா' என்று அவள் சொல்ல எத்தனித்தாள். இயற்கையின் கருணையால் காற்றும் மழையும் பனியும் வெயிலையும் ஏற்றுக்கொண்டு குன்றின் பள்ளத்தாக்குகளிலும் இடைவெளிகளிலும் தோட்டங்களிலும் வளரும் காட்டுப்பூக்கள் அவர்கள். அவைகளுக்கெல்லாம் ஊரும் குலமும் கோத்திரமெல்லாம் எங்கே? ஊர்களையும் குலங்களையும் தாண்டிச் செல்பவர்கள்தான் இந்தக் காட்டுப் பூக்கள்.

ஆனால், அவனுடைய தூக்கக் களைப்புள்ள முகத்தைப் பார்க்கும்போது ஒன்றும் சொல்ல முடியவில்லை.

இரண்டு நாட்கள் கழிந்து அந்த ஐந்து பெண் பிள்ளைகளில் ஒருத்தி திடீரென்று வராமல் போனபோதுதான் விஷயங்களின் போக்கு அந்தளவுக்கு அழகு இல்லையென்று கோமதிக்குப் புரிந்தது.

அது செந்தாமரையா, ரோஜாவா என்று தெரியவில்லை. ஒரு கை மட்டுமேயுள்ள, கருப்பானவளாக இருந்தாலும் பார்ப்பதற்கு லட்சணமுள்ள பெண். ரோஜாவாகத்தான் இருக்க வேண்டும்.

கோமதியும் காதம்பரியும் ஒருவர் முகத்தை ஒருவர் பார்த்துக் கொண்டார்கள். அவளுடைய சரியான பெயர்கூட நினைவுக்கு வரவில்லையே. ஒரு வார்த்தைகூட பேசாமல் விடைகூட பெறாமல்தான் அவள் போனாள். அந்த வாரத்தில் மூன்று நாட்கள் வேலை செய்ததற்கான கூலியும் கொடுக்க வேண்டியுள்ளது.

கோமதிக்கு மிகவும் கஷ்டமாகிவிட்டது. வெளிக்குக் கொஞ்சம் இடைவெளி காட்டியிருந்தாலும் தாயில்லாத அந்தப் பிள்ளைகளின் விஷயத்தில் எப்போதும் மிகவும் கவனமாகத்தான் இருந்தாள் கோமதி. சில சமயங்களிலெல்லாம் அவர்களில் சிலர் ஒவ்வொரு காரணத்தைச் சொல்லி சங்கரராமனுக்குத் தெரியாமல் கோமதியிடமிருந்து கடன் வாங்குவதும் உண்டு. திரும்பக் கிடைக்கும் என்று எண்ணவில்லை என்றாலும் ஒருமுறைகூட அவர்கள் கொடுக்காமலும் இருந்ததில்லை.

'போறதா இருந்தா போகட்டும்மா' என்று காதம்பரி தாயை சமாதானப்படுத்த பார்த்தாள்.

'அவ போனதுல ஒன்னும் கஷ்டமில்லம்மா. என்கிட்ட ஒரு வார்த்தைச் சொல்லிட்டு போயிருக்கலாம். இவ்வளவு நாளா ஒன்னா இருந்துட்டு…'

'இந்தக் காலத்து உறவுகள் அவ்வளவுதான்னு மட்டும் புரிஞ் சிக்கிட்டா போதும்.' என்று தொலைவில் எங்கேயோ பார்த்துக் கொண்டு நழுவுவதுபோல் சொல்லும்போதும் இதுவொரு நல்ல குறிப்பு இல்லையென்று காதம்பரிக்குத் தோன்றியது. இன்று இந்த கையில்லாத பெண். நாளைக்கோ?

அக்கேள்விக்குப் பதில் கண்டு பிடிப்பது அவ்வளவு எளிதில்லை என்று அவளுக்கே தெரிந்துதான் இருந்தது.

ஒரு நாள் மாலையில் மூச்சு வாங்க ஓடிவந்தாள் பவிழம். அவள் மிகவும் வியர்த்து குளித்திருந்தாள். வந்தவுடனே காதம்பரியின் கையைப் பிடித்து அழுத்துக்கொண்டு அவள் சிறிது நேரம் பேசாமல் நின்றாள்.

கடைசியில் மூச்சு வாங்குதல் நின்றதும் அவள் சொன்னது காதம்பரிக்குச் சட்டென்று புரியவில்லை. சிறிது நேரம் கழிந்து காதம்பரியின் முகத்தைப் பார்க்காமல் அவள் அதை மீண்டும் சொன்னாள்.

'அம்மாவுக்கு மறுபடியும் இடமாற்றம் வந்திருக்கு.'

திடீரென்று சொன்னதால் அந்த விவரம் மனதில் பதிய சிறிது நேரம் எடுத்துக் கொண்டது. பவிழம் இங்கிருந்து போகிறாள். நான் மீண்டும் தனிமையாகப் போகிறேன். அப்படியொரு சாத்தியத்தைப் பற்றி இதுவரை நினைத்துப் பார்த்ததுகூட இல்லையே. ஒரு துண்டு அரசு பேப்பரின் புண்ணியத்தில் மட்டுமே நிலைத்திருந்தது பெரியதொரு நட்புறவு.

எங்கே என்று கேட்க காதம்பரிக்குத் தோன்றவில்லை. எங்கே யாவதாக இருந்தாலும், பவிழம் போகிறாள் என்ற உண்மைதான் மிச்சமாக இருக்கிறது.

விரல்களை மடக்கி வருஷங்களை எண்ணினாள் பவிழம். வருஷங்கள் முடிந்ததும் மாதங்கள், பின்பு நாட்கள்...

பவிழத்தால் ஒன்றும் பேச முடியவில்லை. மிகவும் குறைந்த காலமே இங்கு வாழ்ந்திருந்தாலும் வந்து இறங்கிய நாளன்றே இந்த அந்நிய இடம் மிகவும் வசீகரித்தது என்பதுதான் உண்மை. நகரமும் கிராமமும் இல்லாத ஒரு நடுத்தரப் பிரதேசம். எல்லா வற்றுக்கும் பாதுகாப்பாளனாக பிள்ளையார். பக்கத்து கிராமத்தில் சாட்சாத் கருமாரியம்மனும் இருந்தாள்.

நினைத்திராத நேரங்களில் இரண்டு இட மாற்றங்கள் வந்தபோதே செல்லும் இடமெல்லாம் வெறும் ஓய்விடமாக கண்டாலே போதுமென்று மனதில் உறுதியாகிவிட்டிருக்கிறது. இனிமேல் யாருடனும் தேவைக்கு அதிகமாக நெருங்கவும் போவதில்லை. நெருக்கம் அதிகமாகும் போதெல்லாம் விலகலின் வேதனையும் அதிகரிக்கிறது. இல்லேன்னாலும் அவர்களுக்கு வேர் ஊன்றுவதற்கான மண்தான் எங்கே?

ஆனால், இதுவொரு வித்தியாசமான இடம். அறிமுகமானவர் களெல்லாம் அறியாமலேயே ஒவ்வொரு முறையில் நெருங்கத் தொடங்கியபோது இதுவொரு பெரிய ஓய்விடமாக மாறிக் கொண்டிருந்தது. சொந்தமென்று சொல்வற்கு ஒரு இடம் இல்லாத வர்களுக்கான கடைசி ஓய்விடம்.

'கும்பலில், நீ, உன் அப்பாவும் அம்மாவும், அவர்கள் தயாரித்த பூக்களின் உலகமும். தேவையான நேரத்தில் கிடைக்காமலிருந்த பலவற்றையும் உங்கள் மூலம் பெற்றுக்கொள்ள நான் பார்த்தேன். ஏராளமான பிளவுகளுள்ள ஒரு வாழ்க்கையில் கடைசியில் எல்லாம் அதனதன் இடங்களில் சென்று விழுந்து சேர வேண்டியபடி சேருவதுபோல் இருந்தன.'

காதம்பரியின் கையை இன்னும் கொஞ்சம் அழுத்திப் பிடித்துக் கொண்டாள் பவிழம். பிடியைவிட்டால் அவளுடைய கைத் துணையை இழக்க வேண்டியதாகிவிடுமோ என்று பயந்து விட்டதுபோல் இருந்தாள். பவிழத்தின் கண்கள் அசாதாரணமாக சிவந்திருந்தன. அவள் பெரியதொரு அழுகையின் விளிம்போரம் இருக்கிறாள் என்று தோன்றியது.

'ஆச்சரியம்தான் காதம்பரி. என் அம்மா போய்ச் சேர்ற இடங்களிலெல்லாம், தபால் உருப்படிகள் குறைந்து வரு கின்றன. அப்படியே மெல்ல மெல்ல அந்த ஆபீஸில் ஒரு ஆளும் அதிகமாகி விடுகிறான். அந்த அதிகப் பற்று எப்போதும் என் தாயாகி விடுகிறாள். யாரோடும் இணக்கமில்லாமல் ஒரு மூலையில் தன்னுடைய பணியை மட்டும் பார்த்துக்கொண்டு

ஒதுங்கி இருக்கும் ஒரு பாவப்பட்ட ஜீவன். அவருக்காகச் சொல்ல யார் இருக்கிறார்கள். அதுவும் வேர்கள் இல்லாத இப்படிப்பட்ட ஓய்விடங்களில்.

'இது மூன்றாவது முறை' என்று பவிழம் நினைவுப்படுத்தினாள்.

'பணியாற்றும் அலுவலகங்களிலும், வாழும் இடங்களிலும் மட்டுமல்ல, பல இடங்களிலும் நாமெல்லாம் தானே அதிகப் பற்றாகிவிடுகிறோம், பவிழம்,' என்று காதம்பரி சொல்ல எத்தனித்தாள். அதிகப் பற்றென்ற முத்திரை விழுவது நம்மைப் போன்ற புறம்போக்கில் நிற்பவர்களுக்குதான். எப்படிச் சொந்தத் திறமையை தெளிவுப்படுத்துவது, யாருக்கு அதை உணரச் செய்வது?

'உன்னை அதில் சேர்க்க முடியாதல்லவா, கண்ணு' என்று பவிழம் சொன்னதும் காதம்பரி சிரிக்கத் தொடங்கினாள்.

தன்னுடைய பழைய வரலாறு எதுவும் இவளுக்குத் தெரியாதல்லவா. அவள் இப்போதும், தான் கோமதியம்மாள் பெற்ற குழந்தையென்றுதான் கருதுகிறாள். தன்னுடைய கண்ணும் மூக்கும் சுருண்ட முடியுமெல்லாம் அம்மாவின் அப்பட்டமான நகல் என்று அவள் சொல்லும்போதெல்லாம் வெறுமனே சிரித்துக் கொண்டு நிற்பதுதான் வழக்கம். தானாக எதையும் சொல்லப் போவதில்லை. ஆனால், ஒருசமயம் எங்கிருந்தாவது அவள் அதைத் தெரிந்து கொள்ளாமல் இருக்கப் போவதில்லை. அப்போது அந்தளவுக்கு திடீரென்று ஒன்றும் அவள் அதை நம்பினாள் என்றும் வராது.

பவிழத்தின் நனைந்த கண்களைக் காதம்பரியால் பார்க்கவும் முடியவில்லை. முதன்முதலாக ஒரு உண்மையான நட்புறவு தனக்கும் இவளிடமிருந்து மட்டும்தான் கிடைத்தது. மறைத்து வைக்க ஒன்றுமில்லாமல், கொடுக்கல் வாங்கல்கள்தான் என்ற எண்ணம் கூட இல்லாமல் என்னவெல்லாமோ கழிந்த இத்தனை நாட்களுக்குள்ளில் விலக வேண்டியது இருக்கிறது.

'என்னிக்குப் போகணும்?' என்று கேட்டாள் காதம்பரி.

அதை நினைக்கக்கூட பவிழம் விரும்பவில்லை என்று தோன்றியது.

'ஆபீஸிலிருந்து நாளை மறுநாள் விடுவிப்பார்களாம்' என்று அவள் மெல்ல கூறினாள். 'அதுவொரு சின்ன இடம். வீடு பார்த்துக் கொடுப்பதாக அப்பாவின் பழைய நண்பர் ஒருவர்

ஏத்துக்கிட்டுள்ளார். அது முடிஞ்சுட்டா அப்புறம் ரெண்டு நாட்களுக்குள்ள இங்கிருந்து போய் விடணும்கறதுதான் திட்டம். அங்க போனதும் எல்லா விஷயங்களையும் மொதல்லேர்ந்து தொடங்கணுமில்லியா. ஒவ்வொரு ஊருக்குச் செல்லும்போதும் புதியதொரு போராட்டம், புதியதொரு பிறப்புதான். வேரூன் றாமல் பார்த்துக் கொள்ளலாமென்றாலும், இருக்கும் காலம் வரைக்கும் உயிர் வாழ்வதற்கான நீரும் எருவுமெல்லாம் இட வேண்டும்தானே. ஆனால், ஒரு விஷயம் மட்டும் உறுதிப்பட்டு விட்டது. இனிமேல் யாருடனும் இப்படிப்பட்ட நெருக்கங்கள் முகாமிடங்களில் வேண்டாம் என்று.'

'ஆனால், எனக்குப் புரியாதது ஒன்னு மட்டும்தான் காதம்பரி,' என்ற பவிழம் சிறிது நேரம் கழித்து கண்களைத் துடைத்து முகத் திலுள்ள வியர்வையைத் துடைத்துக்கொண்டு தொடர்ந்தாள்:

'அம்மாவின் முகத்தில் அந்த கனத்த பாவனையானது, ஒரு பத்திரிகைச் செய்தியை வாசிப்பதுபோல் எந்தவொரு தோற்ற மாற்றமும் இல்லாமல்தான் இந்த இடமாற்ற விஷயத்தைப் பற்றி அவள் சொன்னாள். அதுமட்டுமல்ல, அப்பா போன பின்னால அம்மா ஏறக்குறைய இப்படியெல்லாம்தான் இருக்கிறாள். அவர்கள் இருவரும் அந்தளவுக்கு நெருக்கமாக இருந்தவர்கள். விளையாட்டுத் தோழர்களைப்போல் எப்போதும் சிரிப்பும் விளையாட்டும் கேலியும்தான். எங்கே போவதாக இருந்தாலும் இருவரும் இணைந்தே தான் போவார்கள். ஒரு நிமிஷம்கூட தனித்து இருக்க முடியாமல், எங்கும் காணமுடியாத வகையிலான ஒரு ஆதர்ச தம்பதி. அதுவும் அந்த வயதில்...'

'பக்கத்து வீடுகளிலிருந்து பெருத்த ஓசையும் கலாட்டாவு மெல்லாம் கேட்கும்போது, எப்போதாவது இவர்களும் ஒருமுறை சண்டை போட்டுக் கொண்டால் எப்படி இருக்கும் என்று ஒரு தமாஷ்போல் தோன்றுவதுண்டு. எந்தவொரு அலைவீச்சும் இல் லாமல் இவ்வளவு அமைதியான உறவுகள் கொஞ்சநாள் போனதும் யாருக்காக இருந்தாலும் வெறுத்துப் போகாதா, காதம்பரி.'

'அதன்பின், விவரம் தெரிந்தபோதுதான் வேறொரு எண்ணம் என் மனதிற்குள் வந்தது. இப்படிப்பட்டதொரு வேர் பிடுங்கு தலைப் பற்றியதான குறிப்பு என்றாவது அவர்களுக்குக் கிடைத் திருக்கலாம். யாராவது நாடி ஜோதிடனின் வாய்ச்சவடாலாலோ இல்லையென்றால், எங்கேயோ தெளிவாகத் தெரிந்த சில அபூர்வ குறிப்புகளாலோ இருக்கலாம்.

தந்தை இறந்தபோது பவிழம் மூன்றாம் வகுப்பில் படித்தாள். அரசு மருத்துவமனையில் கிழித்து வெட்டி மூட்டைக் கட்டிய உடலை கண்டபோது அம்மா அழவில்லை. சிதையில் வைக்கும் வரையில் இமை மூடாமல் அந்த சலனமற்ற உடலையே நோக்கிய வாறு சுவரில் சாய்ந்து ஆணியடித்ததுபோல் அமர்ந்திருந்த அம்மாவைப் பற்றிய நினைவு நன்கு நினைவில் உண்டு. அண்ணன் உரக்க அழுது பெரும் ஆர்ப்பாட்டம் செய்தும் அம்மா அசையவே இல்லை. சதைகள் அசையாத அந்த முகம் இன்றும் அதேமாதிரிதான் பவிழத்தின் கண்முன்னே உள்ளது.

'எனக்கு உறுதிதான், காதம்பரி. அம்மாவுக்கு அது தெரிந்தே இருந்திருக்கிறது. அம்மா அதை எதிர்பார்த்திருக்கிறார். ஒரு வேளை நாட்களை எண்ணி, வருஷமும் நாளும் பட்சமும் நாழிகையும் வரை எண்ணியிருக்கிறார்' என்ற பவிழத்தின் குரல் தணிந்தது. கண்களைத் துடைத்துக் கொண்டாள்.

'என் வாழ்க்கையில் அதிகமும் வித்தியாசங்களாகத்தான் இருந்தன. அன்னிக்கு நான் இழந்துவிட்டது அப்பாவை மட்டு மல்ல. உயிரோடிருக்கும் அம்மாவையும்தான்' என்று தொடர்ந்து கூறினாள் பவிழம்:

'பின்புதான் அப்பா போஸ்ட் மாஸ்டராக இருந்த ஆபீஸில் அம்மாவுக்கு கிளார்க் வேலை கிடைத்தது. அப்பா ஒருமுறை கையாண்டிருந்த உருப்படிகள் அப்படியே பூர்வீகச் சொத்தைப் போல் அம்மா பேருக்குக் கிடைத்தன. அப்பா அமர்ந்திருந்த நாற்காலியில் அமருவதற்குப் புதியதொரு இளைஞன் வந்தான். அவன்கூட அப்பாவின் வேலையிலுள்ள குற்றங்குறைகளைப் பற்றி அடிக்கடிச் சொல்லிக் கொண்டிருந்தான். அதுவும் எல்லோ ருக்கும் கேட்கும்படியான உரத்த குரலில். வெகுகாலம் அந்த நாற்காலியில் அமர்ந்து அலுவலகத்தை ஆண்டுகொண்டிருந்த பழைய போஸ்ட் மாஸ்டரைப் பற்றி எல்லோரும் மறந்தார்கள். புதிய நபரிடம் நெருங்குவதற்கு ஒருவருக்கொருவர் போட்டி போட்டார்கள்.

அதை ஒன்றையும் அம்மா அறியவே இல்லை. அப்போது அவளின் மனதில் கருங்கல் சுவர்களால் கட்டப்பட்ட சில கோயில்கள் மட்டுமே இருந்தன. பார்த்ததும் பார்க்காததுமான கோயில்கள். அந்த இடங்களிலுள்ள பார்த்ததும் பார்க்காததுமான விக்கிரகங்கள்.

'ஊரெங்கும் கடிதங்களுடன் நடந்து சென்று குதிகால்கள் தேய்ந்த அந்த வயதான போஸ்ட்மேன் மட்டும் இடையிடையே - அவரு எப்படிப்பட்டதொரு நல்ல மனுஷனாக இருந்தாரு. யாரையும் துன்புறுத்தாம, எல்லாருக்கும் உதவுவதற்காக இருந்த மனுஷன் அவரு - என்று சொல்வார்.'

பவிழம் நெடுமூச்சு விட்டாள்.

'இனிமேல் புதியதொரு இடம். புதிய சுற்றுச்சூழல்கள். புதிய மனிதர்கள். எல்லாவற்றையும் மறுபடியும் இன்னொரு முறை தொடங்க வேண்டியதாக இருக்கின்றது. அறுபது மைல்னு சொல்றது இந்தக் காலக்கட்டத்துல ஒரு தூரமே இல்லையென் றாலும், இங்கேர்ந்து போய்விட்டால் அது நம்மையறியாமல் தானாகவே பெருகிவிடுகிறது. அறுபது நூற்றிருபதாகவும் இரு நூற்று நாற்பதாகவும் ஆவதற்கு அதிக நாள் ஒன்னும் வேணாம்.'

காதம்பரியோ அது எதையும் கேட்பதாகவே இல்லை. முன்னெப்போதோ கேட்ட பவிழத்தின் வார்த்தைகள் அப்போதும் அவளுடைய காதில் முழங்குவதாக இருந்தன.

ஓரளவுக்கு அதிகமாக யாரோடும் நெருங்கிப் போகாதே. எல்லா உறவுகளிலும் கொஞ்சம் இடைவெளி காக்கப் பாரு. குறிப்பாக ஆண்களின் விஷயத்தில்.. அவர்கள் கொஞ்சம்கூட நம்பிக்கை வைக்கத்தகாத வர்க்கம். இறந்தும் இறக்காமலும் ஒருமுறை அவர்கள் நம்மைவிட்டுப் போய்விடுவார்கள் என்ற எண்ணத்தை மனதில் எப்போதும் பாதுகாத்து வைப்பதும்கூட நல்லது.

உள்ளுக்குள் என்னவோ உப்பியது.

ஒரு விஷயமுமில்லாமல் அந்த வேதநாயகத்தின் ஓவியம் கண்முன்னே தெளிந்து வந்துகொண்டிருந்தது. உண்மையில் அந்த மனிதன்தனக்கு யார்? தன்னிடம் அசாதாரணமான ஆர்வம் காட்டிய ஒரு குருவிடம் தோன்றக்கூடாத நெருக்கம் மட்டுமாகத்தான் அது இருந்ததோ? அல்லது தவறையும் உண்மையையும் அடையாளம் காணமுடியாத வயதில் நடந்த வெறும் ஊசலாட்டமோ? கொஞ்சம் நேரம் தனித்து அமர்ந்து மனதிற்குள் போட்டு கூட்டிப் பெருக்கினால் அவையெல்லாம் தீருவதாக இருக்குமோ?

மனம் திறந்து பேசுவதாக இருந்திருந்தாலும், இந்த விஷயத்தில் மட்டும் ஒரு மெல்லிய குறிப்பைக்கூட பவிழத்திற்கு கொடுத்த தில்லை. குறிப்பாக அவன் அன்றைக்கு வீட்டிற்கு வந்த விஷயம்.

அவளிடமிருந்து அது எப்படியாவது லீக்காகி பள்ளிக்கூடம் முழுவதும் பரவிவிடுமோ என்னும் பயமும் ஏற்பட்டிருந்தது.

இருந்தாலும், யாராவது கேட்டறிந்து கேட்டால் சொல்ல ஒரு பதிலையும் அவள் தயாராக வைத்திருந்தாள். அது அன்று செல்வன் மாஸ்டரும் செல்வி டீச்சரும் வந்தது போன்றதான ஒரு வருகை மட்டுமே. ராங்க் கிடைப்பதற்கு சாத்தியமான ஒரு பிள்ளையின் விஷயத்தில் பள்ளியிலுள்ள டீச்சர்கள் காண்பிக்கும் அபரிமித ஆர்வம்.

இதைப் பற்றிச் சிறியதொரு குறிப்பு கிடைத்துவிட்டாலே போதும், அதுவும் குறிப்பாக ஆண்கள் விஷயத்தில் கிடைத்துவிட்டால் அதை மோப்பம் பிடித்து ஏறுவதற்கான திறமை பவிழத்திற்கு உண்டு. கூர்மையான சில கேள்விகளின் மூலம் ஒவ்வொன்றையும் வடிய வைக்கும் திறமை அவர்களுக்கு உண்டு. அதன்பின் அதை ஊதிப் பெரிதாக்கி தன்னை ஒரு மூலையில் ஒதுக்கி வைக்க அவளுக்கு அதிக நேரம் தேவையில்லை.

தன் வயதிலுள்ள பெண் பிள்ளைகள் ஆண் பிள்ளைகளுடன் நெருங்குவது அவளுக்குச் சுத்தமாக விருப்பமில்லை. தவறு நேரும் வயதில் பெண் பிள்ளைகள் தன்னைக் காத்துக் கொள்ள வேண்டுமென்று அடிக்கடி நினைவூட்டும்போது அவளுக்கு அந்த பழைய பவிழம் மாமியின் குணமும் வழியுமாகிவிடுகிறது. பவிழம் மாமியின் கண்சிமிட்டலாவது வேண்டும் என்று யாராவது ஒரு பையனுடன் கொஞ்சம் கொஞ்சலாம் என்றால் சில தோழிகள் கேலி பேசுவதுண்டு.

ஒருமுறை பெரும் மரியாதையான தோரணையில் அவள் தன்னிடம் கேட்டது காதம்பரியின் நினைவுக்கு வந்தது.

'உண்மையச் சொல்லு, காதம்பரி. உன் பின்னால யாராவது வந்திருக்கிறானா?'

'சும்மா கெடடி!'

'உண்மையா...?'

'என்ன?'

'அட போடி. சும்மாதான் கேட்டேன். சில நேரத்துல கனவு கண்டுகொண்டிருக்கும் உன்னோட அந்த இருப்பும், அந்த நேரத்தில் கண்களிலுள்ள ஒளியையுமெல்லாம் பார்க்கும்போது என்னவோபோல தோணுது. அது அவ்வளவு லட்சணங்கள் இல்லையே...'

'எல்லாமே உனக்கு தோணுவதுதான்.'

'இந்த பவிழத்திடம் வேணாம் விளையாட்டு.'

'ஆமாம், உண்மைதான்...'

'அப்படின்னா நல்லது. உன்னைப்போல ஒரு அழகியின் பின்னால் போவதற்கு ஆளு இல்லேன்னா இங்குள்ள இளைஞர்களிடம் எனக்கு அனுதாபம்தான் தோணுது. கால் காசு பெறாத என் பின்னாலேயே மோப்பம் பிடிச்சிக்கிட்டு சில பசங்க திரியற துண்டு.'

காதம்பரி சிரித்து நழுவப் பார்த்தாள் என்றாலும், பவிழம் மாமி அதை முழுவதுமாக நம்பியதாகத் தோன்றவில்லை.

'அப்படி ஏதாச்சும் சுற்றித்திரியும் விளையாட்டு உண்டுன்னா என்கிட்ட மனந்திறந்து சொல்லிடு. இப்படிப்பட்ட விஷயங்களை மறைத்து வைக்கப் பார்த்தா அதனோட அழகே பொய்யா போய் டாதா. எப்படி இருந்தாலும் இந்த வயசுல இதெல்லாம் நடக்கும் தான். இன்னும் கொஞ்சம் நாளு போனா நம்மள யாரு திரும்பிப் பார்க்கப் போறாங்க?'

பவிழம் தாழ்வாரத்தைப் பார்ப்பதுபோல் தோன்றியதால் காதம்பரி அதற்குமேல் ஒன்றும் பேசாமல் வெறுமனே சிரித்துக் கொண்டு நின்றாள்.

'இனிமேல் ஏதாவது கேசு கட்டு இருக்குமென்றால் அவனைப் பற்றி மேலும் விசாரிப்பதற்கான ஏற்பாடுகளெல்லாம் இந்த பவிழத்தின் கையில் உண்டென்று சேர்த்துக் கொள்ளு. உன்னைச் சீண்டுவது எளிதான விஷயம்தான் என்று தெரிந்ததால்தான் இந்த முன்னெச்சரிக்கைகளெல்லாம்.'

திடீரென்று உள்ளுக்குள் ஒரு எண்ணம் ஏற்பட்டது. அந்த வேதநாயகத்தின் விஷயத்தை ஒருமுறை சமயம் பார்த்துக் குறிப்பிட்டால் என்ன? அன்று அவன் வீட்டுக்கு வந்த விஷயத்தை மட்டும் சொல்ல வேண்டும் என்பதில்லை. அவனைப் பற்றி அதிகமாகக் கண்டு பிடிக்க இவள் போதும்.

உடனே தானாகவே பின்வாங்கினாள். எதுக்கு? பள்ளிக் கூடத்தை விட்டு விலகுவதோடு எல்லாமும் முடிந்துவிட்டன வல்லவா? பின்பு அவனைப் பார்க்கவே போகப் போவ தில்லையே.

இல்லை. இனிமேல் வேண்டாம். காதம்பரி தானாகவே சொல்லிக் கொண்டாள். அன்றைய வெறுப்பு பின்பு கொஞ்சம் அருவருப்பாக மாறியதும் காமப்பேயை உள்ளுக்குள் வைத்துக் கொண்டு திரியும் இப்படிப்பட்ட ஆட்களைப் பற்றி நினைப்பதே பாவம் என்ற எண்ணம் மனதில் உறுதியாயிற்று.

காதம்பரி நினைவுகளிலிருந்து திடுக்கிட்டு விழித்தாள்.

பவிழம் அதற்குள் மெதுவாக விம்மத் தொடங்கி இருந்தாள். ஆண் குரலில் சுகமற்றதான விம்மல் அது. பின்பு, அழுகையை அடக்க எத்தனித்துக்கொண்டு அவள் தன் மார்பில் முகத்தைப் புதைத்துக் கொண்டதும் காதம்பரியால் கட்டுப்படுத்த முடிய வில்லை. கண்ணீரும் வியர்வையும் கலந்து தன் உடையில் ஒட்டிக்கொண்டிருந்தன. சமாதானப்படுத்துவதுபோல் காதம்பரி அவளுடைய முடியில் தடவி கோதிக் கொண்டிருந்தாள்.

சிறிதுநேரம் கழித்து தானாகவே விலகி ஒதுங்கிக்கொண்டு, சல்வாரின் தலைப்பால் முகத்தை அழுத்தித் துடைத்துவிட்டு பவிழம் சிரிக்கப் பார்த்தாள்.

'ஐஆம் ஏஃபூல்! என்னதொரு முட்டாள்தனத்தை நான் இப்போ காட்டறேன்? மகிழ்ச்சியாக இருக்கும் உன்னைக்கூட சும்மா அழவைக்கப் பாக்கறேன். போவட்டும். ஒரு கதையுமில்லாத சில்லி கேர்ளின் இன்னொரு கிறுக்குத்தனமாக இதையும் நீ கண்டால் போதும். இவ்வளவு காலமும் நீ அதைப் பொறுத்துக் கிட்டே. இன்னும் ரெண்டு மூணு நாட்கள் மட்டும் பொறுத்துக்க.'

பவிழம் எழுந்து கொண்டாள். கூடவே காதம்பரியும் எழுந்து விட்டாள்.

'இதை ஒரு பயணம் சொல்லலா நீ பார்க்க வேணாம், தெரிஞ் சுதா; இன்னும் மூணு நாலு நாட்கள் இருக்கு. எது எப்படியோ, போவும்போது பயணம் சொல்ல நான் இங்க வரமாட்டேன். நீயும் அங்க வர வேணாம். என்னால அதத் தாங்க முடியாது.'

காதம்பரி வெறுமனே தலையாட்டினாள். அவளுடைய கண்கள் சுழன்று கொண்டிருந்தன. தொண்டைக்குள் நீர்க்கோத்துக் கொண்டிருப்பதுபோல் இருந்தது.

சட்டென்று நாலாபுறமும் நோக்கியவாறு பவிழம், 'அம்மா எங்கே?' என்று கேட்பது கேட்டது.

'கோயிலுக்குப் போயிருக்கிறாங்க.'

பவிழத்தின் கண்கள் தன் முகத்திலேயே பதித்திருப்பதைக் காதம்பரி கண்டாள். முன்பெப்போதும் காணாத ஒரு ஒளி இப்போது அந்தக் கண்களில் இருந்தது. அவளுடைய சுட்டெரிக்கும் பார்வை தன் முகத்தின் வழியாக ஊர்ந்து போவதுபோல் தோன்றியது.

'என்ன பவிழம்?'

காதம்பரி இயலாமையுடன் கேட்டாள்.

ஒன்றுமில்லை என்று சொன்னாள் என்றாலும் பவிழத்தின் முகத்தில் வியர்வை வழிவதை காதம்பரி கண்டாள். சல்வாரின் முனைத் தலைப்பால் வியர்வையைத் துடைக்கும்போது அவளுடைய விரல்கள் நடுங்குவதுபோல் இருந்தன.

அதற்குள் பவிழம் இன்னும் கொஞ்சம் நெருங்கி நகர்ந்து அமர்ந்தாள். அவளுடைய சுவாசம் தன் கன்னத்தில் வந்து உரசுவதை காதம்பரி உணர்ந்தாள்.

தோள்மேல் கையைப் போட்டுக்கொண்டு தாழ்ந்த குரலில் பவிழம் சொன்னாள்:

'எனக்கொரு ஆசை இருக்கு. நீ மறுத்துப் பேசாதே.'

காதம்பரி திகைத்து நிற்கும்போது, பவிழம் அவளை கட்டிப் பிடித்து இறுக்கி அணைத்தாள். நெற்றியில் முத்தமிட்டாள். பின்பு, கண்களில் உதடுகளில், கழுத்தில், மார்பில்.... கடைசியில் தொப்புளில்... ஆமாம், எல்லா இடத்திலும்...

என்ன நடக்கிறது என்று தெரியாமல் காதம்பரி வெலவெலத்துப் போய் நிற்கும்போது, பவிழம் அவளை மீண்டும் ஒருமுறை இறுக்கி அணைத்துக் கொண்டிருந்தாள். அவளை உதறித்தள்ள முடியவில்லை. முன்பெப்போதும் அறியாத பலத்தில் அந்த கைகளுக்குள்ளே கிடந்து காதம்பரி துவண்டாள். வியர்வையில் உடல் முழுவதும் ஒட்டிப் பிடித்துக் கொள்ளத் தொடங்கியது. மூச்சு முட்டுவதுபோல் இருந்தது. கூச்சலிட்டு அழ வேண்டும் போல் தோன்றியது. ஆனால், அந்த அழுகை வறண்ட தொண்டையில் எங்கேயோ கிடந்து வற்றிவிட்டது. பிடியை விடாமல், என்னவெல்லாமோ முனகிக்கொண்டு அவள் தன் உடல் முழுவதையும் முகத்தினால் உரசிக் கொண்டிருந்தாள்.

'வெகு நாளைய ஏக்கம் கண்ணு...' காதருகில் பவிழத்தின் குரல் நடுங்கிக் கொண்டிருந்தது.

உணர்விழந்ததுபோல் துவண்டு விழுவதற்குத் தொடங்கிக் கொண்டிருந்தாள் காதம்பரி. சட்டென்று கிள்ளிப் பிடித்துக்

கொண்டிருந்த விரல்கள் கொஞ்சம் தளர்ந்தபோது முரட்டுத் தனமாக தள்ளி விலக்கிவிட்டு மேல் மூச்சு வாங்க அவள் பின்னுக்கு நகர்ந்தாள்.

'தோற்றுவிட்டேன்... உன்னிடம் மட்டும் தோற்றுவிட்டேன். என்னிக்காவது ஒருநாள் உன்னிடம் தோற்பேன் என்று எனக்குத் தெரிந்தே இருந்தது.' பவிழத்தின் கிறீச்சிட்ட குரல் மீண்டும் கேட்டது.

வேதனை அதிகரித்ததுபோல் மீண்டும் பவிழம் முன்னோக்கி நகர்ந்து நெருங்குவதைக் கண்டதும் தன் தலைக்குள் குருதி நுரைத்து உயருவதை காதம்பரி உணர்ந்தாள். கண்கள் மின்னின. காதுகள் அடைத்தன. பெருவிரலிலிருந்து என்னவோ சிலிர்த்து ஏறியது.

ஒரு நிமிஷம்.

கண்ணைத் திறக்கும்போது தன்னுடைய கைப்படம் பவிழத் தின் கன்னத்தில் ஓங்கிப் பதிவதை காதம்பரி கண்டாள். ஒருமுறை அல்ல. இரண்டு முறை.

ஆக மொத்தத்தில் மரத்துப்போய் நின்றுவிட்டாள். மிக அருகில் கன்னத்தைத் தடவியவாறு நிற்கும் பெண்பிள்ளையை இப்போது முழுவதுமாகக் காணமுடியவில்லை. ஆகக்கூடி ஒரு மறைப்பு. மெல்லிய திரைக்கு அப்பால் சில அசைவுகள்.

அதன்பின் அங்கே காதம்பரியால் நிற்கவே முடியவில்லை.

வீட்டு முகப்பிலிருந்து ஒரு வகையாக உள்ளுக்குள் சென்று கதவைத் தள்ளி அடைத்து தாழ்ப்பாள் போடும்போது வெளியே பவிழம் நிற்கும் விஷயத்தை அவள் நினைக்கவே இல்லை. அவளிடம் ஏதாவது சொல்ல வேண்டும் என்றும் தோன்றவில்லை. அப்போது அவளுடைய மனதில் பவிழம் என்னும் பெண்பிள்ளை இல்லாமலாகி இருந்தாள். அவள் எதனிடமிருந்தெல்லாமோ தப்பிக்கப் பார்த்துக் கொண்டிருந்தாள்.

நேரே சென்று கட்டிலில் விழுந்தாள். முகம் முழுவதும் எரிந்தது. கழுத்திலும் அடி வயிற்றிலும் எல்லாம் இரத்தம் வடிந்திருக்கிறது என்று தோன்றியது.

தலையணையில் முகத்தைப் புதைத்துக்கொண்டு அவள் அழுதாள். வெகு நேரத்துக்கு சுகவீனமாகி கொஞ்சம் மயக்கத் திற்குள் நழுவி விழுவது வரையில் அவள் அழுதுகொண்டே இருந்தாள்.

14

அடுத்த வாரத்தில் வராமல் போனது மல்லிகைதான் என்று கோமதிக்கு நன்கு உறுதியாகிவிட்டது. இந்தக் கூட்டத்தில் மிகவும் முதலில் வந்து சேர்ந்தவள். காலுக்குச் சுவாதீனம் குறைந்த செம்பட்டை முடிக்காரி. நல்ல அமைதியான நடமாட்டம் உள்ளவள். வேகமும் விவேகமுமுள்ள விரல்கள்.

ஆனால், தான் போகப்போவதாக நேரிட்டுச் சொல்வதற்கான மரியாதையைக் காட்டினாள் அவள். அருப்புக் கோட்டைக்கு அருகில் ஒரு துணி மில்லில் வேலை கிடைப்பதற்கான வழி தெளிந்து இருக்கிறதாம். பக்கத்திலுள்ள யாரோ ஒரு உறவினர் அங்கே வேலை செய்கிறாராம். இது பொய்தான் என்று கேட்ட வுடனே புரிந்தது. காலுக்குப் பலம் குறைவு உண்டென்றாலும் கோயிலுக்கு அருகிலுள்ள ஏதாவது நல்ல பூக்கடையில் அவளுக்கு வேலை கிடைக்காமல் இருக்காது.

தாழ்வாரத்திற்குள் நடப்பது எதையும் சங்கரராமன் தெரிந்து கொள்ளவே இல்லை. அவன் காலையில் எழுந்திருப்பதற்கு இப்போது கொஞ்சம் நேரமாகிவிடுகிறது. வேலைக்கார பையன்தான் இப்போது காலையில் கடையைத் திறக்கிறான். கூடச் சேர்ந்து வெகுகாலம் ஆகியிருந்தாலும், அன்று சுந்தரம் சொன்னதுபோல் இந்த வேலைக்காரர்களை எந்தளவுக்கு நம்ப லாம் என்னும் விஷயத்தில் கோமதிக்கு முற்றிலும் உறுதி யில்லை. வேறு வழியில்லாததால் அவனை நம்பாமல் முடியாதே. மிகுந்த சங்கடத்துடன் கோமதி மகளிடம் சொன்னாள்.

'வியாபாரம் குறைஞ்சதும் பூக்களின் வரவும் குறைந்தது; வீட்டில் பூமணமும் குறைந்தது. பெட்டி வண்டிகளுக்குப் பதில் முனுசாமி பைக்கின் பின்னால்தான் இப்போது பூக்கூடைகளைக் கொண்டு வருகிறான். வீட்டுக்கு முன்னால் பைக் சீறும்போது அந்த பழைய பரபரப்பு இல்லை.

எஞ்சிய மூன்று பெண் பிள்ளைகள் மட்டும் பழைய நன்றியை நினைத்து அப்படி இப்படிச் சுற்றிக் கொண்டிருந்தாலும் அதுவும் எத்தனை நாட்களுக்கு என்பதில் உறுதியில்லை. வேலையும்கூட மிகவும் குறைந்திருக்கிறது. அதிகம் போனால் இரண்டு பேர்களாலேயே முடிக்கக்கூடிய வேலை மட்டும்தான் இருக்கும். அறிமுகமும் கைப்பழக்கமுள்ள குழந்தைகளைக் கொத்திக்கிட்டுப் போவதற்கு மற்ற கடைக்காரர்கள் பார்த்துக் கொண்டிருக்கலாம். அதனால், கோமதி காலையில் அவர்களுக்குக் கொடுக்கும் இட்லிகளின் எண்ணிக்கையைக் கூட்டினாள். அதோடு சேர்த்து ஒவ்வொரு கப் பாலும் கொடுத்தாள்.

அப்படி இருக்கும்போது ஒருநாள் அந்தக் கும்பலிலேயே இளையவளான செண்பகம் ஒரு புகாருடன் கோமதிக்கு அருகில் வந்தாள்.

'என்னம்மா செண்பகம்?' என்ற கோமதி மிகுந்த வாஞ்சையுடன் அவளுடைய உச்சந்தலையில் தடவினாள்.

வழக்கம்போல் கடன் கேட்பதற்கு அடிபோடுகிறாள் என்று தோன்றியது. அவளுடைய குடும்பம் மிகவும் கஷ்டப்படும் குடும்பமாகும். இவளுக்குக் கீழே இரண்டு நோஞ்சான் குழந்தைகள். அனாதை விடுதியில்தான் தங்கியிருந்தாள் என்றாலும் எப்போதாவது அம்மா இல்லாத சமயம் பார்த்து அவள் வீட்டுக்குப் போவதுண்டு; அவளைக் கண்டதும் குழந்தைகள் ஓடிவரும். அவர்களின் ஆவல் மிகுந்த பார்வை எப்போதும் அவளுடைய கையிலுள்ள இலை பொட்டலத்திலேயே இருக்கும்.

சொல்வதற்கான தயக்கத்துடன் தலையை சொரிந்துகொண்டு செண்பகம் நிற்கிறாள்.

'என்னம்மா சொல்லு,' என்று கோமதி வலியுறுத்தினாள்.

'ஒன்னுமில்லம்மா'

'சொல்லும்மா, ஏன் சந்தேகம்? பண விஷயம்தானே?'

அவள் மறுபடியும் தயங்கினாள்.

‘அந்த அய்யா...’

‘அந்த அய்யாவா?’

நகத்தைக் கடித்து இழுத்தாள் செண்பகம். கொஞ்ச நேரம் கழித்து அவள் தயங்கி தயங்கிச் சொன்னாள்.

‘அதில்லம்மா. அந்த அய்யா என்னவோ மாதிரி, என்ன மோல்லாம் பேசறாரும்மா...’

கோமதி நடுங்கிவிட்டாள். இந்த இசுக்கட்டான் பெண் சங்கரராமனைப் பற்றி என்ன சொல்ல வருகிறாள்?

‘என்னம்மா.’ அவளுடைய தோளின்மேல் அழுத்திப் பிடித்து குலுக்கினாள் கோமதி.

‘நீ சொல்றது ஒன்னுமே புரியலியே?’

கொஞ்சம் நேரம் கழிவதற்குள் ஏராளமான நகத்தைக் கடித்துப் துப்பிவிட்டு செண்பகம் சொன்னாள். ‘சங்கரராமன் அவளுடைய அப்பாவைப் பற்றியும் அம்மாவைப் பற்றியும் விசாரித்தாராம்.’

கோமதி சிலிர்த்துப்போய் நின்றாள். செண்பகத்தின் தாயினுடைய கெட்டப் பேரைப் பற்றி கேட்டுவிட்டு சங்கரராமன் அப்படி கேட்டிருக்க மாட்டான் என்பது நிச்சயம். ஆனால், முற்றிலும் வழக்கமில்லாத அந்த கேள்வியில் செண்பகத்திடம் ஏராளமான அர்த்தங்கள் தெரிவதுபோல் கோமதிக்குத் தோன்றியது. கிராம தேவதைக் கோயிலுக்குப் பின்னாலுள்ள ஒரு சின்ன வீடு. ஒரு காலத்தில் பலரும் போய்வந்த வீடு. கெட்டப்பேருள்ள அம்மா. அதனாலேயே யார் என்று தெரியாத தந்தை. குழந்தையிலேயே சண்டைபோட்டு ஓடிப்போன செண்பகத்தை அந்த வீட்டுக்கு வழக்கமாக வந்துபோன ஒரு போலீஸ்காரன்தான் அநாதை விடுதி யில் சேர்த்தான்.

செண்பகம் அழத் தொடங்கியிருந்தாள். தாவணியின் தலைப்பை கடித்து இறுக்கிக்கொண்டு சிறியதொரு கரகரத்தக் குரலில் அவள் அழுகிறாள்.

அவளைச் சமாதானப்படுத்த மிகவும் முயல வேண்டியதாக இருந்தது கோமதிக்கு. அடுத்த வாரத்துக் கூலியையும் முன்கூலியாகக் கொடுத்து ஒருவிதமாக அவளைச் சமாதானப்படுத்தி அனுப்பி வைப்பதற்குள் கோமதி மிகவும் சோர்ந்து விட்டிருந்தாள். உச்சந்தலையில் கையை வைத்து சிறிதுநேரம் வரையில் அதேபோல் அமர்ந்திருந்தாள். பின்பு சில மனத்தூண்டுதலால் மூன்று நான்கு முறை மார்பில் குத்திக் கொண்டாள்.

அப்போது படுக்கையறையில் சங்கரராமனின் குறட்டைச் சப்தம் உயர்ந்து கொண்டிருந்தது. அத்துடன் அசிங்கமான சில சப்தங்களும் இருந்தன.

விஷயங்கள் கை நழுவிப் போகின்றன. கோமதியின் மனம் விம்மியது. வியாபாரம்கூட நொடிந்துபோயுள்ளது. விடியற் காலையில் திறக்காத பூக்கடை யாருக்குத் தேவை?

ஊரிலேயே முதல் பூக்கடை அனந்தராமனுடையதுதான். ஆரம்பத்தில் கோயிலுக்கு முன்னாலுள்ள சாலையோரத்தில் அமர்ந்துதான் அனந்தராமன் வியாபாரத்தைத் தொடங்கினார். பின்பு அதுவே ஒரு கடையின் திண்ணையில் நடந்தது. கடைசியில் சொந்தமாக ஒரு கடை தொடங்கும்போது அது அவருடைய மிகவும் பெரியதொரு கனவு நிறைவேறியதாக இருந்தது.

முன்பெல்லாம் விடியற்காலையில் கோயிலுக்குப் போகுபவர் களுக்காக ஒரேயொரு பூக்கடை அதுதான். விசேஷ நாட்களில் நின்று திரும்ப முடியாத கூட்டம் இருக்கும். இப்போது அந்த வீதியிலேயே மேலும் இரண்டு கடைகள் வந்துவிட்டன. அதுவும் சொந்த வண்டியெல்லாம் உள்ள இரண்டு பெரிய கடைகள். அதுமட்டுமல்ல, கோயிலுக்குப் போகிறவர்களை அழைத்து கடைக்குள் அனுப்புவதற்கு கடைக்கு முன்பிலும் வண்டிப் பேட்டையிலும் அவர்கள் பையன்களை நிற்க வைத்துள்ளார்கள்.

தான் ஒருபோதும் அதுபோல் செய்ய மாட்டேன் என்று மிகுந்த பிடிவாதத்துடன் சொல்லிக் கொண்டிருந்தான் சங்கரராமன். நல்ல பூக்களை நியாயமான விலைக்கு விற்றுக்கொண்டிருந்தால் வண்டியிலேயே பூக்கள் கொண்டுவந்து பெரிய தோதில் பூ வியாபாரம் நடத்தலாம் என்று தெளிய வைத்தவரே அப்பாதான். கோயிலுக்கான அர்ச்சனைப் பூக்களை பிரத்யேகமாக வர வழைத்துக் கொடுத்துக் கொண்டிருந்தவரும் அப்பாதான். பூ வியாபாரத்தில் அவர் ஏற்படுத்திய நல்ல பழக்கங்களுக்கு எதிராக ஏதாவது செய்தால் மேலோகத்தில் இருக்கும் அப்பாவின் ஆன்மாவும் வேதனைப்படும்.

இப்போது பிள்ளையார் கோயிலுக்கு மிக அருகிலேயே வேறொரு கடைகூட வரப்போகிறதாம். தேவஸ்தானத்தில் நெருக்கமான யாரோ அதன் பின்னால் இருக்கிறார்கள் என்று கேள்வி.

பூக்காரன் அனந்தராமனின் பழைய புகழின் பேரில் இனிமேல் கடை நடத்திச் செல்வது என்பது அவ்வளவு எளிதில்லை என்று கோமதிக்குப் புரிந்தது.

இருந்தாலும், இந்த விஷயத்தை சங்கரராமனிடம் பேசுவதற்கே கோமதிக்கு மிகவும் தயக்கமாக இருந்தது. அன்று சுந்தரம் வந்து நல்லது கெட்டதுகளைச் சொல்ல முயன்றபோதே சங்கரராமனுக்கு முன்கோபம் வந்துவிட்டது. அதையே மேலும் சொல்லப்போனால் இன்னும் கொஞ்சம் இரட்டிப்பாகிவிடும். வியாபார விஷயத்தைப் பற்றி யாராவது பேச்செடுத்துவிட்டால் ஒன்று, ஒரு வார்த்தைகூட பேசாமல் எழுந்து போய்விடுவான். இல்லையென்றால் சாவிக் கொத்தை எடுத்து சுட்டு விரலில் மாட்டிச் சுற்றிக்கொண்டே, 'யாரு வேணும் தினாலும் நடத்திக் கொள்ளுங்கள். இந்தா சாவி' என்று கூறிவிடுவான்.

ஐந்தாறு வயது வித்தியாசத்தில் சேர்ந்து விளையாடி வளர்ந்த பக்கத்து வீட்டு அத்தா. எத்தனையோ நாளைய தாலி உறவு. எதையும் மிச்சம் வைக்காமல் எப்போதும் எல்லாவற்றையும் பங்குபோட முயன்றுகொண்டிருந்த பங்காளி. இப்படியெல்லாம் இருக்கும்போது, இப்போதைய மாற்றம்தான் கோமதிக்குப் புரியவில்லை. அவனுடைய மனதில் ஏதேதோ இருண்ட சக்திகளெல்லாம் குடி புகுந்துள்ளன.

சங்கரராமனிடம் கேட்க முடியாதென்றால் பின்பு, இந்த ஊரிலும் வெளியூர்களிலும் உள்ள தெய்வங்களிடம் மட்டும்தான் கேட்க வேண்டும்.

அதனால், மீண்டும் கோயில் கோயில்களாகச் சென்று அலைய வேண்டியதாகிவிட்டது. ஜோதிடர்கள், பரிகாரங்கள், பூஜை புனஸ்காரங்கள், கை மணிக்கட்டில் பல நிறங்களிலான மந்திரக் கயிறுகள், கழுத்தில் புகைவண்டி எஞ்சின் போன்ற தாயத்து என எல்லாம் செய்தும், பிடித்து நிற்பதுற்கு முடியவில்லை. மனதிற்குள்ளேயுள்ள அலை வீச்சுக்களை விலக்கி வைக்க முடியவில்லை.

காதம்பரியும் நல்லாவே பாடுபடுகிறாள். தூரத்திலுள்ள நகரத்தில் இருக்கும் கல்லூரிக்குப் போவதற்கு காலையிலேயே பஸ்ஸை பிடிக்க வேண்டியிருக்கிறது. திரும்பி வருவதற்குள் மாலை வெகுவாக நேரமாகி இருக்கும். அதற்கிடையே வீட்டு காரியங்களைப் பார்க்க நேரம் எங்கே இருக்கிறது?

சங்கரராமன் காற்றில் விட்டதுபோல் திரிகிறான். அது மட்டுமல்ல, எந்தவொரு இடத்திலும் நிலைத்து உட்காராத குணம்தான் அவனுடையதாகும். வீட்டில் கொஞ்சம் நேரம் உட்கார்ந்திருந்தால் உடனே கடைக்குப் போக வேண்டும்.

அதேபோல், கடையில் கொஞ்சம் நேரம் இருந்தால், மேலும் இருப்புக் கொள்ளாமல் உடனே கோயிலை நோக்கிதான் பயணம். அங்கே மதிலுக்குள்ளேயுள்ள சாப்பாட்டு அறையின் திண்ணை யில் வெடிவெடித்து பேசுவதற்கு யாராவது கிடைப்பார்கள். சில சமயம் அந்த இருப்பே மதியம் சாப்பாட்டுக்கு இலை போடும் வரையில் நீண்டு விடும். சாப்பாட்டு அறையில் தர்ம உணவு முடித்து கத்திரிக்காய் சாம்பாரினுடையதும் வத்தக் குழம்பினுடையதுமான நல்லது கெட்டதுகளைச் சொல்லிக் கொண்டு வீட்டுக்கு உள்ளே வரும் கணவனைப் பார்க்கும் போது கோமதிக்குக் கோபம் கொப்பளிக்கும். எங்கே போகிறான் என்பதை ஒரு வார்த்தை சொல்லிவிட்டு இந்த மனுஷன் போவக்கூடாதா? இங்கே ஒருத்தி காத்திருக்கிறாள் என்ற எண்ணம்கூட இல்லாமல்...

அந்த விஷயமாக இரண்டு மூன்று முறை அசாதாரணமாக அவனுடன் கோமதி சண்டையும் போட்டிருக்கிறாள்.

அதனால் ஒன்றும் யாதொரு புண்ணியமும் ஏற்படாது என்று தெரியாமலில்லை. அவனுடைய குணமே அப்படியாகிவிட்டது. அப்பாவுக்குகாலங்கடந்துஉண்டானசந்ததி. மிகச்சிறுவயதிலேயே அம்மா போய்விட்டதால் மிகவும் சீராட்டி துன்பமில்லாமல் வளர்க்கப்பட்டான். எதிலும் நிலையான ஆர்வமில்லாமல் நழுவி நழுவியதான போக்கில் மிகவும் சங்கடப்பட்டவர் அப்பாதான். தான் கஷ்டப்பட்டு உண்டாக்கியதையெல்லாம் பார்த்துத் திறம்பட நடத்த வேண்டியவன்தான் இப்படிக் கோயில்கள் தோறும் வேலையும் திருவிழாவுமாக அலைந்து திரிகிறான்.

அந்த நாள் முதலே ஒன்றிலும் எந்தவொரு பிடிப்பும் இல்லாமல், வெயிலும் மழையும்போல் மேலும் கீழுமாகும் குணம்தான் அவனுடையது. ஒவ்வொரு சமயத்தில் ஒவ்வொரு வகையான நடவடிக்கை.

சிலசமயம் ஆள் முழுவதுமாக உஷாராகி கடையைப் பெரிதாக் குவதைப் பற்றியும் மிக அருகிலுள்ள கிராமத்தில் இரண்டாவது ஒன்றை தொடங்குவதைப் பற்றியுமெல்லாம் விரிவாகப் பேசு வதைக் கேட்கலாம். அதையெல்லாம் கேட்டு உள்ளுக்குள் ஒரு சிரிப்புடன்தான் கோமதி அப்படியே நிற்பாள். இந்த பலம் எவ்வளவு நேரத்துக்குத் தாக்குப் பிடிக்கும் என்று அவளால் யூகிக்க முடியும். நல்லதொரு இரவு உணவு உண்ட பின்னான களைப்பு, பல ஸ்ருதிகளிலான ஏப்பங்களுடன் வெளியே வரும்போதே அவன் முன்பு சொன்னதையெல்லாம் எப்பவோ மறந்துவிட்டான் என்று தெரியும்.

அவ்வாறு அவனுடைய ஒரு ஏப்பத்திலிருந்து அடுத்ததற்கான பயணத்தில் எங்கேயோ எல்லாம் பிணைக்கப்பட்டிருக்கிறது தங்களுடைய வாழ்க்கை என்பது கோமதிக்கு முழுவதுமாகவும் காதம்பரிக்கு ஓரளவுக்கும் புரிந்தது.

ஒரு இரவில் கடையைப் பூட்டிவிட்டு மிகவும் சோர்வாகத்தான் சங்கரராமன் வீட்டுக்கு வந்தான். வழக்கம் இல்லாத வழக்கமாக சாவிக்கொத்தை மேசைமேல் தூக்கி எறிந்துவிட்டு, 'எனக்குப் போதும், இனிமேல் யாராச்சும் கடைய நடத்திப் பார்க்கட்டும்' என்று சொல்வது கேட்டது.

கோமதி நடுங்கிவிட்டாள்.

கடையைப் பூட்டிவிட்டு வந்ததும் அந்த சாவிக்கொத்தை கண்களில் ஒற்றி, மார்போடு சேர்த்து வைத்து கொஞ்சநேரம் பிரார்த்தித்து நின்றுவிட்டு பூஜை அறையிலுள்ள மகாலட்சுமி படத் திற்கு முன்னால் வைப்பதுதான் அப்பாவின் வழக்கம். அந்தப் பழைய பித்தளை வளையத்தின் முனையில் பிள்ளையாரின் ஒரு சின்ன உருவம் மட்டும் இருந்தது. தங்கள் குடும்பத்தின் ஐஸ்வரியமே அந்த சாவிக்கொத்துதான் என்று அனந்தராமன் சொல்வதுண்டு. அதே சாவிக்கொத்தைதான் இப்போது மேசை மேல் அலட்சியமாகத் தூக்கி எறிகிறான் மகன்.

இத்தனைக் காலம் அப்பாவின் அந்த பெரிய நிஷ்டையை சங்கரராமனும் காப்பதற்கு முயன்றிருக்கிறான். ஆனால், இன்று யாரோடெல்லாமோ சண்டையிட்டு வந்ததுபோல் தெரிகிறது. முகம் முழுவதும் அசாதாரணமாக இறுகி இருக்கிறது. குரலிலும் முன்பு இல்லாத ஒரு முரட்டுத்தன்மை.

சங்கரராமன் குளிக்கப் போனபோது கோமதி ஒவ்வொன்றைப் பற்றியும் நினைத்துக் கொண்டிருந்தாள்.

பூக்காரன் அனந்தராமனின் அப்பெரிய பாரம்பரியத்தை நிலை நிறுத்த வேண்டிய நபர்தான் இப்படித் தோல்வியுற்ற பாவனையில் இரு கைகளையும் தூக்கிக்கொண்டு நிற்கிறான். தெய்வத்தின் மிகவும் மனோகரமான படைப்புகளில் ஒன்றுதான் பூக்கள் என்று அனந்தராமன் சொல்லிக்கொண்டிருந்தார். பள்ளத்தாக்குகளில் உள்ள காட்டுப் பூக்கள் சிரிக்கத் தொடங்கியதற்குப் பின்புதானாம் தெய்வம் தன் கைத்திறமையைப் பற்றி அங்கீகரிக்கத் தொடங் கியது.

பூக்களைக் கட்டுபவர்கள் அதன் அழகையும் சுத்தத்தையும் மனதிலும் உடலிலும் காக்காமல் இருக்க முடியாது என்று அனந்தராமன் சொல்லிக் கொண்டிருப்பார். இன்றைய இந்தப் புதிய பூக்கடைக்காரர்களில் எத்தனை பேருக்கு அப்படிப்பட்ட அழகும் சுத்தமும் தெரியும்?

குளித்து முடித்து வழக்கம்போல் பூஜை அறையின் முன்னே சென்று தொழுதவாறு நிற்பதைக் கண்டதும் கோமதி அந்த சாவிக்கொத்தை எடுத்து சங்கரராமனின் கையில் கொடுத்தாள்.

ஒரு நிமிஷம் அவளுக்கு நேராக ஒருமுறை நோக்கிவிட்டு அவன் அதை கண்களில் ஒற்றி மார்போடு சேர்த்துப் பிடித்து சிறிதுநேரம் கை கூப்பி நின்றான். அப்போது அவனுடைய உதடு கள் நடுங்குவதை கோமதி பார்த்தாள். கண்கள் நனைந்திருந்தன.

இரவு உணவு உண்ணாமல் அமர்ந்திருக்கும்போது கொஞ்சம் நேரத்துக்கு அவன் ஒன்றும் பேசவே இல்லை. சிறிதுநேரம் கழித்து சிறியதொரு குற்றவுணர்வுடன் அவன் சொல்வது கேட்டது.

'சொன்னது உண்மைதான் கோமதி. என்னால முடியல. இனிமேல் இந்த வியாபாரத்தை யாராவது பார்த்து நடத்தட்டும்.'

அது தோற்றவனின் குரலாக இருக்கவில்லை. மன உறுதி இல்லாதவனின் தயக்கங்களாக இருந்தன. அதற்கு முன்னால் விழித்துக்கொண்டு நிற்கும்போது கோமதியால் கேட்காமல் இருக்க முடியவில்லை.

'யாராவதுன்னு சொன்னால்? அப்படி அதை ஏற்று நடத்து வதற்கு இங்க யாரு இருக்காங்க?'

அப்படியெல்லாம் ஆலோசிக்கவே இல்லை என்பதுபோல் ஒரு நிமிஷம் அவளுக்கு எதிரே திகைத்துப் பார்த்துவிட்டு அவன் பெருத்த குரலில் சொன்னான்.

அவளே இனிமேல் எல்லாவற்றையும் பார்த்துக் கொள்ளட்டும். அது நல்லா இருந்தாலும் கெட்டுப்போனாலும் இனிமேல் எல்லாம் அவளுக்குத்தான்.

அக்குரலில் வழக்கமில்லாத மரியாதை ஏற்பட்டிருந்தாலும் அதை முழுவதுமாக கோமதியால் நம்ப முடியவில்லை.

அப்படியானால் அவளுடைய படிப்பு? படிப்பதற்கு அவளுக்கு ஆர்வமில்லையா?

'எதுக்குப் படிப்பு?' என்று சட்டென்று சங்கரராமனின் குரல் பொங்கியது. 'ஒரு பொண்ணு குடும்பம் பார்க்க இந்தப் படிப்பே போதும். காலம் கடத்தாமல் அவளுக்கு ஒருத்தனை பார்க்கணும். அதன் பின்னால் அவள் பெத்துக்கட்டும். பெத்து பெத்து இந்த வம்சத்தை நிலை நிறுத்தட்டும்.'

கோமதி வெலவெலத்து நின்றுவிட்டாள். இதுவொன்னும் தன்னுடைய அத்தாவின் வார்த்தைகள் இல்லையே. இவை யெல்லாம் அந்த அய்யா சாஸ்திரிகளின் கருநாக்கிலிருந்து மட்டுமே வரக்கூடிய வார்த்தைகளாச்சே.

கோமதி அதற்குமேல் ஒன்றும் சொல்ல அங்கு நிற்கவில்லை. பேசத் தொடங்கினால் ஒன்று இரண்டாகி, இரண்டு அநேகமாகி எங்கெல்லாமோ போய்ச் சேர்ந்துவிடும் என்பது உறுதி.

தெரியாத ஏதெல்லாமோ இருள் நிறைந்த பாதைகளின் வழியாக நகர்ந்து கொண்டிருக்கும் இந்த மனிதனை இனிமேல் கையாள்வது தன்னுடைய நீண்ட மௌனத்தின் மூலமா அல்லது கணிசமாக எதிர்த்து வாதாடுவதின் மூலமா என்று தெரியாமல் குழம்பிக் கொண்டிருந்தாள் கோமதி. என்ன ஆனாலும் அக்கா விட்டுக் கொடுக்கக் கூடாதென்றும் நேருக்கு நேராக நிற்க வேண்டுமென்றும் அன்று பெரும் பிடிவாதத்துடன் சுந்தரம் சுட்டிக்காட்டியிருந்தாலும் தன்னால் அப்படிச் செய்ய முடியா தென்று கோமதிக்கு நன்றாகவே தெரிந்திருந்தது.

இதற்கான வழியொன்றும் தெளிவாகக் கிடைக்கவில்லை. ஒவ்வொருவருக்கும் அறிவுரை கூறுவது எளிதுதான். ஆனால், ஒரு குடும்பத்தின் பொறுப்பு முழுவதையும் தனித்து ஏற்றுக்கொள்வது என்பது வழக்கமில்லாத காரியம்தான். அதுமட்டுமல்லாமல், வெளியில் எங்கும் சென்றிராத ஒரு மகளும் கூடவே இருக்கிறாள்.

அத்துடன் கோமதியின் துக்கங்களும் பெருகின. பிரார்த்தனை சக்தி அதிகரித்தது. புதிய புதிய வேண்டுதல்கள், கேள்விப்படாத கோயில்கள் வரை நீண்டு கொண்டு போயின.

இவ்வாறு நாட்கள் சென்று கொண்டிருக்கும்போது சங்கரராமன் பதிலில்லாத சில புதிய புதிர்களுக்குள் நழுவிப் போய்க்கொண்டிருந்தான். கடைக்குப் போவதில்லை என்பது மட்டுமல்ல, அங்கே என்ன நடக்கிறது என்றுகூட விசாரிக்காமல் இருக்கிறான். குழந்தைப் பருவம் முதலே பிள்ளையார் கோயிலில் இருமுறை நடக்கும் வழக்கமான தரிசனமும் முடங்கிவிட்டது போலாகிவிட்டது.

கடையும் என்றைக்கு வேண்டுமானாலும் மூடப்பட்டுவிடும் என்ற நிலையில்தான் இருந்தது. பூக்கள் இல்லாத அந்த தாழ்வாரத்துக்கு அந்தப் பெண் பிள்ளைகளும் மெல்ல மெல்ல வராமலிருந்து விட்டார்கள்.

கடைசி கடைசியாக விடைபெற்ற கனகாம்பரம் மட்டும் கோமதியின் தோளில் சாய்ந்து வெகுவாக அழுதாள். காதம்பரியின் கைகளை மார்போடு சேர்த்தணைத்து தன்னை மறந்துவிடக்கூடாது என்று கேட்டுக் கொண்டாள்.

மங்களம் என்னும் கனகாம்பரம். அவளுடைய இரண்டு கண்களிலும் ஏறக்குறைய பார்வை போன மாதிரிதான். சில நாட்களாகவே சிநேகிதிகள்தான் அவள் கையைப் பிடித்து அழைத்து வந்தார்கள். அவள் பூக்களை அடையாளம் அறிந்து கொண்டதும்கூட தன் விரல்களாலும் மணத்தினாலும்தான். இந்த நிலையில் தனக்கு இனிமேல் வேறு எங்காவது வேலை கிடைக்குமென்ற நம்பிக்கையும் அவளுக்கு இல்லை.

இந்த நிலையில் காலையில் கிடைக்கும் இட்லிகூட தடைபட்டு விட்டால்...

நிறுத்தாமல் தேம்பியபோது அவளுடைய பரந்த மார்புகூடு மிகவும் எழும்பவும் தாழவும் செய்வதை காதம்பரி கண்டாள். அவளை எப்படிச் சமாதானப்படுத்துவது என்று அறியாமல் கோமதி குழம்பினாள்.

அதன் பின்னுள்ள சில நாட்களில் பெருத்ததொரு இம்சை யாகவே மங்களம் தன் மனதில் நிறைவதை காதம்பரி உணர்ந்தாள். சுழன்றடிக்கும் உஷ்ணக்காற்றில் பற்றியெரியும் இரண்டு ஓவியங்கள். தலையில் சுமையுடன் எந்தவொரு கைப்பிடியும் இல்லாத இரும்பு படிகளில் ஆகாயத்தை நோக்கி ஏறிச்செல்லும் ஒரு பெண். மாநிறத்தில், மெலிந்து தோல் சுருங்கிய ஒரு தாய். பின்பு ஒருமுறை அதே தாயை சுழட்டியெறிந்த கருணையற்ற ஆகாயம். பக்கப் பிடிப்பு இல்லாத உயரங்களிலிருந்து கீழே விழுந்து சிதறும் ஒரு கருத்து உருண்ட பறவையாக அம்மா.

காதம்பரி பெருமூச்செறிந்தாள். வாழ்க்கையிலேயே முதன் முதலாக இப்போது ஒரு நட்பு வேண்டுமென்று தோன்றத் தொடங்கி இருக்கிறது. எல்லாவற்றையும் சொல்வதற்காகவும் எல்லாவற்றையும் பங்கிட்டு கொள்வதற்காகவும் ஒரு கூட்டு தேவை.

பவிழம் போன பின் அப்படியே யாரும் சிநேகிதி என்று சொல்லாமல் ஆகிவிட்டார்கள். கல்லூரியிலும் சிநேகிதிகள் உண்டென்றாலும் அவர்கள் வகுப்பு நேரத்திய உறவு மட்டுமே. ஏறக்குறைய நகரத்தின் பகட்டுடன் வருபவர்கள். சிறிய இடங்களிலிருந்து வருபவர்களைக் கொஞ்சம் தூரத்திலேயே அவர்கள் நிறுத்தி விடுகிறார்கள்.

வெகு நாட்களுக்குப் பின் அன்று பவிழத்தைப் பற்றி நினைத்த போது தன்னையறியாமல் மனதுக்குள் கலங்கிப் போனாள் காதம்பரி. அந்த நெருக்கம் எவ்வளவோ அழகானதாக இருந்தது. சில சாத்தானின் விரல் தொடலால் அந்த உறவு முடிந்திருக்க வேண்டியதில்லை.

புதிய இடத்திலிருந்து பவிழம் கடிதம் எழுதுவாள் என்று எண்ணி ஆரம்பத்திலெல்லாம் காத்திருந்தாள். அந்த விஷயத்தைப் பற்றி கோமதியும் பலமுறை கேட்டபோது ஏதேதோ சொல்லி விலகிக் கொண்டாள். கோமதிக்கோ அது கொஞ்சமும் புரியவில்லை. இந்த அளவுக்கு நெருக்கமான சிநேகிதிகளாக இருந்துவிட்டுப் போனவள் கடிதம் கூட அனுப்பாமல்...

போய் வசிக்கும் இடங்களையெல்லாம் வெறும் முகாம்களாக மட்டும் பார்க்க ஆசைப்பட்டிருந்தவளுக்கு கடைசியில் இந்த இடமும் அப்படித்தான் மாறியிருக்க வேண்டும்.

'அவள் இங்கே கடிதம் எழுதவில்லை என்றாலும் நீ அவளுக்கு ஒரு கடிதம் அனுப்பியிருக்கக் கூடாதா?' என்று ஒருநாள் கோமதி கேட்டாள்.

தனக்கு அவளுடைய முகவரி தெரியாதென்று காதம்பரி அலட்சியமாகச் சொன்னபோது கோமதியால் அதை நம்ப முடியவில்லை.

'அதுக்கு என்ன பிரயாசைப்படப்போறே. இங்குள்ள போஸ்டாபீஸ்ல போய் விசாரிச்சா அவ அம்மாவோட முகவரி கிடைக்குமில்லியா' என்று கோமதி கூறினாள்.

அதற்கு காதம்பரியிடமிருந்து பதில் இல்லை.

முதலில் கடிதம் அனுப்ப வேண்டியது தான்தான் அவளுக்கு அனுப்ப வேண்டும் என்று தெரியாமல் இல்லை. ஏறக்குறைய முட்டல்மோதல்களுடன் நீண்டதொரு கடிதம். தங்களைப் பிரித்த அந்த நிமிடத்தை சபிக்கும்படியான கடிதம்... அப்படியெல்லாம் பலமுறை யோசித்தவள்தான் காதம்பரியும்.

உடனே அதிலிருந்தெல்லாம் பின்வாங்கினாள். வேண்டாம். எல்லாம் ஒருமுறை முடிந்துவிட்டன. இனிமேல் மீண்டும் ஒருமுறை தொடங்கி வைக்கப் பார்க்க வேண்டாம். தொடங்கினால், ஒருவேளை மீண்டும் இரட்டிப்பு பிடிப்புடன் இறுக்கமாகி விடும் அந்த உறவு.

அன்றிரவு காதம்பரியால் முற்றிலும் தூங்க முடியவில்லை. மயக்கத்தின் அலைகளில் எழும்பியும் தாழ்ந்தும் படுத்திருக்கும் போது மிக அருகில் ஒரு இணக்கமான தொடலாகப் பவிழத்தை அவள் உணர்ந்தாள். மெத்தையில் மிக அருகில் கட்டிப் பிணைத்த வாறு பவிழம். அவளுடைய கைகள் தன்னை வளைத்து இறுக்கிக் கொண்டிருந்தன. அந்த மெலிந்து நீண்ட விரல்கள் எங்கெல்லாமோ வடிகட்டி ஊர்வதுபோல் இருந்தன. அவள் சப்தமாக மூச்சிழுக்கும்போது சுட்டெரிக்கும் காற்று தன் கன்னத்தில் உரசியது. முற்றிலும் பழக்கமில்லாத ஒரு ஆணின் நெடி உடம்பின்மேல் படர்ந்து ஏறின. காதம்பரி படுத்து துடித்தாள். உடல் முழுவதும் வெடித்துச் சிதறுவதுபோல் இருந்தது. இப்போது பவிழம் என்கூடவே இருக்கிறாள். எனக்கே மட்டுமான பவிழம்.

மிக அருகில் காதில் பவிழத்தின் நடுங்கும் குரல் கேட்டது.

'என்னை மறந்துடாதே, கண்ணு.' அக்குரலில் முன்பில்லாத ஒரு இனிப்பும் ஆழமும் உண்டென்று காதம்பரிக்குத் தோன்றியது.

அதற்கு என்ன என்னவோ பதில் சொல்ல வேண்டும் என்றும் தோன்றியது. ஆனால், அதற்குள் அவள் விழித்துவிட்டிருந்தாள்.

15

இப்படி ஒன்றை மகளிடம் சொல்வதற்காகவே அவள் வெகு நாட்களாகக் காத்திருந்ததுபோல், கடந்துபோன நாட்களை கையால் பிடித்துவந்து அடுக்கி வைப்பதற்கு முயன்று கொண்டிருந்தாள் கோமதி.

தாயின் கதையைக் கேட்பதற்காக காதம்பரியும் தயாராகி அமர்ந்திருந்தாள்.

'இது உண்மையான கதை. அதனால் சிரிக்க வேணாம்,' என்று தாய் ஆரம்பத்திலேயே சொல்லிவிட்டாள்.

சங்கரராமனுடன் குழந்தைப் பருவம் முதலே நெருக்கமாகத்தான் இருந்தோம். நான்கு மதில் கட்டுகள் அகலம் மட்டுமேயுள்ள இரண்டு வீடுகள். விளையாட்டுத் தோழமைக்கும் அப்பால் ஆரம்பத்தில் எல்லாம் அண்ணனின் இடத்தில்தான் சங்கரராமன் இருந்தார். அண்ணன் இல்லாத தனக்குப் பக்கத்து வீட்டிலேயே ஒரு அண்ணன்.

பின்பு அந்த நெருக்கத்தின் நிறம் பள்ளியில் படிக்கும் காலத்தில்தான் மாறியது. மனம் முழுவதும் பூத்துக் குலுங்கி நிற்கும் தாவணி பருவம். அப்போது தோழிகள் சொல்லக்கூடிய புராணக் கதைகளிலெல்லாம் ஓங்குதாங்கலாக, ஆண்மை மிக்கதொரு இளவரசன் இருப்பான். அவனைச் சுற்றிச் சூழ்ந்து கொண்டு அழகான சில இளவரசிகள். ஓலை வேய்ந்த பழைய டாக்கீஸ்களில் அப்போது பார்ப்பதற்குக் கிடைத்த புண்ணிய

புராண படங்களிலுள்ள நிகழ்ச்சிகளும் ஏறக்குறைய அப்படித்தான் இருக்கும்.

ஞானசௌந்தரி, ஆயிரம் தலைவாங்கிய அபூர்வ சிந்தாமணி, பாதாள பைரவி...

ஒளிரும் ரத்தினம் பதித்த கிரீடத்துடன் ஒரு இளவரசன். அவனை காதலிக்கும் அண்டை நாடுகளிலுள்ள எத்தனையோ இளவரசிகள். கடைசியில் ஒரு சுயம்வரம் நிறைந்த அரச அவையில் பெரிய வில்லைப் பூட்டி அம்பு தொடுப்பதற்குத் தயாராகும் வீரபராக்கிரம சாலியாக ஒரு இளவரசன். அவனுடைய விரல் முனையிலேயே கண்களைப் பதித்து மார்புத் துடிப்புடன் காத்திருக்கும் இளவரசி. அவளுக்கு அருகிலேயே ஒரு தங்கத் தாம்பாளத்தில் மணமாலை.

அவ்வாறு மெல்ல மெல்ல கோமதியின் கண்களிலும் சங்கர ராமனின் ஓவியம் மாறத் தொடங்கியது.

ஒருநாள் எப்படியோ அவனும் ரத்தினம் பதித்த கிரீடம் அணிந்த இளவரசனானான். அவள் மணப்பெண்ணாகத் தயாராகி சுயம்வரப் பந்தலில் மணமாலையுடன் காத்திருக்கும் இளவரசியானாள்.

சங்கரராமனோ, தன் விளையாட்டுத் தோழியின் மனதில் இந்தளவுக்கு வண்ணமயமான ஒரு படக்கதையின் உருவம் பெற்றிருந்த விஷயத்தை அறிந்தவனில்லை. அவனுடைய கண் களில் அவள் அப்போதும் அந்தப் பழைய செல்லப் பிள்ளைதான்.

இல்லேன்னாலும் வெளியூர்களிலுள்ள எத்தனையோ திரு விழாக்களுக்குப் போக முடிந்த நண்பர்கள் கூட்டம் உண்டாகி யிருந்த காலத்தில் ஒரு சின்னப் பெண் பிள்ளையின் கையில் இருக்கும் பூமாலையைப் பார்ப்பதற்கு நேரம் எங்கே இருக்கிறது?

கோமதியும் அதற்குள் கல்லூரியில் சேர்ந்து விட்டிருந்தாள்.

கல்லூரி சுற்றுச்சூழலில் அவளுடைய கனவுகளுக்கு இன்னும் கொஞ்சம் வண்ணப் பகட்டு உண்டாயிற்று. இளவரசனின் உடுப்புகளுக்குத் தங்க நிறம். கழுத்தில் பல அடுக்குகளாக முத்துமாலைகள். கிரீடத்திலும் கண்ணைப் பறிக்கும் ஒளியுடன் மூன்று இரத்தின கற்கள். அரசவையில் அவனுடைய பயிற்சி அரங்கேற்றங்களுக்கும் இப்போது முன்பைவிட வீரியம் இருந்தன.

சந்தமாமாவிலிருந்து ஆனந்த விகடனுக்கும் கல்கிக்கும் வாசிப்பு பழக்கம் அதிகரித்தபோது கதைகளிலுள்ள காட்சி களும் இன்னும் கொஞ்சம் வளம் பெற்றன. சங்கரராமன் பல

வடிவங்களிலும் வேடங்களிலும் கனவுகளில் வரத் தொடங்கினான். இரும்புத் தொப்பியும் இரும்புச் சட்டையும் அணிந்து நீட்டிப் பிடித்த குந்தத்துடன் குதிரைமேல் பாய்ந்து வரும் படை வீரன், ஜல்லிக்கட்டு வீரன், நாடோடி உடையும் லாட சாமியாருடையதுமான வேஷத்தில் ரகசியமாக அந்தப்புரத்தை அடைந்து, இளவரசியை சந்திக்கக்கூடிய வீரக் காதலன்.

இளவரசியின் மணமாலையிலுள்ள பூக்கள் வாடுவதற்குத் தொடங்கியும்கூட பாவம், சங்கரராமன் அது எதையும் அறிந்ததே இல்லை. ஆனால், தன் மகள் தானாகவே ஏற்பாடு செய்திருந்த சுயம்வர சபையைப் பற்றி அவளுக்கு முன்பாக அவளுடைய தாய் தெரிந்து வைத்திருந்தாள்.

கோமதி முதலில் கொஞ்சம் திகைத்தாலும் பின்பு தாயை தன்வயப்படுத்தக் கூடிய முயற்சியை மேற்கொண்டாள். தாயின் முகத்திலோ சந்தேகங்களின் மூட்டமும் மழை மேகமுமாக இருந்தன. தன்னைச் சுற்றிலும் பாதுகாப்பு வளையத்தை நீக்குவதற்கான பார்வைகளின் கூர்மையும் சக்தியும் அதிகரித்து வருவதை கோமதியும் அறிந்தாள்.

பொதுவாகவே நல்ல அடித்தளமும் அழகுமுள்ள கனவுகளாக கோமதியினுடையது இருந்தன. மிகவும் கடைசியில் படித்த சில கதைகளில் ஏறக்குறைய இப்படிப்பட்ட காட்சிகளெல்லாம் உள்ள கனவுகளை கண்டிருந்தாள். தன்னை நேசிக்கும் இளவரசியின் மனதை அறியாத இளவரசன், அவனுடைய கவனத்தை கவர்வதற்காக அவளும் தோழிகளும் சேர்ந்து ஆடும் சில நாடகங்கள்...

அதற்குள், அவள் பட்ட வகுப்பில் இறுதியாண்டுக்கு வந்து விட்டிருந்தாள். அதற்கிடையில்தான் கோமதியின் அப்பாவிற்கு மகளின் சில கோடைகால கனவுகளைப் பற்றிச் சிறியதொரு குறிப்பு கிடைக்கிறது. அதோடு ஆரம்பப் பள்ளியில் ஆசிரியராக இருந்த அப்பாவின் மனதில் மீண்டும் அந்தப் பழைய பிரம்பு கழிதுவளத் தொடங்கியது.

முதலில் அவருக்கு அது முற்றிலும் புரியவில்லை. பின்பு தன் மகளின் விவேகத்தைப் பற்றிதான் சில உருப்படியான சந்தேகங்கள் வந்தன. பொறுப்பில்லாமல் கோயில் திடல்களில் அலைந்து திரிகின்ற முனையும் வாலும் இல்லாத இளைஞன். நான்கு பேர் கூடும் இடங்களிலெல்லாம் அவனைக் காணலாம்.

ஆனால் அவனுடைய தந்தையின் பூக்கடையில் மட்டும் காண முடியாது.

பாவம் அனந்தராமன். மிகவும் கஷ்டப்பட்டு கட்டியெழுப்பிய வியாபாரம். அதைப் பார்த்து நடத்துவதற்கான திராணி இல்லாதவன் ஒரு குடும்பத்தை எப்படிக் காப்பாற்றுவான்?

அது மட்டுமல்ல; அவன் வெறும் மெட்ரிக்தான் படித்துள்ளான். அதுவும் மூன்றாவது அட்டம்ட். கோமதியோ படிப்பில் படு சுட்டி. பி.ஏ. பட்டம் பெறப் போகிறாள். அது முடிந்ததும் தூரத்திலுள்ள கல்லூரியில் எம்.ஏ.க்கு அனுப்புவதுதான் திட்டம். அப்பாவின் மிகப் பெரிய ஆசை அவள் கல்லூரிப் பேராசிரியராக ஆக வேண்டும் என்பதுதான். அதாவது தன்னுடைய மகத்தான தொழிலில் தன்னைவிட இரண்டு படி மேலாக அவள் மிளிர வேண்டும் என்பதுதான்.

இருந்தாலும் விஷயங்கள் கொஞ்சம் அப்பாவுக்கும் தெரிந்து விட்டதால் கோமதியைச் சுற்றி உயரமான முள்வேலிகளாகி விட்டன. நான்கு பக்கங்களிலும் ஒற்று வேலைகளும் சேர்ந்து விட்டன. பெரியதொரு சீடர்கள் கூட்டம் உள்ளதால் இந்த விஷயத்தில் அப்பாவுக்கு உதவுவதற்காக ஊரில் தயார்நிலை சேவகர்களாக ஏராளமான இளைஞர்கள் இருந்தார்கள். இல்லேன்னாலும் பலரும் நோட்டம் விட்டுள்ள, கோமதியைப் போல் ஒரு பார்ப்பதற்கு அழகான பெண் அந்த சோம்பேறியின் கூட செல்வதைத் தடுக்க வேண்டியது தங்களுடைய தார்மீக பொறுப்பு என்று பலரும் பார்த்துக் கொண்டிருக்கிறார்கள்.

மெல்ல மெல்ல தன் மனதிலுள்ள அப்பாவின் ஓவியம் தலை கீழாவதை கோமதி அறிந்தாள். அப்பாவுக்கு இப்போது கல்கி கதையிலுள்ள கொடூரமானவனும் குடிகாரனுமான மகாராஜாவின் உருவம்தான் உள்ளது. மகளின் காதலனை சிறையில் அடைப்பதற்கு உத்தரவிடும் குரூரமானவனாக இருக்கிறார்.

உண்மையில் இந்த தலைமையாசிரியர் அப்பா, முதலில் தலைமை ஆசிரியரா அல்லது அப்பாவா? கோமதிக்குப் பெரும் சந்தேகமாயிற்று.

கோமதியின் தாய்க்கோ சிறிதுகூட சந்தேகம் இல்லாமலிருந்தது. முதலாகவும் முடிவாகவும் அப்பா தலைமை ஆசிரியர்தான். பின்புதான் இடையில் எங்கேயோ ஒரு சின்ன அப்பா.

கோமதியின் அம்மா நினைத்து நினைத்துச் சிரித்து தளர்ந்து கொண்டிருந்தாள்.

‘அந்த சோம்பேறி சங்கரராமன் இளவரசனா?’அம்மா சிரிக்கும் போது கோமதி வாயைப் பொத்திக் கொள்ளப் பார்த்தாள். தெய்வீகமான காதலின் நேர்மையை இவர் எப்படி அறிவார்?

இருந்தாலும், அம்மா அப்பா ஆகியோரின் தொடர்ச்சியான பேச்சுக்களை கேட்டதாலோ என்னவோ, கனவுகளில் நுழையும் சங்கரராமனின் உருவம் மெல்ல மாறுவதை கோமதி உணர்ந்தாள்.

அவன் இப்போது ஒரு நாடோடி பாடகன். கையில் ஒரு புல்லாங்குழலுடன் அலைந்து திரியும் நாடோடி. நீளமாக வளர்க்கப்பட்டு பரவலாகப் பறந்து திரியும் முடி. சோர்ந்து வறண்டு போன முகம். மேல் சட்டையே இல்லை. ஆக மொத்தத்தில் சிகப்பு பருத்தி துணியால் நெய்யப்பட்ட இடை வேட்டி மட்டும் தான் அவனுடைய வேஷமாக இருந்தது.

மலையடிவாரங்களிலும் புல்மேடுகளிலும் ஆற்றங்கரையிலு மெல்லாம் அமர்ந்து அவன் அப்படியே புல்லாங்குழல் வாசிப்பான். அந்த நாத வெள்ளத்தில் மயங்கி செம்மறியாட்டு மந்தைகள் சுற்றிலும் கூடும். அதன் அலைகளில் பள்ளத்தாக்குகள் பூத்துக் குலுங்கும்.

நல்ல நிலா உள்ள ஓர் இரவில் அரண்மனை மதிலுக்கு வெளியிலிருந்து ஒழுகி வந்த இசை அந்தப்புரத்திலுள்ள இளவரசியின் காதில் சென்றடைகிறது. ஜன்னல் வழியாக எட்டிப் பார்த்தபோது அவள் அந்த பாவப்பட்ட நாடோடி பாடகனை காண்கிறாள்.

‘அப்பப்பா ஜோர்! பிரமாதமான கதை.’ காதம்பரி விரலைக் கடிக்கிறாள்.

அதைக் கேட்காததுபோல் கோமதி தொடர்ந்தாள்.

‘ஆனந்த விகடனில் அக்காலத்தில் வந்த ஒரு கதையிலிருந்து அங்குமிங்குமாகச் சில சின்ன மாற்றங்கள் மட்டும்தான் மகளே!’

‘இப்போது பரவாயில்லை. கேட்பதற்கும் சுகமாக இருக்கு.’ கோமதியின் தாய் தலையைக் குலுக்கினாள்.

‘முறைப்படி இரண்டு வரி கீர்த்தனத்தை முணுமுணுக்கவோ, புல்லாங்குழல் ஊதவோ ஒன்றும் தெரியவில்லை என்றாலும் அந்த மண்டையிலிருந்து கிரீடத்தை இறக்கிவிட்டு, இளவரச னிலிருந்து நாடோடி பாடகனாக்குவதற்கான உயர்ந்த மனதை யாவது நீ காட்டிவிட்டாயே. பாடத் தெரியவில்லை என்றாலும் நாடோடிதானே அவன்.’

அம்மா மகளிடம் சொன்னாள்:

ஆனால், கொஞ்சம்கூட விட்டுக்கொடுக்கத் தலைமை ஆசிரியர் அப்பா தயாராக இருக்கவில்லை.

'இம்பாஸிபிள்!' தலைமை ஆசிரியர் அப்பா உச்சத்தில் அலறினார். 'அவனைப் பாடகனாக்குவது இசைக்கே அவமானம். அவனை வைத்து புல்லாங்குழல் வாசிக்க வைப்பது மூங்கில் காடுகளுக்கே அவமானம்.'

இருந்தும், கொஞ்சம் பிடிவாதத்துடன் மேலும் சில நாட்கள் வரை சங்கரராமனை அந்த நாடோடி பாடகனின் உருவத்திலேயே மனதில் வைத்து திரிந்தாள் கோமதி.

சங்கரராமன் இந்த ஆர்ப்பாட்டங்கள் எதையும் அறியாமல் உல்லாசமாக இருபது மைல் தொலைவிலுள்ள கோயில் திடலில் அமர்ந்து தோல் பாவைக் கூத்து பார்த்து ரசித்துக் கொண்டிருந்தான்.

தாயின் கதையைக் கேட்டு தலையில் கையை வைத்து சிரித்துக் கொண்டிருந்தாள் காதம்பரி. யாரும் காணாத கனவுகளை அம்மாவால் காண முடியும். அதை கதையாகச் சொல்லி பலன் பெறவும் தெரியும்.

'ஆனா ஒன்னு மட்டும்மா. அப்பாவை அந்த நாடோடி பாட கனைவிட ஒரு இளவரசனாகப் பார்க்கத்தான் எனக்கு விருப்பம்' என்று காதம்பரி தாயிடம் கூறினாள்.

கிரீடம் தரித்து மின்னும் ஆடையாபரணங்கள் அணிந்த சங்கரராமனை கண் முன்னே பார்த்து மிகவும் ரசித்து கைத்தட்ட தொடங்கினாள் காதம்பரி.

'பலே, பலே! இந்த வேஷத்தில் பிரமாதமா இருக்காரு. அப்பா ஒரு சரியான ராஜபார்ட் ராஜமாணிக்கம்தான்.'

காதம்பரியால் சிரிப்பை அடக்க முடியவில்லை. சிரித்துச் சிரித்து தொண்டை அடைத்தது. கண்களில் கண்ணீர் நிறைந்தது.

கோமதி அதை முற்றிலும் விரும்பவில்லை.

'சிரிக்க வேணாம். இது உண்மையான கதை. நான் சீரியஸ்ஸா தான் சொல்றேன்' என்று தாய் மகளுக்கு எச்சரிக்கைச் செய்தாள்.

தொடக்கம் எப்படியிருந்தாலும் கதையின் முடிவை காதம்பரிக்கு நன்கு உணர்த்தினாள். இரண்டு வீட்டார்களின் எதிர்ப்பைப் பொருட்படுத்தாமல் கடைசியில் அந்த சங்கரராமனை நெட்டித்தள்ளி கல்யாணப் பந்தல் வரை கொண்டுவந்து சேர்த்தது கோமதியின் பிடிவாதம் மட்டும்தான். கூட்டத்தில் இரண்டு உண்ணாவிரதங்கள். காவி உடுக்கப் போகிறேன்

என்றும், ஆற்றில் குதிக்கப் போகிறேன் என்றுமான பலமான பயமுறுத்தல்கள்.

அவள் எப்போது எம்.ஏ. முதலாண்டின் நடுவில் இருந்தாள். கல்யாணம் கழிந்தால் நகரத்திலுள்ள அந்த கல்லூரிக்குப் போய் படிப்பதற்கு அவர்கள் விடுவார்களா என்பதுதான் அப்பாவின் கேள்வியாக இருந்தது. விடவில்லை என்றாலும் குழப்பம் ஒன்றும் இல்லை என்று கூறிவிட்டாள் கோமதி.

இருந்தாலும் நாட்டு நடப்பையொட்டி திருமண அழைப் பிதழில் கோமதியின் பெயருக்கு நேராக பி.ஏ. என்று போடும் போது தன்னுடைய பெயருக்கு நேராக பூர்த்தி செய்ய எழுத் துக்கள் ஒன்றும் இல்லையே என்னும் சங்கடம் சங்கரராமனுக்கு ஏற்படவில்லை. அது மட்டுமல்ல, அழைப்பிதழைக் கண்ட வர்களில் சிலரையாவது பையன் பெரிய ஸ்டைலில் தன் பட்டங்களைப் போடவில்லையோ என்று நம்ப வைக்கவும் செய்தான்.

திருமணம் முடிந்து கிராமத்து முறையை அனுசரித்து தாராள மான அழுகைகளுடன் கோமதி நான்கு மதிலுக்கு அடுத்துள்ள கணவனின் வீட்டிற்குச் செல்ல விடைபெறும்போது தலைமை ஆசிரியர் அப்பா அவளை அருகில் அழைத்தாள். அந்த நேரத்தில் அவருக்கு ஒரு நூறு வயதான தலைமை ஆசிரியரின் முகமாக இருந்தது.

'இத பாரு, கோமதி. இது நீயாவே ஏற்படுத்திக்கிட்ட உறவு. இதுல அம்மா அப்பாக்கள் வெறும் சாட்சிகள்தான். இருந்தாலும், இனிமேல் மாப்பிள்ளை வீடுதான் உன்னுடைய வீடும். பெரும் பிடிவாதக்காரியான நீ இனிமேல் மாப்பிள்ளையைப் பற்றிய ஒவ்வொரு சின்னச் சின்னப் புகார்களுடன் இந்த படியேறி வரக் கூடாது. வந்தால், கட்டாயம் நோ எண்ட்ரிதான்.'

அப்பா யூகித்தது ஏறக்குறையச் சரியாகவே இருந்தது. அந்த நான்கு வீடுகளுக்கான இடைவெளி இரண்டு வித்தியாசமான உலகங்களுக்கிடையிலான இடைவெளி என்று புரிந்துகொள்ள அதிக நாட்கள் தேவைப்படவில்லை.

எல்லாவற்றையும் பொறுத்துக்கொள்ள தொடங்கியதுடன் ரத்தினம் பதித்த கிரீடமும் புல்லாங்குழலும் இல்லாத உண்மை யான சங்கரராமனை தெளிவாகக் காணமுடிந்தது. இளவரசனோ நாடோடி பாடகனோ இல்லாத ஒரு வகை சங்கரராமன். அந்தப் பெரிய அடையாளம் தெரிந்ததில் கோமதிதான் கொஞ்சம் துடித் தாள். பின்பு வெகுவாகச் சங்கடப்பட்டாள், தலைமை ஆசிரியர்

அப்பா சொன்ன மாதிரி தேர்ட் அட்டெம்டிலுள்ள மெட்ரிக் குக்கும், எம்.ஏ. முதலாண்டுக்கும் இடையே எங்கெங்கெல் லாமோ சில பொருத்தமில்லாமை.

ஒரு இரண்டு வாரம் செல்வதற்குள் புகார்களின் கட்டு பெரிதாகி வந்தன. முதலில் சண்டை போட வேண்டுமென்று கலவரமான ஆசை உண்டென்றாலும் அதற்கு சங்கரராமன் நின்று எதிர்கொள்ள வேண்டுமல்லவா? காலையிலேயே எங்கேயாவது வெளியேறிவிட்டால் திரும்பி வருவது என்னவோ பல சமயங் களிலும் மாலை வெகுநேரம் கழித்துதான்.

அவ்வாறு கடைசியில் அவள் தலைகுனிந்து தன் வீட்டுப் படி யேறினாள்.

அந்த வருகையை தலைமை ஆசிரியர் தூரத்திலிருந்தே கண்டு விட்டார். அதனால் முற்றத்தில் நின்றே உரக்கக் கூப்பிட்டுச் சொன்னார்:

'ஸ்டாப், நோ என்ட்ரி!'

அந்த நேரத்தில் தலைமை ஆசிரியர் அப்பாவின் கையிலுள்ள அந்த கண்களுக்குப் புலப்படாத பிரப்பங்கழி காற்றில் துடிப்பதை கோமதி பார்த்தாள். ஊரில் ஒரு மூன்று தலைமுறையைச் சேர்ந்தவர்களுக்கெல்லாம் நன்கு அறிமுகமான, இருபக்கமும் பித்தளைப் பூண் கட்டிய புகழ் பெற்ற பிரப்பங்கழி. அது விழும் இடங்களிலெல்லாம் பூகோள படத்திலுள்ள கோடுகளைப்போல் அப்பட்டமான தழும்புகளாக இருக்கும்.

உதட்டோரத்தில் துளிர்த்த சிரிப்புடன் அவள் கேட்டைத் திறக்க பார்க்கும்போது கேட்டின் உள்ளே கோத்ரேஜ் பூட்டு போட்டு பூட்டப்பட்டிருந்தது.

சாவிக்கொத்தின் வளையத்தை சுட்டு விரலில் மாட்டி சுற்றிக் கொண்டே தலைமை ஆசிரியர் உச்சஸ்தாயில், 'நீ மாப்பிள்ளை யோடு சேர்ந்து வா. அப்புறம் நான் கேட்டை ஓப்பன் பண்றேன்...' என்று சொன்னார்.

அந்த இரைச்சலை கேட்டு வாயிற்படியோரம் வந்த பக்கத்து வீட்டார்களுக்குக்கூட தெரிய வேண்டும் என்பதற்காக, ஊரிலேயே முதன்முதலான தலைமை ஆசிரியரின் மனந்திறந்த பரப்புரையாக இருந்தது.

சத்தமில்லாமல் பிரிந்து போகும்போது பக்கத்து வீட்டார்கள் தங்களுக்குள் முணுமுணுப்பது கேட்டது:

‘ஹெட்மாஸ்டர் எப்போதுமே ஹெட்மாஸ்டர்தான். இந்த அப்பா கிப்பா உறவெல்லாம் அதுக்குப் பின்னாடிதான்...’

இதே காட்சியின் மறு ஒளிபரப்பாக மறுபடியும் இரண்டு தவணைகள் நிறைவேறின.

அவ்வாறு, தனக்கும் தந்தைக்கும் இடையிலான இந்த கோத்ரெஜ் சாவியின் பலத்தைப் பற்றி நன்கு உணர்ந்ததுடன் கோமதி கொஞ்சம் ஒதுங்கிவிட்டாள். பின்வாங்கியும் விட்டாள்.

பழைய விஷயங்களை எல்லாம் நினைத்துப் பெருமூச்சு விட்டுக்கொண்டிருந்தாள் கோமதி.

‘உண்மையில் அப்போது தலைமை ஆசிரியர் அப்பா சொன்னது மிகப்பெரிய உண்மையாகிவிட்டது. அப்பா எவ்வளவோ பெரிய மனிதர். அன்று அப்பா அந்தக் கேட்டைத் திறந்து விட்டிருந்தால் அது என் குடும்ப வாழ்க்கையின் முடிவாகவே இருந்திருக்கும். உன் அப்பாவின் குணம்தான் உனக்குத் தெரியுமே. பின்பு அந்த படியேறி வந்து என்னை அழைத்துக்கொண்டு போக என்னிக்காவது உன் அப்பா மெனக் கிட்டு இருப்பாரா?’ என்றெல்லாம் கோமதி மகளிடம் கூறினாள்.

அது உண்மைதான் என்பதுபோல் காதம்பரி தலையாட்டினாள்.

‘இப்போது நீ பார்க்கும் வகையில் அன்றைய சங்கரராமன் ஒன்றுமில்லை. அவரை கொஞ்சமாவது மாற்றிக்கொண்டு வர முடிந்தது ஒரு நாடகக் காட்சியை வெல்வதைவிட பெரியதொரு விஷயமாக இருந்தது. இப்போது எவ்வளவோ மாறி இருக்கிறார். எவ்வளவோ விலகி இருக்கிறார். அதற்குப் பின்புதானே அந்த கேட்டிலுள்ள பூட்டைத் திறக்க எங்க அப்பாவும் சம்மதித்தார்.’

கோமதி சொல்லி நிறுத்தினாள்.

ஆனால், இது உண்மையான கதை என்று அம்மாவே ஆதார மாக்கிய அந்த புராணக் கதை தன்னைக் கொஞ்சம் கூட கவர வில்லையே என்பதை நினைத்துக் கொண்டிருந்தாள் காதம்பரி.

‘அந்த வயதில் கிராமப்புரத்தைச் சேர்ந்த ஒரு சாதாரண பெண் பிள்ளை படக்கதையில் வரும் கதாநாயகியின் முகத்தில் தன் முகத்தைஒட்டி வைப்பதில்பொருத்தமில்லாமல்இருக்கவில்லை. ஆனால், இப்போது அதே வயதில், மிக அருகாமையிலுள்ள வீட்டிலிருந்து அப்படியொரு படக்கதையை மனதில் வரைவதற்கு என்னால் முடியாதல்லவா’ என்றாள் காதம்பரி.

'நீங்களெல்லாம் இன்னும் கொஞ்சம் பிராக்டிக்கலானவங்கன்னு எனக்குத் தெரியும்' என்றாள் கோமதி.

'உண்மையாக இருக்கலாம். அப்படின்னா, வித்தியாசமான கனவுகளைக் காணக்கூடிய திறமையொன்றையும் நாங்கள் இழக்கவில்லை.'

கோமதி வெறுமனே தலையாட்டினாள்.

'ஆனால் எனக்கு ஒரேயொரு குற்றச்சாட்டுதான் உள்ளதும்மா. அந்த இளவரசனுக்கும் நாடோடி பாடகனுக்குமெல்லாம் நீங்க தேவைக்கு மேலேயே மார்ஜின் கொடுத்துட்டீங்க என்பதுதான் உண்மை. கனவிலும், வாழ்க்கையிலும் ஒரே மாதிரி ஏராளமான மார்ஜின்கள் உள்ளன.'

சிறிது நேரம் நிறுத்திவிட்டு காதம்பரி தொடர்ந்தாள்:

'அதாவது நீங்க எம்.ஏ. முதலாண்டின் விவகாரத்தை கண்டிப்பா பயன்படுத்தவில்லை என்பதுதான் உண்மை. அப்புறம், ஹெட் மாஸ்டர் தாத்தா தந்த அந்த பெரிய வெளிச்சமும் மன உறுதியும் நிஜம்.'

'உன் அப்பாவின் குணம் உனக்கு நல்லாவே தெரியுமில்லையா. கல்யாணமான பொண்ணுக்கு மிகவும் முக்கியம் தன்னுடைய தாலியைக் காப்பாற்றிக் கொள்ளணும் என்கிறதுதான். அது முடிந்தபின்தான் மற்ற பெரிய காரியங்களும் வருகின்றன.'

'நான்சென்ஸ்!' என்ற காதம்பரியின் குரல் உச்சமடைந்தது. 'படக்கதைகளில் வரும் கதாபாத்திரங்கள் மண்ணுக்கு இறங்கி வரும்போது வேர் ஊன்றாததின் குழப்பம்தான் இது. ஜகதலப் பிரதாபனும், ஆயிரம் தலைவாங்கிய அபூர்வ சிந்தாமணியு மெல்லாம் கேட்பதற்கு சுவையான கதைகள்தான். ஆனால், இன்றைய வாழ்க்கையில் அவர்களுக்கெல்லாம் வேறு வடிவமும் குணமும் கிடைக்கின்றன. அதனால்தான் அந்த புராணக் கதை களினுடைய ஒரு ரீமேக் இன்றைய காலக்கட்டத்தில் தேவைப் படுவதாக இருக்கிறது.'

'அப்போ இந்த தாலி பாக்கியம்னு சொல்றது அவ்வளவு சின்ன விஷயம் என்றுதான் நீ சொல்றியா?'

'சின்னதொன்னுமில்ல. ஆனால், அந்தளவுக்குப் பெரியது மில்ல. தாலி கட்டியவனுக்கு அதற்கான அருகதை இல்லேன்னா அந்த மஞ்சள் சரடுக்கு மட்டும் என்ன விலை இருக்கப் போவுது? கட்டித் தொங்குவதற்கான கூடு அல்லவே அது.'

அதைக் கேட்ட கோமதி மெல்லச் சிரித்தாள்.

‘இந்த வயதில் அப்படியெல்லாம் சொல்லுவதற்கு எளிதுதான், கண்ணு. வயது தவறியும் கழுத்தில் தாலி விழாத பெண்ணின் மனதிலுள்ள வேக்காட்டை அனுபவித்தவர்களுக்குதான் அது தெரியும்.’

‘அதையொரு வேக்காடாக காணாதவர்களும் இன்றைய காலத்தில் கண்டுகொள்வார்கள்.’

கொஞ்சம் பயத்துடன் மகளின் முகத்தைக் கேள்வி கேட்கும் தோரணையில் கோமதி நோக்கினாள்.

காதம்பரியோ ஒருமுறை கண்களை மூடி திறந்துவிட்டு தொடர்ந்தாள்.

‘இது ஆம்பிளைகளின் உலகம் என்று சொல்லக் கேட்டு பழகிக் கொண்டோம். ஒரு ஆண் துணை இல்லாமல் ஒரு பொண்ணு தனியா வாழப் புறப்பட்டால் என்ன? தைரியமானவள் என்று சொல்வார்கள், இல்லையா? அதுபோல ரெண்டு பெண் பிள்ளைகள் நல்ல தோழிகளைப் போல் ஒன்றிணைந்து வாழத் தொடங்கினால்..?’

‘கண்ணு, நீ என்ன சொல்றே?’

கோமதி மகளை உறுதியாக நோக்கினாள். தாயின் முகத்தில் பயம் அதிகரித்தது. இவ என்ன இப்படியெல்லாம் சொல்றா?

‘அது என்னோட விஷயம்னு சொல்லலியே நான்? ஆமாம், இனிமே அது என் விஷயம்தான்னு சொன்னா, அதிலென்ன தப்பு?’ என்று மகள் நினைவூட்டினாள்.

கோமதியால் சட்டென்று பதில் சொல்ல முடியவில்லை.

அவ்வாறு சொல்லி நிறுத்தியபோது அது வெறுமனே ஒரு போலியானவாசகத்துக்குஅப்பால்மனதில்எங்கேயோதீப்பிடித்து நிற்பதாகக் காதம்பரிக்குத் தோன்றியது. பலசமயங்களிலும் அது அப்படித்தான். மனதின் அடித்தட்டிலிருந்து தன்னையறியாமல் எழும்பி வரும் வார்த்தைகளுக்கு உத்தேசிப்பதைவிட அதிகமாக கூர்மையும், குறிக்கோளும் கிடைக்கின்றன.

தாயின் முகம் அசாதாரணமாவதைக் கண்டதும் சமாதானப் படுத்துவதுபோல் காதம்பரி அவளுடைய தோள்மேல் கையை வைத்தாள்.

ஆனால், இப்போது அதுவொரு ஆறுதல் அளிப்பதுபோல்கூட இல்லையே என்று கோமதி நினைத்துக்கொண்டாள்.

16

ஒருநாள் பிள்ளையார் கோயிலின் பிரதட்சண வழியில் வைத்து தான் பழைய முத்துலட்சுமியைக் காதம்பரி பார்த்தாள். பள்ளியில் சீனியர் வகுப்பில் பெரிய கண்ணாடி அணிந்து வந்து படித்தவள், யாரோடும் அதிகம் பேசாமல் எப்போதும் எல்லோரிடமிருந்தும் விலகி இருக்க முயன்று கொண்டிருந்த முத்துலட்சுமி. அவள் இப்போது மதுரையில் ஒரு புகழ்பெற்ற கல்லூரியில் படிக்கிறாள். எந்தவொரு புரொபஷனல் கோர்சிலும் சேருவதற்கான மதிப்பெண் இருந்தும், தான் எடுத்திருப்பது தமிழ் இலக்கியம் என்று முத்துலட்சுமி மிகவும் மதிப்புடன் சொன்னாள்.

காதம்பரி அவளைச் சிறிது ஆச்சரியத்துடன் பார்த்தாள். டாக்டருக்குப் படிக்க முடியாத சங்கடத்தை இப்போது மனதில் வைத்து திரிபவர்களின் இடையே இப்படியும் ஒரு சில பெண் பிள்ளைகள் இருக்கிறார்கள்.

எம்.ஏ.வை முடித்துவிட்டு சங்க கால இலக்கியங்களைப் பற்றி ஆராய்ச்சி நடத்துவதுதான் தன்னுடைய குறிக்கோள் என்று முத்துலட்சுமி சொன்னாள். காதம்பரியின் எதிர்காலத் திட்டங்களைப் பற்றிக் கேட்டபோது அவளால் ஒன்றும் சொல்ல முடியவில்லை. உண்மையில் அப்படிப்பட்ட வகையில் இதுவரை எதுவும் ஆலோசிக்கவே இல்லையே. சங்கரராமனும் கோமதியும் மகளின் படிப்பு விஷயத்தில் கொஞ்ச நாட்களாக எதுவுமே விசாரிப்பதில்லை. பன்னிரண்டாம் வகுப்புத் தேர்வு சிதைத்த உற்சாகம் இனிமேல் அவர்களுக்குத் திரும்ப கிடைக்கும் என்ற ஆசை காதம்பரிக்கு இல்லை.

ஏதாவது ஒரு பொருளில் பட்டம் வாங்க வேண்டும். பின்பு எங்கேயாவது ஒரு சின்ன வேலை. அவ்வளவுதான், இப்போது காதம்பரியின் மனதில் உள்ளது.

இல்லேன்னாலும் அந்த அளவுக்குத்தான் காதம்பரி போன்ற வர்களுக்கு ஆசைப்படுவதற்கான தகுதி உள்ளது என்று அவள் மனதிற்குள் நினைத்தாள்.

இவ்வாறு பலவற்றையும் பேசியவாறு பிரதட்சணம் செய்யும் போது பவிழத்தை எங்கேயோ வைத்து பார்த்த விஷயத்தை முத்துலட்சுமி நினைவூட்டின.

பவிழம்! இன்னும் ஒருமுறை பவிழம்! காதம்பரி அவளைப் பற்றி மார்புத் துடிப்புடன் நினைத்தாள்.

அவள் மொத்தமாகவே மாறி இருக்கிறாளாம். பின்னாலிருந்து பார்க்கும்போது முத்துலட்சுமியால் சட்டென்று அடையாளம் காண முடியவில்லையாம். முடியை பாப் கட் பண்ணி, ஜீன்ஸூம் டாப்புமாக ஒரு அசாதாரண உருவம், அவள் இப்போது ஏதோ ஒரு கம்பெனியில் ரிஸப்ஷனிஸ்டாக வேலை செய்கிறாள். படிப்பையெல்லாம் ஏறக்குறைய நிறுத்திவிட்டது போல்தானாம். சென்னையிலுள்ள ஒரு கால் சென்டரில் இன்னும் கொஞ்சம் மெச்சப்பட்ட பணி கிடைப்பதற்கு வாய்ப்பு உண்டாம்.

எல்லாம் அந்த மார்க்காண்டனியின் அனுக்கிரகம் என்று அவள் சிரித்துக்கொண்டு சொன்னபோதுதான் அந்தப் பழைய பவிழத்தை உண்மையிலேயே நினைத்துக் கொண்டேன் என்று முத்துலட்சுமி சொன்னாள். தன்னுடைய கீழ்வகுப்பில் அவள் இருந்திருந்தாலும், பவிழத்தின் அண்டப் புளுகு ஆகாசப் புளுகுகளைக் கேட்டு நல்ல அறிமுகமுண்டு.

சில பழைய கதைகளை அவள் விவரிக்கத் தொடங்கியபோது காதம்பரிக்கு அதிசயமாகிவிட்டது. மதுரை கல்லூரியில் சேர்ந்ததற்கு பின் முத்துலட்சுமியும் கலகலப்பாகப் பேசத் தொடங்கி இருக்கிறாள். இருந்தாலும் அந்தப் பழங்கதைகளை யெல்லாம் கேட்பதற்கு காதம்பரிக்கு முற்றிலும் ஆர்வமில்லாமல் இருந்தது.

பவிழத்தைப் பற்றி ஒவ்வொன்றையும் கேட்டபோது தன்னு டைய மனதில் என்னவோ துடிப்பதைக் காதம்பரி உணர்ந்தாள். அவளுக்குத் தெரிய வேண்டியது இப்போது வேறொன்றாக இருந்தது.

பவிழம் தன்னைப் பற்றி ஏதாவது விசாரித்தாளா?

முத்துலட்சுமியின் முகம் வாடியது.

'விசாரிக்கவில்லை. ஆனால் நான் அவளிடம் கேட்டேன். காரணம் உங்களின் நட்பைப் பற்றி கொஞ்சம் தெரியும்' என்று முத்துலட்சுமி சொன்னாள்.

'அப்புறம்?' காதம்பரியின் சப்தம் பொங்கியது.

'அவளுக்குச் சுத்தமாக நினைவிலில்லையாம். எந்த காதம்பரி? தன் வகுப்பிலா அவள் இருந்தாள் என்றெல்லாம் அவள் கேட்டாள்.'

அதுபற்றி ஒன்றும் பேசாமல் தலை குனிந்து நின்று கொண்டிருந்தாள் காதம்பரி. அவளைப் பற்றிக் கேட்காமல் இருந்திருக்கலாம். எந்தவொரு விஷயமுமில்லாமல் மனம் இப்போது கஷ்டப்படுகிறது.

அதுவொரு நினைவு தவறல் இல்லையென்பது முத்துலட்சுமிக்கு நல்லாவே தெரியும். சில வருடங்கள் ஒரே வகுப்பில் அடுத்தடுத்த இருக்கைகளில் அமர்ந்து படித்த மிக நெருங்கிய தோழியை அவ்வளவு சீக்கிரத்தில் பவிழத்தால் மறக்க முடியுமா?

'என்ன காதம்பரி, ஏதாவது ப்ராப்ளமா?' என்று விசாரித்தாள் முத்துலட்சுமி.

'இல்லக்கா, ஒன்னுமில்ல.'

விலகிச் செல்ல எத்தனித்தபோது பவிழம் சொன்னதின் பொருளை சுத்தமாக காதம்பரியால் புரிந்துகொள்ள முடிய வில்லை.

முத்துலட்சுமி மேலும் ஏதாவது சொல்வதற்கு முன்பு, அங்கிருந்து தப்பிக்க வேண்டுமென்று காதம்பரிக்குத் தோன்றியது.

அவசரமாகத் திரும்பி நடப்பதற்கு முன் அவள் மீண்டும் பிள்ளையார் கோயிலின் நடையை அடைந்தாள். கண்களை மூடி தொழுதவாறு சிறிது நேரம் அப்படியே நின்றாள். பின்பு மூன்று முறை தோப்புக் கரணம் போட்டாள்.

'எல்லாம் பிள்ளையாரின் கருணை. ஒரு வகையில் பிள்ளையார் என்னைப் பலரிடமிருந்தும், பல ஆபத்துகளிடமிருந்தும் காப்பாற்றி தான் இருக்கிறார்,' என்று அவள் நினைத்துக் கொண்டாள்.

‘திக்கற்றவங்களுக்குத் தெய்வம் துணைன்னு அலமேலு பாட்டி சொல்றதுண்டு. ஆனால், எனக்கு இப்போது அதையும் திருத்த ணும்னு தோணுது.’

‘திக்கற்றவங்களுக்கு அவங்கவங்களேதான் துணை.’

காதம்பரி அதையே பலமுறை முணுமுணுத்தாள்.

நல்ல வெயில். சித்திரை மாதத்தின் இறுதிக் கட்டம். அக்னி நட்சத்திரம் எரிந்து கொண்டிருந்த நாட்கள்.

வழக்கத்திற்கு அதிகமாக எரிந்து கொண்டிருந்த பகலின் வேக்காட்டை பொறுக்க முடியாமல்தான் மாலையில் காதம்பரி குளியலறைக்குள் செல்வது தெரிந்தது. குளியலறை அடுக்களை சுவரோடு இணைந்திருந்தது. தண்ணீர் விழும் சப்தத்தைக் கேட்கும்போது கோமதி அடுப்பில் தீ மூட்டிக் கொண்டிருந்தாள்.

திடீரென்று குளியல் அறையிலிருந்து காதம்பரியின் உரத்தக் குரலில் அழுகைச் சப்தம் கேட்டது. எதையோ பார்த்துவிட்டு பயந்தது போன்ற அழுகை. பெரும் குழப்பத்துடன் கோமதி இறங்கிச் செல்வதற்குள் பாதி குளியல் முடித்துவிட்டு, நனைந்தது உடம்போடு ஒட்டிய உடையுடன் சமையலறைத் திண்ணைக்கு ஓடி நுழைந்து கொண்டிருந்தாள் காதம்பரி. அவிழ்த்துவிட்ட ஈர முடியிலிருந்து நீர் சொட்டுச் சொட்டாக விழுந்தது. குழப்பத்தில் மார்பின்மேல் வாரிச் சுருட்டிய சிகப்பு துண்டுக்கு மேல் சோப்பு நுரையும், வியர்வையும் இருந்தன.

நனைந்த உடைகளுடன் தாயின் மார்பின்மேல் விழும்போது அவளுக்கு விம்மலை அடக்க முடியவில்லை.

‘என்னம்மா, என்னாச்சு?’ மகளைச் சேர்த்து அணைத்துக் கொண்டாள் கோமதி. கன்னத்திலும் கழுத்திலும் எல்லாம் சோப்பு நுரையின் ஈரமும் மணமும் இருந்தன.

மார்பின்மேல் புதைந்து கிடக்கும் உதடுகள் விரியவில்லை. நிலைக்காத விம்மல் மட்டுமே வந்தது. ஈர முடியிலிருந்து வடியும் நீரில் தாயின் சேலை முழுவதும் நனைந்தன. கால் பாதத்தில் தெளிந்த கண்ணீர் போல் விழுகின்றன நீர்த் துளிகள்.

இருவரும் அதேபோல் வெகுநேரம் நின்றிருக்க வேண்டும். எதற்கென்று தெரியாமல் அவளுடைய உச்சந்தலையில் வெறுமனே தடவிக் கொண்டிருந்தாள் தாய். அந்த தடவுதலின் அமைதியில் காதம்பரியின் கண்கள் எரிந்தன.

சிறிது நேரம் கழிந்து எதுவும் பேசாமல் முகத்தை அழுத்தித் துடைத்து காதம்பரி உள்ளுக்குள் நடப்பதைப் பார்த்தாள். தலையைத் துவட்டி, உடையை மாற்றி, முடியைக் கோதி வைத்து மீண்டும் அடுக்களைத் திண்ணையில் அமரும்போது அவளுடைய முகம் அலை அடங்கி அமைதி அடைந்திருந்தது. அப்போது உடலிலுள்ள வியர்வையின் ஈரம் அவளை மிகவும் அலட்டுவதாக இருந்தது.

அம்மா பின்னால் வந்து நிற்பதைக் கண்டாலும் மகள் எதுவும் பேசவே இல்லை. இப்போது இந்த அம்மாவிடம் சொல்ல எனக்கு ஒன்றும் இல்லையே என்று அவள் நினைத்தாள்.

அம்மா தோளின்மேல் கையை வைத்தும்கூட அவள் அசையவே இல்லை.

கோடை காலத்தின் மற்றொரு பகல் எரிந்து அடங்கி கொண்டிருந்தது. பொடியை வீசியவாறு ஒரு உஷ்ணக் காற்று அடித்துப் புரண்டு உள்ளே வருகிறது. குளித்தும் வியர்த்துக் கொண்டிருந்தது. பாதி அழகாகிய உடலுக்குள் மீண்டும் பொடி வீசி படிந்தது.

வெயில் சாயும் வரையில் காதம்பரி அதே மாதிரி அமர்ந்திருந்தாள்.

திறந்த வெளியாக உள்ள பொட்டல்வெளிகளுக்கு நடுவிலுள்ள செம்மண் சாலையின் வழியே தூசைப் பரப்பிக் கொண்டு ஒரு பெட்டி வண்டி வருவது தெரிந்தது. இந்த அந்தி வேளையில் எங்கிருந்து பூக்களுடன் இந்த முனுசாமி வருகிறான்? இல்லேன்னாலும், ஒரு முழுப் பகலின் வேக்காட்டை கண்ட பூக்கள் யாருக்குத் தேவை?

வழக்கம்போல் வாயிலில் நிறுத்தி முழக்கமிடாமல் பெட்டி வண்டி வீட்டைக் கடந்து போனபோது பின்பக்கம் அமர்ந்திருந்த பெண் பிள்ளைகள் இங்கேயே பார்த்து என்னவோ சொல்லிச் சிரிப்பதாகக் காதம்பரிக்குத் தோன்றியது. அவர்களுக்கிடையில் சில பழைய முகங்களும் இருந்தன.

செந்தாமரை, ரோஜா, செண்பகம்.... இல்லேன்னா அப்படியான வேறு சில பூக்கள்.

இந்த முச்சந்தி வேளையில் அவர்களெல்லாம் எங்கே போகிறார்கள்? பெட்டி வண்டியில் பூக்கள் எதுவும் காணலியே!

'அம்மா, காதம்பரி. என்னாச்சு உனக்கு?'

தோளின்மேல் கையைப் போட்டு அம்மா அழைத்துக் கொண்டிருந்தாள். பின் கழுத்துக்குக் கீழே எழும்பிக் கொண்டி ருக்கும் சூட்டுக் கொப்பளங்களின்மேல் விரலால் தடவிக் கொண்டு அம்மா மறுபடியும் அழைக்கும்போது முகம் காட்டாமல் அதேபோன்ற இருப்பில் அமர்ந்து கொண்டிருகிறாள் மகள். தாயின் முகத்தில் மறைந்து கிடக்கும் கேள்விகளை, எதிர்கொள்ள தன்னால் முடியாது என்று அவள் நினைத்தாள்.

தன் மனதில் என்னவெல்லாமோ துளித்துளியாக ஊறி ஒன்று சேர்வதை கோமதி உணர்ந்தாள். அடிவயிற்றிலிருந்து என் னென்னவோ அடித்து மேலேறி வருகிறது. அதனுடைய கசப்பு நீர் வாயில். அதனுடைய துர்நாற்றம் மூக்கில்.

அவளுடைய அந்த அசாதாரணமான அழுகைதான் இப்போது காதில்.

குளியலறையின் பின்பக்கமுள்ள பலகைகளின் இடையில் உள்ள அந்த பிளவுகளைப் பற்றித் தான் கோமதி திடீரென்று நினைத்தாள். முன்பெப்போதோ பழைய சாக்குத் துண்டுகளை வைத்து அடைத்து இருந்தாலும் இதற்குள் அது விலகி விழுந்து விட்டிருக்கலாம்.

திடீரென கோமதி திடுக்கிட்டாள். உடல் முழுவதும் நடுங்கிக் கொண்டிருந்தது. அவளால் அதை நம்ப முடியவில்லை. அந்தப் பிளவுகளுக்கு இடையே காதம்பரி பார்த்த கண்கள்...?

'அம்மா, காதம்பரி' என்றழைத்த தாயின் கைப்படம் அவளின் தோளின்மேல் அழுந்தியது. அவளின் குரல் அசாதாரணமாக இடறியது.

காதம்பரி அதுவொன்றையும் தெரிந்து கொள்ளவே இல்லை.

திறந்த வெளி செம்மண் பொட்டல்களுக்கு மத்தியிலுள்ள செம்மண் சாலையின் வழியாகப் பொடியைப் பரப்பியவாறு மற்றொரு பெட்டி வண்டி பாய்ந்தோடி வருகிறது. வழக்கம்போல் வாயிற்படியோரம் வரும்போது இன்ஜின் அசாதாரணமாக முழக்க மிடுகிறது.

பின்பக்கமாக கலகலப்புடன் சப்தம் எழுப்பியவாறு அதே பெண் பிள்ளைகள்.

மல்லிகா, கனகாம்பரம், செந்தாமரை...

இருளத் தொடங்கிய அந்தியில் கும்பலாக வௌவால்கள் பறந்து வந்தன. உயரமான மாமரக் கிளைகளில், புளிய மரங்களில் வந்து அடைவதற்கான அவசரம்.

துர்சகுனமாகிய வௌவால்கள் மீண்டும் வந்துகொண்டே இருந்தன. அவை விகாரமான சப்தத்தில் கத்திக்கொண்டே உரக்கச் சிறகடித்துக்கொண்டு வந்தன.

காதம்பரி மெதுவாகத் தாயின் விரல்களில் தன் விரல்களைக் கோர்த்துக் கொண்டாள். தாய் மகளின் முதுகில் வெறுமனே தடவிக் கொண்டிருந்தாள்.

அவள் எதுவும் சொல்லவில்லை. சொல்லாமலேயே அந்தத் தாயால் பலவற்றையும் புரிந்துகொள்ள முடிந்தது.

அதன்பின் வந்த மூன்று நாட்களில் எதுவும் பேசாமல் நடமாடிக் கொண்டிருந்தாள் காதம்பரி. பிள்ளையார் கோயிலின் சுற்று மதிலில் எத்தனையோ முறை வலம் வந்தாள். பின்பு அநேக கிராமப் பாதைகளில், சந்துகளில், குன்றின் சரிவுகளில், வயல் வரப்புகளில் தனக்குத் தானாகவே பேசிக்கொண்டு, முடிவில்லாத ஏராளமான கேள்வி பதில்களுடன் அவனவனோடு விவாதித்துக்கொண்டு திரிந்தாள். பதில்களைவிட எத்தனையோ அதிகமாகத்தான் கேள்விகள் இருக்கின்றன.

அதுவரை காணாத வழிகள். வழியில் தனியாகவும் தவறுதலாகவும் சந்திப்பவர்களும் அதுவரை காணாதவர்கள்தான்.

குன்றின் சரிவுகளிலும் வேலிகளிலுமிருந்து காட்டுப் பூக்கள் அவளை நோக்கிச் சிரித்தன. அவையும் அதுவரையில் காணாத காட்டுப் பூக்கள். அவைக்குத் தன்னுடன் பலவற்றையும் சொல்வதற்குச் செய்தி உண்டென்று காதம்பரிக்குத் தோன்றியது. அதுவும் ஒரு பெண்ணிடம் மட்டுமே சொல்வதற்கான சில ரகசியங்கள்.

பின்பு ஒரு நாள் முழுவதும் உண்ணாமல் உறங்காமல் தன் அறைக்குள்ளேயே அவள் அப்படியே கண்களை மூடி சம்மணமிட்டு அமர்ந்திருந்தாள்.

ஆக மொத்தத்தில் சங்கரராமன் சோர்ந்து போய்விட்டான். அறைக்குள் நுழைந்து அவளிடம் என்னவெல்லாமோ சொல்ல வேண்டுமென்னும் எண்ணம் அவனுக்கு. ஆனால், வாயிற்படி

வரை சென்று சேருவதற்குள் பின்னாலிருந்து கோமதியின் கனத்த குரல் கேட்டது. அந்த இருப்பில் அவளைத் தொந்தரவு செய்யாதீர்கள் என்று சைகைக் காட்டும்போது கோமதியின் முகத்தில் முன்பெப்போதும் காணாத ஒரு பயமும் சந்தேகமுமாக இருந்தது. பெரியதொரு எச்சரிக்கையைப்போல் அவளுடைய முகத்தில் முறுக்கேறியது.

சங்கரராமனும் கோமதியும் கொஞ்சம் நேரம் முகத்தோடு முகம் நோக்கி நின்றார்கள்.

உள்ளுக்குள் என்னவோ குழைந்து மடிவதுபோல் கோமதி உணர்ந்தாள். அத்தாவை முற்றிலும் புரிந்துகொள்ள முடியாமல் குழம்பி நின்ற எத்தனையோ நேரங்களில் இதுவும் ஒன்று. இப்போது அந்த முகத்திலிருந்து இன்னொன்றையும்கூட படிக்க முடிந்தது. ஆமாம். அத்தாவுக்கே கூட அத்தாவைப் புரிந்துகொள்ள முடியாததுபோல் இருந்தது.

சில பழைய படங்கள் மனதின் வழியாக கடந்து செல்கின்றன. கல்கியிலும் ஆனந்த விகடனிலும் உள்ள அழகான ஓவியங்களோடு சேர்த்து வைத்த இரண்டு இளைஞர்களின் முகங்கள். கல்யாண பந்தலுக்குள் யாரோ நெட்டித் தள்ளிக்கொண்டு வந்தபோது அந்த முகத்தில் தெரிந்த கபடத்தன்மை. ஒருமுறை தன் வீட்டில் வைத்து என்னவோ புண்ணியமில்லாத விஷயத்திற்காக ஹெட்மாஸ்டர் அப்பா சில காயப்படுத்தும்படியான மறைமுக வார்த்தைகளைச் சொன்னபோது தன் காதில் விழாததுபோல் சிரித்துக்கொண்டு நின்ற களங்கம் ஏறாத முகம். சொரணையுள்ள ஆணாக இருந்திருந்தால் பின்பு அந்த படியை ஒருபோதும் மிதித்திருக்க மாட்டான்.

கோமதி அப்படியே பார்த்துக்கொண்டு நின்றிருந்தாள். இப்போது அந்த மனிதனிடம் தோன்றுவது வெறும் அநுதாபம் தானா, இல்லே...

சிறிது நேரம் கழிந்து எதுவும் நேராததுபோல் அந்த அரைக் கை நீலநிறச் சட்டையணிந்து சங்கரராமன் இறங்கிச் செல்வதைக் கண்டபோது கோமதியால் வேறொன்றும் செய்ய முடியாமல் இருந்தது. அவள் மீண்டும் பூஜை அறைக்குள் நுழைந்து கதவைச் சாத்திக்கொண்டாள். இந்தத் தடவை தான் அவ்வறைக்குள் மண்டியிட்டு அமர்ந்திருக்கப் போவது எவ்வளவு நேரம் ஆகு மென்று அவளுக்கே எந்தவொரு வடிவமும் இல்லாமலிருந்தது.

17

மறுநாள்தான் காதம்பரி காணாமல் போனாள். வழக்கம்போல் கல்லூரிக்குப் போகிறேன் என்று சொல்லி பஸ்ஸில் ஏறிப் போவதைப் பார்த்தவர்கள் உண்டு.

சங்கரராமனும் நண்பர்களும் வெகுவாகவே தேடினார்கள். கோமதியும் தோழிகளும் அளவற்று அழுதார்கள்.

மீண்டும் கோயில் கோயிலாக யாத்திரைச் சென்றார்கள். எண்ணற்ற வழிபாடுகள் செய்தார்கள். இம்முறை முன்னெப் போதும் போகாத சில புதிய கோயில்கள், முன்பு கேள்விப்படாத சில புதிய நேர்ச்சைகள்.

எல்லா நேரத்திலும் சமையலறைத் திண்ணையின் தூணில் சாய்ந்து கோமதி ஒரே மாதிரி அப்படியே அமர்ந்திருந்தாள். சமீப காலத்தில் அவள் அங்கு அமர்ந்து அழுவது இல்லை. அக்கம் பக்கத்துக்காரர்களுக்கு காண்பிப்பதற்காகவே அழுகைகளின் தொடர்புகளையெல்லாம் எப்போதோ இழந்துவிட்டிருந்தாள்.

சங்கரராமனும் மிகவும் மாறிவிட்டிருந்தான். நீல நரம்புகள் பின்னிப் பிணைந்து இரத்தவோட்டம் குறைந்துள்ள இளம் மஞ்சள் முகத்தில் ஏதெல்லாமோ இருண்ட நிழல்கள் விழுந்து கருத்துவிட்டது போலிருந்தது. பேச்சும் குறைந்து வெகுநாட்களாகி விட்டன. இப்போது கோமதிக்கு முகம் கொடுக்காமல் முடிந்த மட்டில் விலகி நடமாட முயன்று கொண்டிருக்கிறான் அவன். சுயநினைவு இல்லாததுபோல் தனக்குத்தானே என்னென்ன வெல்லாமோ முணுமுணுத்துக்கொண்டு அவன் முற்றத்து

வழியாக வருத்தத்துடன் நடக்கும்போது அந்தப் பக்கமே கோமதி பார்ப்பதில்லை.

ஒருநாள் அந்தியில் வேதநாயகன் மூச்சு வாங்க ஓடிவந்தான். ஸ்கூட்டரை படியோரம் நிறுத்திவிட்டு வேகமாக ஏறி வரும்போது மூச்சு வாங்குதலை ஆசுவாசப்படுத்துவதற்காக அவன் தன் மார்பில்மேல் கையை அழுத்தி தடவிக்கொண்டிருந்தான்.

வேதநாயகத்தின் கண்கள் கலங்கி சிவந்திருந்தன. கண் இமைகள் கருமை படர்ந்து வீங்கி இருந்தன. இந்தத் தடவை உள்ளே நுழையவிடலாமா என்றெல்லாம் கோமதிக்கு ஆலோசிக்க வேண்டியது இருக்கவில்லை. அதற்குள், அவன் முகப்புத் திண்ணையில் ஏறி அமர்ந்து விட்டிருந்தான்.

மூச்சு வாங்குவதற்கு இடையில் அவன் என்னென்ன வெல்லாமோ முணுமுணுத்துக் கொண்டிருந்தான்.

‘நான் அன்னிக்கே காலேஜுல சேர்க்க வேண்டாம்னு சொன் னேன். பெரிய படிப்புக்கெல்லாம் போகாம பாட்டும் பரதமும் கத்துக்கிட்டா போதும்னு நான் அன்னிக்கே சொன்னதுதான். அப்போ என் பேச்சைக் கேட்க யாருமில்லையே. இப்ப எல்லாமே போய்ட்டுது.... எல்லாமே போய்ட்டுது...’

வேதநாயகத்தால் சங்கடத்தைப் பொறுத்துக்க முடியவில்லை. சொன்னதையே திரும்பத் திரும்பச் சொல்லிக் கொண்டிருந்தான் அவன்.

மூச்சு வாங்குவது அடங்க சிறிது நேரம் எடுத்துக்கொண்டான். அதற்குள் கதவுக்குப் பின்னால் பாதி மறைந்து நின்று சத்தமில்லாமல் விம்மத் தொடங்கியிருந்தாள் கோமதி.

இப்போது சம்மணமிட்டு கண்களை மூடி அமர்ந்திருந்தான் வேதநாயகம். அந்த இருப்பையே கொஞ்சம் நேரம் தொடர்ந்தான். கண் இமைகள் நடுங்கின. உதடுகள் என்னவோ ஜெபித்தன.

சிறிது நேரம் கழிந்து அவனுடைய நடுக்கம் கலந்த குரல் கேட்டது.

‘அவள் வருவாள், காதம்பரி வருவாள். வராமலிருக்க மாட் டாள். அதிகப்பட்சமாக ஒரு வாரம், இல்லையென்றால் இரண்டு வாரம்.’

ஒன்றும் பேசாமல் கேட்டுக்கொண்டு நின்றாள் கோமதி.

'அதிகதூரம் ஒன்றும் போயிருக்கமாட்டாள். தென்மேற்கேதான் போயிருக்கிறாள். தனித்துதான் போயிருக்கிறாள். கையில் ஒரு கருப்பு பை மட்டும். சுமையில்லாத பின்னல் பை.'

வேதநாயகத்துக்கு இது சாமி வந்த கட்டம் என கோமதி நினைத்தாள். அடுத்தவர்களின் துக்கங்கள் மிகவும் அதிகரிக்கும் போதுதான் வேதநாயகத்திற்கு சாமியாட்டம் ஏற்படுகிறது என்று காதம்பரி ஒருமுறை சொல்லி இருக்கிறாள்.

வேண்டப்பட்டவர்களின் விஷயம் என்றால், அவர்களின் உள்ளத்திலுள்ள வேக்காடு தம்முடையதாகும்போது, தாங்கள் சொல்வது உண்மையாகும் என்னும் விஷயத்தில் பள்ளிக்கூட டீச்சர்களுக்கு சந்தேகமேயில்லை.

கோமதி காது கொடுத்து நின்று கொண்டிருந்தாள். வேதநாயகம் மேலும் ஏதாவது சொல்லாமல் இருக்க மாட்டான். உள்ளே விம்மலின் துக்கத்தை அவனுடைய முகத்தில் காணலாமே.

அவள் ஏன் போனாள் என்று அவன் சொல்வான் என்று கோமதி கருதினாள். ஆனால், வேதநாயகத்திற்கு அதற்குமேல் ஒன்றும் சொல்ல முடியாமல் இருந்தது. தொட்டு உணர முடியாத சில துடிப்புகள் அமைதியடைவதுபோல் அவன் அந்தப் பழைய வார்த்தைகளையே மீண்டும் சொன்னான்.

'அவள் வருவாள், காதம்பரி வருவாள், வராமலிருக்க மாட்டாள். அதிகப்பட்சமாக இன்னும் ஒரு வாரம். இல்லையென்றால் இரண்டு வாரம்.'

அவன் அளிக்கும் உறுதியின் சக்தி குறைவைப் பற்றியொன்னும் கோமதியால் அப்போது நினைக்க முடியவில்லை. அவள் தனித்து விட்டாளே என்பதை மட்டும் நினைத்தாள். கருணையற்ற இந்த பெரிய உலகத்தில் என் மகள் தனித்துவிட்டாள். சிறிது நேரம் கழிந்து மீண்டும் வருகிறேன் என்று சொல்லிவிட்டு வேதநாயகம் வெளியேறி போகும்போது கோமதியொன்றும் சொல்லவில்லை.

அழுக்கும் சகதியும் இருட்டும் நிறைந்ததொரு உலகில் என் மகள் தனித்துவிட்டாளே என்னும் சங்கடத்தை நினைத்தபோது பொறுக்க முடியவில்லை.

யாரும் இல்லாதவர்களின் உலகிலிருந்து வந்தவள், அங்கேயே திரும்பிச் செல்வதற்குப் பார்த்துக் கொண்டிருந்தாளோ?

ஆனால், ஏன்? எதற்கு?

யாரிடம் என்ற இலக்கு இல்லாமல் கேள்விகளை வீசும்போது இரட்டிப்பு பலத்தில் விஷம் தடவிய அம்புகளாகத் தன் மார்பை நோக்கியே அவை திரும்பி வருகின்றன. அப்போது அவை களுக்கான பதிலைத் தேட வேண்டிய பொறுப்பு அவனவனுக்கே யுரியதாகிறது.

அவள் புத்திசாலிதான், விவேகமுள்ளவள்தான். வெகுவாக யோசிக்காமல் ஒரு தீர்மானம் எடுக்க மாட்டாள்.

என்றாலும் ஏன்? எதற்கு?

திடீரென்று கோமதியின் மனதில் என்னவோ மின்னியது.

பவிழம்? மங்களம்?

இல்லை. இங்கிருந்து போனபின் பவிழத்துடன் ஒருபோதும் தொடர்புகொண்டதே இல்லை. அவளுடைய பெயரைச் சொல்லிக்கூட கேட்டதில்லை. பின்பு மங்களம்?

பல சமயங்களில் காதம்பரியும் அந்த மங்களமும் ஒதுங்கி நின்று கிசுகிசுப்பதைப் பார்த்ததுண்டு. பார்வை பலம் இல்லாத அந்தப் பெண்ணால் என்ன புதிய காட்சிகளை என் மகளுக்கு காட்டியிருக்க முடியும்.

யோசனைகள் அந்தப் பாதையில் திரும்பியதும் கோமதிக்கு அமைதி இல்லாமலாகிவிட்டது. மங்களத்தைத் தேடிப் போக வேண்டும் என்று கோமதி பிடிவாதம் பிடித்தபோது சங்கரராமன் கொஞ்சம் தயங்கினான். நகரத்தின் புறவெளியில் எங்கேயோ உள்ள ஒரு அநாதை விடுதி அது. அவர்களை அழைத்து வரும் குதிரை வண்டிக்காரனுக்கு இடம் தெரியலாம். இருந்தாலும் அங்கெல்லாம் தேடிப் போவது போக்கணம் கெட்ட தனமாகும்.

அப்போதும் கோமதியின் உள்ளத்தில் யாரோ, மங்களத் துக்கு ஏதாவது தெரியாமல் இருக்காது என்று சொன்னார்கள். தாய் தந்தையரிடம் சொல்லாத பலவும் பெண்பிள்ளைகளின் மனதில் இருக்கும். அவர்கள் எப்போதாவது சமவயதுடைய பெண்பிள்ளைகளிடம் மட்டுமே மனதைத் திறப்பார்கள். பவிழம் இருந்திருந்தால் எல்லாவற்றையும் அவளிடம் சொல்லி யிருப்பாள். இப்போது அவளும் போய்விட்டாள். வேறு உருப் படியான நட்பு யாரும் இல்லை. கல்லூரியில் புதிய தோழிகளைப் பற்றி இதுவரையில் சொல்லிக் கேட்டதே இல்லை.

வழக்கம்போல், எங்கே போகிறான் என்று சொல்லாமல் சங்கரராமனும் வெளியேறி போனபோது, இந்த விஷயத்தை

தானே ஏற்றுக்கொள்ளாமல் ஒன்றும் முடியாது என்பது கோமதிக்கு உறுதிப்பட்டது.

அந்த வயதான குதிரை வண்டியில் நகரம் முழுவதும் சுற்றி பயணித்தாள். கல்யாணம் முடிந்த பின் முதன்முதலாகத் தனியாக இப்போதுதான் குதிரை வண்டியில் சவாரி போகிறோம் என்று கோமதி நினைத்தாள்.

நகரத்தின் புறவெளியில் ஒரு மூலையில் அந்த தகரப் பலகைகள் மேய்ந்த பழைய கட்டிடம் இருந்தது. வெகுவாகக் கஷ்டப்பட்டு அங்கே சென்று சேர்ந்தபோது இங்கு வந்திருக்கக் கூடாதோ என்று கோமதிக்குத் தோன்றியது. முற்றிலும் சுத்தமற்ற ஒரு அறையில் பாயில் சுருண்டுகொண்டு படுத்திருந்தாள் மங்களம்! அவளுக்குக் கடுமையான ஜுரம் என்று ஒரு சிநேகிதி சொன்னாள். மலேரியாவாக இருக்கலாம் என்று சந்தேகம் உண்டாம்.

கோமதியைக் கண்டதும் குழப்பத்துடன் அவள் எழுந்திருக்கப் பார்த்தாலும் வேண்டாம் என்று கோமதி சைகை காட்டினாள். சோர்வடைந்த உடலை முடிந்த மட்டில் நேராக்கி அவள் சுவரில் சாய்ந்து அமர்ந்தாள்.

காதம்பரி போய்விட்டதைப் பற்றி மங்களத்திற்கு ஒன்றும் தெரியாதல்லவா...

தன்னுடைய தீய எண்ணத்தை அழித்துவிட்டு கோமதி தலையில் கை வைக்கும்போது மங்களம் மெல்லிய குரலில் அழுது கொண்டிருந்தாள். அவளுக்கு இது புரியவில்லை. பார்வைக் குறையுள்ள தனக்குக்கூட ஏற்படாத இந்த கெட்ட எண்ணம் தெளிந்த பார்வையுள்ள காதம்பரியின் மனதிற்குள் எப்படிச் சேர்ந்தது.

கொஞ்ச நேரம் கழிந்ததும் அழுகையை அடக்கிக்கொண்டு, சாய்ந்து அமர்ந்தாள். என்னவோ நினைத்துக் கொண்ட மங்களம், கடைசியில் சில நாட்களில் காதம்பரி தன்னுடன் எதுவும் பேசுவதில்லை என்று சொன்னாள். ‘விடியற்காலையில் தாழ்வாரத்துக்கு வருவதே குறைவு. வந்தாலும் சுவரில் சாய்ந்து வெறுமனே நிற்பாள். எப்போதும் பெருத்த யோசனையில்தான் இருப்பாள். நாங்கள் அதைப்பற்றி விசாரிப்பதில்லை. அதெல்லாம் பெரியவங்களோட உலகம். பெரிய படிப்பு படிக்கும், பெரிய வாழ்க்கையை வாழும் சிநேகிதிகளைப் பற்றி ஏழைகளாகிய நாங்கள் எதைப் புரிந்துகொள்ளப் போகிறோம்.’ இருந்தாலும் ஒரு விஷயம் மட்டும் மங்களத்துக்கு உறுதியாக

இருந்தது. 'காதம்பரியின் மனதில் தேவையில்லாதது என்னவோ புகுந்து வெகுநாட்களாகிவிட்டன. நகரத்திலுள்ள கல்லூரிக்குப் போகத் தொடங்கியதற்குப் பின்பாக அது இருக்கலாம்.'

'ஒருமுறை யாருக்கும் தெரியாமல் அவள் அநாதை விடுதிக்கு வந்திருந்தாள். இங்கே இடம் இருக்குமா என்று விசாரித்தபோது சூப்பிரண்டு அதை ஒரு பெரும் நகைச்சுவையாக எடுத்துக் கொண்டார். பின்பு அவள் போன பின் நாங்கள் அதைச் சொல்லிச் சொல்லியே கொஞ்ச நேரம் சிரித்தோம்.'

கோமதி அப்படியே மரத்துப்போய் நின்றுவிட்டாள்.

ஏன்? அதெல்லாம் எதற்காக? நான் மடியில் போட்டு வளர்த்து பெரியவளாக்கிய குழந்தைக்கு, இப்போது இப்படியொரு கெட்ட புத்தி தோன்ற காரணம் என்ன?

கோமதியால் பின்பு அங்கே நிற்கமுடியவில்லை. மங்களத் திடம் விடைபெற்று பிரியும்போது அங்கே போயிருக்கக் கூடாது என்று தோன்றிவிட்டது. தேவையற்ற இந்த புரிதல்களை விலக்கி விட்டிருக்கலாம். உள்ளுக்குள் எப்போதும் இருந்த என் மகளின் ஓவியத்தை அதேமாதிரி பாதுகாத்துக் கொண்டிருந்திருக்கலாம். காலத்தின் இருள் சிறிது விழுந்து விட்டிருந்தாலும், ஓரங்கள் மடங்கிவிட்டிருந்தாலும் அந்த ஓவியம் இன்றும் அதேபோல் மனதிற்குள் எங்கேயோ உள்ளது. அதற்கு எந்தவொரு கேடும் வராமல் பார்த்துக் கொள்வதற்கு இனிமேல் கஷ்டப்பட வேண்டியது வரும்.

திரும்பி வந்தவுடனேயே நேராகக் கட்டிலுக்குத்தான் போனாள். அந்த படுக்கையிலேயே மதியம் வரையில் கிடந்தாள்.

தமிழில்: குறிஞ்சிவேலன் 213

18

எங்கெங்கெல்லாமோ அலைந்து திரிந்து மதிய வெயிலில் சங்கரராமன் வீட்டிற்குள் வந்து புகுந்தவுடன், அவனிடம் எதுவும் பேசாமல் கோமதி சோறு பரிமாறினாள். மங்களத்தை பார்க்கப் போன விஷயத்தைச் சொல்ல வேண்டாம் என்ற தீர்மானித்தபோது உள்ளுக்குள் ஒரு மெல்லிய குற்றவுணர்வு உண்டாகி இருந்தது. இவ்வளவு காலத்திற்குப் பின் அத்தாயிடமிருந்து முதன்முதலாக மறைத்து வைக்க தனக்கு ஒரு ரகசியம் உண்டாகி இருக்கிறது.

மீண்டும் கட்டிலுக்குப் புகுந்தாள். சிறிது நேரம் கண் விழித் திருந்து மேல் தட்டில் ஊர்ந்து செல்லும் பல்லியை நோக்கியவாறு படுத்திருந்தாள். பின்பு தானாகவே மயங்கிவிட்டாள்.

எவ்வளவோ நேரம் கழித்துக் கண்களைத் திறக்கும்போது வெளியே இருள் சூழ்ந்து விட்டிருந்தது. அதற்குள் கனத்த சிறகடிப்புகளுடன் வௌவால்கள் கூட்டம் மரக்கிளைகளில் வந்தடையத் தொடங்கிவிட்டன.

அந்த கிடப்பு அப்படியே தொடர்ந்துவிட்டது. பின்பு, அந்த அறையிலிருந்து கோமதி வெளியே வந்ததே இல்லை.

உட்கார்ந்தும், படுத்தும், அழுதும், சிரித்தும், உறங்கியும், உறங்காமலும் அவள் அதற்குள்ளேயே சுருண்டு கொண்டாள். வெளியே சூரிய வெளிச்சம் பரவுவதையும் இரவில் இருள் வதையும் நிலா உதித்து மேலெழும்புவதையும் எதையும் அவள் அறியவில்லை. ஒருநாள் மாலையில் காற்றும் மழையும் கண்ணாடி ஜன்னலில் வந்து அடித்து வீசியபோது அதனுடைய குளிர்ச்சியை

உள்ளுக்குள் இழுத்துக் கொள்ள முடியாமல் அவள் கொஞ்சம் துடித்தாள்.

சங்கரராமன் அந்த கிடப்பை வெளியிலிருந்து பார்த்துக் கொண்டிருந்தான். அவனால் அதன் அர்த்தத்தை முற்றிலும் புரிந்து கொள்ள முடியவில்லை.

ஆரம்பத்திலெல்லாம் என்னாச்சு என்று விசாரிக்க வேண்டு மென்று தோன்றவில்லை. தானாகவே குணமாகட்டும் என்று தாமே சொல்லிக்கொண்டு நம்பவும் செய்தான். அவனும் இது வரையில் அதிக நேரமும் வீட்டு முகப்பிலுள்ள சாய்வு நாற்காலி யிலேயே அமர்ந்திருந்தான். இல்லேன்னாலும், ஏதாவது கோயில் நடையிலோ சாப்பாட்டு அறையிலோதான் இருந்திருப்பான்.

கட்டிலின் தலைமாட்டில் தலையணையில் சாய்ந்து அமர்ந்திருக் கும்போது சில பழைய ஓவியங்கள் கண் முன்னாலேயே மின்னித் தெளிந்து போவதை கோமதி பார்த்தாள்.

திருவிழா திடலிலுள்ள ஆலமரத்தின் நிழலில் விரித்திருந்தது ஜமுக்காளம். விடியலில் எப்போதோ திடுக்கிட்டு எழுந்தபோது அருகிலேயே ஊர்ந்து வந்தது முடி கூம்பாரம் ஒன்று. ஜடை பிடித்த வட்டத் தலைக்குக் கீழே நனைந்து, கரியும் சேறும் புரண்ட ஒரு சின்ன முகம். கொஞ்சம் கனிவுக்காக கெஞ்சும் ஆழத்திற்குப் போன கண்கள்...

பின்பு கொய்யா மரத்தின் கீழேயுள்ள துணி துவைக்கும் கல்லில் அலமேலு பாட்டி குளிப்பாட்ட உட்கார்த்தியபோது சொறி வடுக்களில் இஞ்ச நாரால் உரசி, இரத்தமும் சீழும் கொட்டியபோது குழந்தை துடித்தாள். சேறு கரைந்ததும் தெரிந்தன. அங்குமிங்குமாக கரண்டியால் சூடுபோட்டதின் வட்டங்கள். அழுக்கு கரைந்துபோனதும் அவளுடைய உடல் முழுவதும் சுத்தத் தேனின் மினுமினுப்பு. முகத்திலோ அசாதாரணமானதொரு தெளிவும் அழகும்...

உண்மையில் காதம்பரி தனக்கு யாராக இருந்தாள்? தேவை யில்லாத சில கேள்விகள் ஒவ்வொன்றாக எழும்பி வந்தன.

அவள் மகளாகத்தானே இருந்தாள். அதாவது மகள் மட்டு மாகத்தானே இருந்தாள்?

பிரசவ வலிபடாமல் பெற்ற மகளுக்கு, பெற்ற மகளை விட இரத்தவுறவு அதிகரிக்கும் என்று ஆசைப்பட்ட போதெல்லாம் அவளுடைய மனதில் என்னதான் இருந்தது? ஒருவேளை மிகவும்

சின்ன வயதில் தன்னை விலக்கி நிறுத்த பார்த்ததின் பகையை தீர்த்துக் கொள்ளப் பார்க்கிறாளோ?

ஆனால், அன்றைய அந்தச் சிறிய தவறை பின்பு நேசத்தின் மகா பிரவாகத்தால் அல்லவா தான் கழுவி சுத்தமாக்கினோம். ஒரு தாயால் இதைவிட அதிகமாக என்ன கொடுக்க முடியும்.

திரும்ப கிடைப்பதற்கு நான் அவளுக்கு ஒன்னும் கொடுக்க வில்லை அல்லவா.

வெகுவாக நொந்து வலிபட்டு பிரசவிக்க வேண்டும் என்றுதான் எப்போதும் ஆசையாக இருந்தது. அதைவிடப் பெரிய தொரு சுயசுத்திகரிப்பைப் பற்றி ஒரு பெண்ணால் நினைக்க முடியாது அல்லவா. இந்த வலியில் வேறொன்றிலிருந்து கிடைக்காத ஒரு பரிசுத்தம் உண்டு. எக்காலத்துக்கும் நினைத்து கொண்டிருப்பதற்கான சில நினைவுகள். வளர்ந்து பெரியவளாகி சொந்த பிரசவ அறையில் படுத்திருக்கும் போதாவது ஒவ்வொரு மகளும் நினைக்காமல் இருக்க முடியாது. ஒவ்வொரு மகளும் ஒருமுறை தன் தாய் சகித்துக்கொண்ட வேதனைகளைப் பற்றி நினைக்காமல் இருக்க முடியாது.

நேசத்தைப் பொழிய தொப்புள் கொடி நரம்புகள் தேவை இல்லையே. தொப்புள் கொடியை அறுத்துக் கொண்டுதானே ஒவ்வொரு குழந்தையும் வாழ்க்கையைத் தொடங்குகிறது.

ஒன்றையும் மிச்சம் வைக்காமல் எல்லாவற்றையும் வாரிக் கொடுக்க முயற்சிக்கும்போது உறவுகளைப் பற்றியதான சில புதிய விவேகங்கள்தான் கிடைத்துக் கொண்டிருந்தன. மகள் என்னும் சங்கல்பத்துக்குச் சில தெளிவான வடிவங்களும் எல்லைகளும் எல்லாம் உண்டு. ஆனால், அதற்கெல்லாம் மேலாக, வேறு என்னென்னவோ தலங்களில், தன் சிநேகிதியாகி, தாயாகி, தந்தையாகி பாதுகாப்பாளினியாகி நிலை கொண்டிருந்தாள் இந்த காதம்பரி. ஒரு மகளுக்கு மாற்றிக் கொடுக்க முடிந்ததற்கு அப்புறமாக என்னென்னவோ என்னென்னவோ....

சங்கரராமன் கோமதியின் அந்த இருப்பை பார்த்தான். எதற்காக இப்படித் தன்னை தண்டித்துக் கொள்கிறாள் என்று கேட்பதற்கான தைரியம் அவனுக்கு இல்லை. மனதோடு சேர்ந்து உடலையும் அல்லவா அவள் இப்போது மிகவும் தண்டித்துக் கொள்கிறாள்.

இடையில் வாயிற்படிக்கு வந்து, வாசக்காலில் சாய்ந்து எட்டிப் பார்த்துக் கொண்டு சிறிது நேரம் அவன் அப்படியே நிற்பான்.

இருவரும் ஒன்றும் பேசுவதில்லை. தங்களுக்கிடையே தடித்து நிற்கும் மௌனத்தின் சுமையைத் தாங்க முடியாமலானபோது ஒரு நாள் வாசற்படியிலேயே நின்று கொண்டு அவன் கேட்டான்.

'இதெல்லாம் யாருகிட்ட?'

கோமதி ஒன்றும் பேசவில்லை.

படுக்கையில் தலையணையைச் சார்த்தி, ஜன்னல் வழியாக வெளியில் சூழும் அந்த இருளை அவள் பார்த்துக்கொண்டு அமர்ந்திருந்தாள். அவளுக்குத் திடீரென மிகவும் வயதானதாக சங்கரராமனுக்குத் தோன்றியது. வெளுத்துப்போய் நீர் வற்றிய முகம். மெலிந்த கை கால்கள், நரை விழுந்த முடி மேல்நோக்கிக் கட்டப்பட்டிருந்தது. முகத்தில் அசாதாரணமானதொரு அமைதி.

'என்கிட்டயாவது மனம் திறந்து சொல்லேன்' என்ற சங்கர ராமனின் தொண்டை இடறியது.

கோமதி மெல்ல முகத்தைத் திருப்பினாள். அவளுடைய பார்வை அப்போதும் அவனுடைய முகத்தில் பதியவில்லை.

'சொல்றேன். சில சமயம் என்கிட்டேயே பேசறேன்.'

கோமதியின் உதடுகள் நடுங்கின. மிகவும் மெலிந்த தளர்ந்த குரல்.

'கொஞ்சம் அன்னம்கூட இல்லாமல் இப்படியே எத்தனை நாளைக்கு...?'

'கூஜாவில் தண்ணி இருக்கு.'

கருத்துப்போன முகத்தை அதிக நேரம் பார்த்துக்கொண்டு நிற்க சங்கரராமனால் முடியவில்லை.

அந்த கிடக்கை நீண்டு கொண்டிருந்தது.

இன்னொரு நாள் மாலையில் சங்கரராமன் டாக்டருடன் வந்தபோது கோமதி முதலில் எதிர்த்தாள் என்றாலும் பின்பு ஒத்துழைத்தாள். பரிசோதிக்கும்போது டாக்டரின் முகத்தில் வெறுப்புக்கு மேலாக கோபம்தான் இருந்தது.

'உங்களைப்போல் விவரமுள்ளவங்களெல்லாம் இப்படி ஆரம்பிச்சிட்டா...' டாக்டர் முணுமுணுத்துக் கொண்டிருந்தார்.

ஆஸ்பத்திரிக்கு வண்டி ஏறும்போது கோமதி ஒருமுறை திரும்பிப் பார்த்தாள். பல வருடங்களுக்கு முன்பு தான் விரும்பிய ஆணுடன் வலது காலை எடுத்து வைத்து புகுந்த வீடு. வண்டி

நகரும்போது அது பின்னோக்கி ஓடியோடி பழக்கமில்லாத ஒரு இருளுக்குள் மூழ்கிவிடுவது போல் இருந்தது.

நீர் வற்றிய கண்கள் இப்போது எரிந்தன. கொஞ்சம் அழுதும் வெகுநாட்களாகி விட்டிருந்தன.

மருத்துவமனையின் முதல் மாடியில் ஒரு மூலையிலுள்ள அறை. ஜன்னலுக்கு அருகில் நின்றால் கீழேயுள்ள சாலைக்கு அந்தப் பக்கத்தில் தரிசாகக் கிடக்கும் சிகப்பு மண் தெரிந்தது. வானத்தின் எல்லை வரையில் நீண்டு கிடக்கும் முற்றிலும் பசுமை இல்லாத பூமி.

ஒருநாள் அந்தியில் ஜன்னல் கம்பிகளைப் பிடித்துக்கொண்டு மேலைச் சூரியன் தாழ்ந்து செல்வதை நோக்கியவாறு நின்று கொண்டிருந்தாள். திடீரென்று ஒரு தளர்வு தோன்றியது. உடல் முழுவதும் அசாதாரணமானதொரு குளிர்ச்சி மேல்நோக்கி ஏறியது. நரம்புகள் தளர்ந்து உடலுக்குச் சுற்றிலுமுள்ள கட்டுகள் அவிழ்ந்தன. உடல் முழுவதும் குழைவதுபோல் இருந்தது.

சிறியதொரு அழுகையுடன் கோமதி குழைந்து விழுந்தபோது தாங்கிப் பிடிக்க யாரும் இல்லாமல் இருந்தார்கள். முன்பக்க வராந்தாவிலிருந்து சங்கரராமன் ஓடிவந்து சேர்வதற்குள் அவள் தரையில் கிடந்து மூச்சு வாங்கிக் கொண்டிருந்தாள்.

பின்பு இரண்டு வாரம் வரையில் ஆஸ்பத்திரியிலேயே படுத்திருந்தாள். இரண்டு நாட்கள் முடிவதற்குள் வேண்டப் பட்டவர்களுக்கெல்லாம் சொல்லி விடலாம் என்று டாக்டர் சொன்னார். விவரம் கேள்விப்பட்டதும் திருப்பூரிலிருந்து சுந்தரம் வந்தான். பின்பு, கோபிச்செட்டிப் பாளையத்திலிருந்தும் தென்காசியிலிருந்து மெல்லாம் சில உறவினர்கள் வந்தார்கள்.

சுந்தரத்தின் முகத்தில் சங்கடத்தைவிட அதிகமாக கோபம்தான் இருந்தது. சங்கரராமன் என்னவோ சொல்ல சென்றபோது, காது கொடுத்து கேளாத பாவனையில் அவன் முகத்தைத் திருப்பிக் கொண்டான்.

சோர்ந்துவிட்ட கண்களை உயர்த்தி சப்தமில்லாமல் அவள் சுந்தரத்திடம் என்னவோ சொல்லப் பார்த்தாள். ‘என்னைப் பற்றி நீங்கள் யாரும் சங்கடப்பட வேண்டாம். என் காலம் முடிஞ்சுட்டு துன்னு தோணுது.’

கோபிச்செட்டிப் பாளையத்திலிருந்தும் தென்காசியிலிருந்தும் வந்த உறவினர்களைப் பார்த்து அவள் கொஞ்சம் சிரித்தாள். பின்பு விளங்காத குரலில் என்னவோ முனகினாள்.

அவர்கள் யாரும் காதம்பரியைப் பற்றி விசாரிக்கவில்லை. 'பொண்ணு அவளுடைய குருதி குணத்தக் காட்டிட்டா, வேறென்ன?' என்று அவர்கள் தங்களுக்குள் மெதுவாகப் பேசிக் கொண்டார்கள். எப்படித்தான் கஷ்டப்பட்டு வளர்த்து பெரியவளாக்கினாலும், எவ்வளவோ அன்பைச் சொரிந்தாலும், நேரம் வரும்போது இரத்தம் அதனுடைய தனி குணத்தைக் காட்டாமல் இருக்காது.

சங்கரராமன் எதுவும் பேசாமல் தலைகுனிந்து கேட்டுக் கொண்டு நின்றான்.

மறுபடியும் ஒரு வாரம் வரையில் உணர்வோடும் நினைவு தப்பியும் கோமதி கிடந்தாள். இடையிலெல்லாம் மயக்கத்தி லிருந்து உணரும்போது விளங்காத குரலில் என்னவெல்லாமோ சொல்லவிட வேண்டும் என்று பார்க்கிறாள். அதன் பொருளை ஏறக்குறைய சங்கரராமனால் புரிந்துகொள்ள முடியும் - கடைசியா கேக்கறேன். நான் என் மகளை ஒரு தடவையாவது பார்க்க முடியுமா. அவளிடம் பலவற்றையும் சொல்ல வேண்டிய திருக்கிறது. வெகுவாக மன்னிப்பு கேட்க வேண்டும்.

சுவரோடு சேர்த்துப் போட்டிருந்த இரும்புக் கட்டிலில் படுத்திருக்கும்போது தூரத்தில் மதிலுக்கு அப்பால் தார் சாலையில் சூரிய ஒளி எரிந்து கொண்டிருப்பது தெரிந்தது. அதன் வழியாக கார்களும் ரிக்ஷாக்களும் பாய்ந்து செல்கின்றன. ஓரமாக உள்ள நிழல் மரங்களின் நிழலிலேயே யார் யாரோ வேகமாக நடக்கிறார்கள். எதுவும் தெளிவாகத் தெரியவில்லை என்றாலும் கோமதியின் சோர்ந்த பார்வை எப்போதும் அந்த சாலையிலும் மதிலுக்கு நடுவிலுள்ள கேட்டிலும்தான் இருந்தது.

அவள் வராமல் இருக்க மாட்டாள். தெரிந்த முகவரிகளுக் கெல்லாம் செய்தி போயிருக்கிறது. பின்பு பத்திரிக்கைகளிலும் அவளுடைய படத்துடன், தாய் மரணப் படுக்கையில் கிடக்கிறாள் என்னும் அம்மாவின் வேண்டுகோளுடன் விளம்பரம் செய்யப் பட்டுள்ளது.

அதனால், அவள் இருக்க மாட்டாள். அது உறுதி.

அருகிலுள்ள ஸ்டாண்டில் தொங்கவிட்டுள்ள பாட்டிலிலிருந்து யாருடைய இரத்தமோ நரம்பு வழியாக ஏறுகிறது. சுத்தம் என்பது தெரியாத யாருடைய இரத்தத்தின் பலத்தில்தான் தான் இந்த படுக்கையில் கிடக்கிறோம் என்று கோமதிக்குத் தெரியவில்லை.

தமிழில்: குறிஞ்சிவேலன் 219

இரத்தம் ஏறி முடிந்தபோது வீட்டுக்குப் போகலாம் என்று முரண்டு பிடித்தாள். அதுதான் நல்லது என்று டாக்டரும் சொன்னார். இதற்குமேல் அதிகமாக இங்கு செய்ய வேண்டியது ஒன்றும் இல்லை என்றும் கூறினார்.

வீட்டை அடைந்தபோது கோமதி நிம்மதியுடன் பெருமூச்சுவிட்டாள். படுக்கை அறையில் அதே பழைய கட்டில். ஒரு பக்கமாகச் சாய்ந்திருந்த படுக்கையில் முன்பக்கத்தில் பூஞ்சை பிடித்த படிக் கட்டு தெரிந்தது. படியில் முனுசாமியின் பெட்டி வண்டி இரைந்து கொண்டு நிற்பது போலிருந்தது.

அவள் வராமல் இருக்க மாட்டாள். கோமதி அவளுக்காகக் காத்துக்கொண்டு படுத்திருந்தாள்.

கடைசியில் வெறுத்து விட்டதுபோல் ஒருநாள் அந்தியில் அவள் சங்கரராமனிடம் அருகில் வரும்படி சைகை காட்டினாள். அப்போது அவளுடைய கண்களில் அபூர்வமானதொரு அமைதியை அவனால் காண முடிந்தது. அவள் விடைபெறப் போகிறாள் என்று அவன் உணர்ந்து கொண்டான். அவனுடைய கையைப் பிடித்து அழுத்தியவாறு தெளிவில்லாத குரலில் அவள் என்னவோ சொல்லத் தொடங்கினாள்.

குளிர்ச்சி ஏறத் தொடங்கிய அவளுடைய விரல்களை அழுத்திப் பிடித்து, அதற்கு தன்னுடைய உஷ்ணத்தை அளிக்க முயலும்போது அதுவொரு வீணான வேலை என்று சங்கரராமனுக்குப் புரிந்தது. மேலோகத்தின் ஆழம் தெரியாத குளிர்ச்சி தன்னுடைய நரம்புகளுக்கும் படர்வது போலிருந்தது.

வெகுநேரம் கழிந்து அவள் அமைதியாகி கண்களை மூடிய போது அழுவதற்கு யாரும் அங்கு இல்லை என்னும் விவரம் அறிந்து, வந்த நர்சுகள் அதிசயித்துப்போனார்கள். அழுவதற்கு யாரும் இல்லாத ஒரு மரணத்தை அவர்கள் முதன்முதலாகப் பார்க்கிறார்கள்.

'அந்த அம்மா புண்ணியம் செஞ்சவங்க' என்று நர்சுகளுக்குள் மெதுவாகச் சொல்லிக் கொண்டார்கள். கஷ்டப்படும் கட்டுகள் எவையும் மிச்சம் வைக்காமலல்லவா போகிறார்கள்...

முகப்புத் தூணில் சாய்ந்து நிற்கும்போது தன்னாலும் கொஞ்சம் அழ முடியவில்லையே என்பதை சங்கரராமனும் நினைத்துக் கொண்டான்.

19

கடைசியில் அந்தப் பழைய வீட்டில் தனிமையில் ஆனபோது தான், வௌவால்களின் இருப்பைப் பற்றி சங்கரராமன் உண்மையிலேயே தெரிந்து கொள்ளத் தொடங்குகிறான். அவனுடைய அந்தி நேரங்கள் இதுவரையில் அந்தப் பூக்கடை யிலோ இல்லையென்றால் ஏதாவது கோயில் திருவிழா திடல் களிலோதான் கழிந்தன.

இரவு இருளும்போது உரத்துச் சிறகடித்து, கோரமான குரலில் கத்திக் கொண்டு பறந்து வந்து சேரும் வௌவால்கள் அசாதார ணமாகப் பயமுறுத்துகின்றன. தோட்டத்திலுள்ள இருளில், மரக் கிளைகளில் தொங்கியாடும் வௌவால்களின் நிழல் அசைவு கள்...

இறுதியில்...

நினைத்துப் பார்த்திராத ஒருநாள் அந்தியில் காதம்பரியின் ஒரு குறிப்பு சங்கரராமனிடம் வந்து சேர்ந்தது. இளம் சூடான கீழைக்காற்று வீசும்போது பறந்து வந்து சேர்ந்த கடிதம் அது.

'அப்பா, நான் காதம்பரி.' மீண்டும் ஒருமுறை காதம்பரி.

'நான் இப்போ இங்கே இல்லைப்பா. தூரத்தில், வெகு தூரத்தில் இருக்கிறேன்.'

கடும் நீலநிற மையில் நல்ல அழகான உருண்டை எழுத் தில் காதம்பரி கடிதம் எழுதியிருந்தாள். முகவரி இல்லாமல்

எழுதியிருந்ததால் எங்கிருந்து அனுப்பப்பட்டது என்னும் குறிப்புகூட இல்லாத கடிதம். காதம்பரியின் வாக்கு மூலம்:

'கடிதம் எழுத வேண்டும் என்று பல சமயங்களில் நினைத்த துண்டு. ஆனால், வெட்டியும் திருத்தியும் கிழித்தெறிந்தும் அந்த பேப்பர் துண்டுகளெல்லாம் எங்கும் சென்று சேராமல் பறந்து போயின. என்னுடைய மகிழ்ச்சியை கெடுத்து விடுமோ என்னும் சுயநல எண்ணம்தான் அதற்கு முக்கிய காரணம். பின்பு என்ன எழுதினாலும் அது முழுமையடையாது என்ற தேவையற்ற பயமும் இருந்தது. இது கொடூரமான எண்ணம் இல்லையா என்று, யாரோ என் உள்ளுக்குள் அமர்ந்து நினைவூட்டிக் கொண்டிருந்தார்கள். ஆனால், என்ன செய்ய முடியும். நான் அப்படி ஆகிவிட்டேனே. இனிமேல் மாறுவதும் எளிதான விஷயமில்லையே.

'சென்றவையெல்லாம் ஒரு கனவைப் போலாகிவிட்டது. பல பேரிடமிருந்து ஏராளமான செய்திகள் வந்தன. கொஞ்சமும் திருப்பி கொடுக்கவும் முடியாது. அனந்தராமனின் வம்சம் வேறொன்றிலிருந்து போகிறது என்னும் பழியையும் நான்தான் கேட்க வேண்டியது வரும் என்பதை அறியாமலும் இல்லை. ஆனால், இதன்மூலம் ஒரு வம்சம் முழுவதும் சுத்தம் காத்து வைக்க முடிந்தால் அதுவொரு பெரிய விஷயமாகிவிடுமா? அந்த அளவுக்கு நன்மையை என் கணக்கில் யாராவது சேர்த்து வைக்க முடியுமானால்...

சங்கரராமன் சிறிது நிறுத்தினான். கண்கள் சுழன்றன. சோடாபுட்டி கண்ணாடியைத்தூக்கி கண்களைத்துடைக்கும்போது பீளை படிந்த கடைக்கண்ணில் என்னவோ பற்றி எரிந்தது.

காதம்பரி எழுதியதை தொடர்ந்து படித்தான்.

'தூரத்தில் ஒரு ஊரில் மற்றொரு பூக்கடைக்காரனின் தாழ் வாரத்தில் ஆறாவது பெண் பிள்ளையாக நான் இங்கே இருக் கிறேன். ஆறாவது பெண் பிள்ளை. ஆறாவது காட்டுப் பூ.

'என்னவோ தெரியவில்லை. இப்போது பெரிய மன நிம்மதி தோன்றுகிறது. ஒரு ஆறாவது பெண்பிள்ளையாவதற்கு இப்போ தாவது முடிந்ததல்லவா. ஆனால், இங்கே வந்து சேருவதற்கு இத்தனை நாட்கள், இவ்வளவு தூரம். அதுதான் என்னை இம்சிக்கிறது.

'இங்கும் ஒரு மாமனும் மாமியும் இருக்கிறார்கள். தாழ்வாரத் திலுள்ள பெண்பிள்ளைகளுக்கு அவர்களும் ஒவ்வொரு வகை

பூக்களின் பெயர்களைச் சூட்டியுள்ளார்கள். கண்ணும் காதும் விளங்காதவர்கள், கை கால்கள் துவண்டு போனவர்கள், தேவை யான அளவுக்குப் புத்தி உறைக்காதவர்கள். ஏதோவொரு அநாதை விடுதியிலிருந்து குதிரை வண்டியில் விடியற்காலையில் கொண்டு வந்து சேர்க்கிறார்கள். அவர்களுக்கிடையில் அமர்ந் திருக்கும்போது எல்லா உறுப்புகளும் தேவைக்கு அதிகமாகவே இருக்கிறதே என்னும் இறுமாப்பு எண்ணம் எனக்கு ஒருபோதும் தோன்றுவதில்லை. அவர்களைவிட அதிகமாக நான் அக்கூட்டத் தில் குறையுள்ளவளாகத்தான் இருக்கிறேன்.

'கடைசியில் வந்து சேர்ந்ததாலோ என்னவோ, ஆறாவது பெண்பிள்ளையாகச் சேர்ந்த எனக்குப் பொருத்தமான பெயரைச் சூட்ட இதுவரை நல்ல பெயர் கிடைக்கவில்லை. இந்த விஷயத்தில் இங்குள்ள மாமனுக்கும் மாமிக்கும் பெரும் விவாதமே நடந்து கொண்டிருக்கிறது. நான் மிகவும் கெட்டிக்காரி என்று அவர்கள் நல்ல வார்த்தைச் சொல்கிறார்கள். அதனால்தான் எனக்கு ஏற்றதொரு பெயர் கிடைக்கவில்லையாம்.

'உங்களால் எனக்கு ஒரு பெயரை சொல்ல முடியுங்களா அப்பா? இங்குள்ள மாமனுக்கும் மாமிக்கும் விவாதம் வருத்தாத ஒரு பெயர் வேண்டும். மற்றவர்களைவிட அதிகமாக என்னை அறிந்த உங்களைத் தவிர வேறு யாரால் அப்பா பெயர் வைக்க முடியும்?

'இன்னொரு விஷயத்தை மட்டும் சொல்லி நிறுத்திவிடுகிறேன். உங்கள் காதம்பரி தோற்றதில்லை. ஒருபோதும் தோற்கவும் மாட் டேன். இங்கிருந்து கிடைக்கும் அறிமுகங்களையும் அங்கிருந்து கிடைத்த சில நல்ல பழக்கங்களையும் வைத்து நான் ஒரு பூக் கடையை எப்போதாவது தொடங்குவேன். வேறொரு ஊரில் வேறொரு தோதில். அது அனந்தராமனின் வம்சத்து பூக்கடை யாக இருக்காது. காதம்பரியின் பூக்கடை. காதம்பரியினுடையதாக மட்டும் அது இருக்கும். வம்சங்களின்கட்டுப்பாடுகள்இல்லாமல். காதம்பரிக்கு இழக்க வேண்டியது ஒன்றுமில்லையே.'

கோமதியைப் பற்றி ஒன்றும் கேட்கவில்லையே என்று நினைத்தபோது கடிதத்தின் இறுதியில், ஒரு மூலையில் ஓர் அடிக் குறிப்பு தெரிந்தது.

'இன்னிக்கு ஒருமுறை நான் அம்மாவை கனவில் கண்டேன். அம்மா அப்போது ஏதோவொரு அடர்ந்த காட்டுக்குள் போகி றார்கள். செடிகளும் பூக்களும் இல்லாத, பெரும் மரங்கள் அடர்ந்து

நிற்கின்ற, இலைப்பரப்பால் இருள் மண்டி கிடக்கும் காடு. காட்டின் இருளில் மறையும் வரையில் அம்மாவின் சேலையின் சிகப்பை தெளிவாகக் கண்டேன் நான். கடைசியில், திடீரென்று உறக்கம் கலைந்து திடுக்கிட்டு எழுந்தபோது நான் அம்மாவை அழைத்து வெகுவாக அழுதேன்.

'உங்களையும் அம்மாவையும் மறக்க முயல்கிறேன். அதே போல் உங்கள் இருவர் மூலமாக எனக்கு அன்பு காட்டிய எல்லாரையும். நன்றி மறந்ததின் மூலம் முதலில் என்னையே தண்டித்து கொள்ளப் பார்க்கிறேன். பின்பு என் மூலமாக யார் யாரை எல்லாமோ தண்டிக்க எண்ணுகிறேன்.'

சங்கரராமனின் கண்கள் எரிந்தன. அவன் தொண்டையில் என்னென்னவோ உருண்டு கூடுகின்றன.

கண்களை மூட முடியாமல் ஒரு நிமிஷம் அவன் அதே இருக்கையிலேயே அமர்ந்திருந்தான்.

திடீரென்று உயரமான மரக்கிளைகளில் பெரிய நிழலசைவு தெரிந்தது. அதனுடன் சேர்ந்து உச்சத்திலான சிறகடிப்பு ஓசைகளும் கேட்டன. அவன் தலைக்கு மேலாக வெளவால்கள் கூட்டம் ஒன்று சுற்றிலும் கனத்து வரும் இருளுக்குள் பறந்து வந்து சேர்ந்தது. அது மற்றுமொரு இரவின் வருகையாக இருந்தது.